SỐNG VỚI "THÁN DỊ SAO"
CỦA NGÀI THÂN LOAN

YAMAZAKI RYUUMYOU
THÍCH NHƯ ĐIỂN
Việt dịch

Sống với "THÁN DỊ SAO" của Ngài Thân Loan

Viên Giác Tùng Thư
2023

Sống với "Thán Dị Sao" của Ngài Thân Loan

Tác giả: Yamayaki Ryumyo (Sơn Khí Long Minh).
Nhà xuất bản Đại Pháp Luân Các. Phát hành lần thứ nhất
vào ngày 10 tháng 10 năm Bình Thành thứ 13 (2001).
Phát hành lần thứ ba vào ngày 4 tháng 11 năm Bình Thành thứ 17 (2005)
tại Shibuya, Tokyo, Nhật Bản.
Việt dịch: Thích Như Điển.

Viên Giác Tùng Thư
Ấn hành lần thứ nhất, quý I/2023

Trách nhiệm xuất bản: Nguyên Đạo
Dò chính tả: Thanh Phi
Kỹ thuật và bìa: Nhuận Pháp

ISBN: 979-8215685921

MỤC LỤC

LỜI NÓI ĐẦU

Buồn thảm và nhiều việc không như ý.

Những sự ngược đãi từ khi còn bé, không là chuyện lạ. Lại nữa việc bạo lực ở học đường, sự đối xử tàn nhẫn, bạo lực trong gia đình vẫn tiếp tục được báo cáo rằng, trong mười năm gần đây quá xấu tệ.

Thêm nữa việc chẳng đặng đừng của sự phá sản, thất nghiệp, cả hàng loạt chuyện bị ảnh hưởng không thể biết để so sánh được. Hầu như ở trong thời đại nầy không thể thấy trước hết được, mà chúng ta tùy theo từng trường hợp giới hạn để sinh sống, chứ không được ngoại trừ.

Những việc nói ở trước sẽ như thế nào, nói sao đây? Ở trong những bất an đó phải làm sao cho tốt, mà mỗi ngày, mỗi ngày chúng ta phải đương đầu sống với nó? Cả chính trị, lẫn giáo dục rồi tôn giáo cũng bị ngộp thở. Sự thật thì chúng ta phải sống để nương vào đâu cho tốt đây, mà đường đi thì thật là mờ tối.

Việc hủ bại của những chính trị gia về những hành vi quan liêu bất chính, mà dưới mắt của cảnh sát cũng dư biết việc không rõ ràng nầy. Kết quả của việc sa đọa về giáo dục cũng như của những giáo đoàn của tôn giáo về việc dối trá trong việc cưỡng ép việc hiến tặng tiền bạc v.v... toàn là những chuyện đau lòng. Mặt khác chung quanh chúng ta thực tế có nhiều vấn đề hiện thực như sự cùng khổ, đói nghèo, vấn đề dân tộc sai biệt và ngay cả vấn đề chiến tranh cũng đang gặp phải.

Với ý nghĩa nầy, đối diện với ngũ trược ác thế (nghĩa là thời đại mà con người và xã hội bị ô nhiễm), trong đời ngũ trược không có Phật (thời đại hầu như không thấy được sự chân thật), ngoài ra thì chẳng còn gì cả.

Tuy nhiên con người của thời đại đang hướng mắt tìm về Phật Pháp, không những chỉ để quan sát suông, cũng không phải chỉ để tìm cầu những lời dạy cho tâm được an ổn, tìm cầu lòng bi mẫn trước hiện thực khó khăn, lại cũng chẳng phải để ta thán. Nếu đúng như vậy, thì điều nầy đơn thuần là lời dạy yếm thế (nghĩa là lời dạy cho cuộc đời đầy bi quan nầy) cũng không phải là quá lời.

Ngài Thân Loan lúc đương thời có dạy Phật Pháp về sự xa rời uế độ, vui cầu Tịnh độ, đơn thuần là xa rời thế gian, phủ định nó, thích tìm cầu ở đời sống khác, mà đạt được sự nghi ngờ lớn và tự chính mình mở ra con đường của đạo. Điều căn bản là hãy sống với hiện thực, theo đuổi hiện thực, vượt khỏi hiện thực để có một thế giới của Phật giáo. Đây chính là điểm then chốt vậy.

Đối với chúng ta bây giờ khi tìm cầu đến xã hội và con người thì bi lụy, ta thán nên muốn chấm dứt. Dạo gần đây người ta thường hay nói đến những thiếu niên làm những điều phi pháp và phạm tội rất nhiều. Người lớn thì với những hành vi sai trái ấy, lại không so sánh với những việc phạm tội kia. Hành vi sai trái của trẻ con đó có thể nói chẳng phải là hình ảnh của người lớn phạm tội sao? Sự thật của vấn đề giáo dục ở đây là vấn đề chính bản thân của người lớn vậy.

Ngày nay Ngài Thân Loan loại bỏ con đường xấu ác mê mờ kia, hãy nên tìm cầu đến "Thán Dị Sao", chính là quyển sách nầy. Trải qua trong quá khứ, vượt khỏi cả thời đại cùng lịch sử, nó luôn mang tính cách hiện đại. Hãy đọc sách một lần, quả là điều hân hạnh.

Tháng 8 năm 2001.
Tác giả Yamazaki Ryumyo.

(Dịch từ tiếng Nhật sang Việt ngữ
bắt đầu từ ngày 16 tháng 5 năm 2022
nhân mùa An Cư Kiết Hạ năm Nhâm Dần
tại Phương Trượng Đường Tổ Đình Viên Giác,
Hannover, Đức Quốc).

I.

NGÔN NGỮ CỦA "THÁN DỊ SAO" VÀ HÃY HỌC THEO LỜI DẠY

PHẦN TRƯỚC CỦA 10 CHƯƠNG ĐẦU

(Ghi chú của dịch giả:

Theo tác giả YAMAYAKI RYUMYO thì 10 chương đầu là do từ chính kim khẩu của Ngài Thân Loan Thánh Nhơn nói ra)

TẠI SAO LẠI LÀ "THÁN DỊ SAO"? NGÔN NGỮ NẶNG KÝ (SỐ LƯỢNG VỀ NGÔN NGỮ)

Viết một quyển sách mà thay đổi được con người, ngay cả ngôn ngữ của chỉ một hàng cũng làm cho cuộc sống của con người được phong phú. Ngôn ngữ đó được gọi là một sự sâu thẳm chăng? Đó chính là sách viết, được gọi là "Thán Dị Sao".

Có lúc đi diễn giảng ở Fukuoka thấy được tờ dán trên bảng yết thị của một ngôi chùa viết rằng: Chỉ một lời nói làm cho người ta cãi nhau, chỉ một lời nói làm cho người ta thân thiện, chỉ một lời nói đối với từng sự việc, cũng từ một con tim đó. Đúng hơn, từng lời nói chúng mang lại tính cách riêng biệt của thế giới.

Những lời nói phát ra không để ý, khiến cho nhiều người bị tổn thương. Lại nữa cũng từ lời nói làm cho cho người ta ấm áp, làm thay đổi nhiều việc lớn.

Chuyện đã xảy ra từ xa xôi rồi. Đó là việc ra đi đột ngột của thân phụ một học sinh học trung học. Hắn ta tìm cách giúp đỡ gia đình bằng cách bắt đầu đi bỏ báo, sáng nào cũng không nghỉ ngơi, hắn ta mang báo đến nhà cho từng người. Có một buổi sớm mai khi thức giấc thì mưa trở nên nặng hạt và hắn tự than rằng: "Thật chẳng ra làm sao cả! Hôm nay nên nghỉ chăng? Các bạn ta giờ nầy là giờ đang ngủ, chỉ có riêng mình ta, tại sao phải khổ cực như vậy? Tại sao ông già lại chết, để cho tôi phải bất hạnh như thế nầy?".

Hắn ta lắp bắp nói như thế, nổi cơn thịnh nộ trên giường, rồi hướng về cửa tiệm (báo) và đồng thời chuẩn bị ra đi giữa cơn mưa trút hạt.

Sau lưng, hắn ta nghe được rất rõ những lời nói như sau: "Ngày nào cũng khổ nhọc quá phải không? Xin cảm ơn nhé! Mọi người mỗi buổi sáng đều chờ đợi báo. Hãy hoan hỷ nghe. Hãy lấy khăn nầy lau khô mình đi nhé".

Hắn ta vừa đạp xe đạp, chạy liên tục trong sự suy nghĩ không ngớt dưới cơn mưa lớn. Khi chàng ta trưởng thành đã thuật lại rằng: "Nếu những lời động viên ấy không có, tôi đã bỏ công việc ấy ở nửa chừng rồi cũng không chừng. Những lời nói của bà cụ ở tiệm báo thuở xưa, mãi cho đến ngày nay, tôi nghĩ rằng đã chi phối đời mình không nhỏ".

Cùng một lời nói tạo nên sức mạnh biểu tượng cho người kia, làm cho họ gắng sức. Tuy nhiên ngày hôm nay chúng ta hình như đã quên đi cách nói rồi chăng? Ngôn ngữ là việc biểu hiện của tâm hồn, mà ngày nay những ngôn ngữ ấy bị đảo lộn. Khi tâm hồn nổi loạn thì tâm ấy tất nhiên bị chi phối. Chính bản thân của tôi (tác giả), những lời hay đẹp, những lời có giá trị thâm sâu là những điều mà tâm mình luôn nghĩ đến.

Ngài Lương Khoan là một Thiền Sư có quyển Giới Ngữ mà trong đó thỉnh thoảng tôi (tác giả) hay thuật lại. Ngôn ngữ ấy đối với chúng ta không những rất gần gũi, mà chúng ta cần phải sử dụng một cách đầy đủ.

Liên hệ với ngôn ngữ ấy, tôi (tác giả) đã không quên một đoạn thơ mà trong thi tập của Ông Yoshino đã ký tặng tôi như sau:

Khi muốn nói lời chính đáng

Một chút ôn hòa vẫn tốt hơn

Khi muốn nói lời chính đáng

Đừng làm cho kẻ khác bị tổn thương

Hãy chú ý thì tốt hơn.

Làm sao mà lời nói nghiêm nghị như vậy? Đồng thời ở tận cùng lời nói của Ông Yoshino chính là con tim, là lời dễ dãi. Với tôi (tác giả) lời nói ấy làm cho điếc cả lỗ tai luôn. Đúng là lời nói châu ngọc.

THẾ GIỚI CỦA "THÁN DỊ SAO"

Ngài Thân Loan (Shinran) (1173-1262) cách đây hơn 800 năm về trước là vị hành giả cầu đạo. Tuy Ngài bảo rằng: "không mang theo một đệ tử nào cả"; nhưng chung quanh Ngài rất là nhiều đệ tử, là người có cuộc đời gần 90 năm như thế.

Là người tiêu biểu đại diện cho Phật giáo Nhật Bản, là một bậc vĩ nhân được ca ngợi vào thời Phật giáo trung kỳ. Theo lời dạy của Ngài thì đại để những nơi không có nhân duyên, chính Ngài là người nhận ra được cuộc sống của chính mình. Phần nhiều những bài viết tường thuật còn sót lại, mọi người đều nhận ra rằng những lời dạy chân thật về Phật Pháp khởi đi từ Tịnh Độ (Chơn Tông).

Lời dạy của vị ấy và niềm tin, mãi cho đến bây giờ, thời gian đã trải qua hơn 800 năm, nay thì đã đến được với mọi người trên cả thế giới. Thực tế mà nói, có thể nghĩ rằng đây là một điều hy hữu. Hằng loạt những lời dạy còn sót lại làm cho người ta bị mê hoặc bởi thời đại của chúng ta đang sống và là chất bồi dưỡng trưởng thành. Việc trước mắt to lớn mà cái quả ấy chính là việc sẽ viết thuật lại: "Thán Dị Sao".

Quyển sách nầy sau khi Ngài Thân Loan viên tịch độ chừng 30 năm có một tín đồ niệm Phật tên là Duy Viên (Yuien) (-1289?) gom lại những lời dạy và cả một thời gian dài sau đó người ta không có được trong tay. Trên thực tế thì do Giáo Đoàn của Bổn Nguyện Tự (Honganji) đã phát hiện ra sự có mặt về sự tồn tại này của tác phẩm, còn đại chúng trực tiếp trước đó thì chưa hề biết đến.

Dầu sao đi nữa, mãi cho đến thời kỳ Minh Trị (Meiji) có vị Sư cầu đạo tên là Kyozawamanshi (Thanh Trạch Mãn Chi) (1863- 1903) phân loại giải thích để cho nhiều người được biết đến. Bình thường với Tịnh Độ Chân Tông có ba loại kinh điển quan trọng. Đó là: Vô Lượng Thọ Kinh, Quán Vô Lượng Thọ Kinh và A Di Đà Kinh. Tuy nhiên theo Kiyozawa thì ba bộ kinh nầy kể cả Thán Dị Sao không có trong Kinh A Hàm.

So với ba bộ kinh xưa thì hoàn toàn khác. Kiyozawa Manshi chính mình đã đưa ra ba bộ kinh làm chỗ tín ngưỡng và chính mình đã khai phá điều nầy, không còn ai khác. Nếu đứng từ phía truyền thống của các học giả về Thân Loan, hầu như đều thừa nhận về sự phát biểu của Kiyozawa. Tuy thế ở đó Kiyozawa Manshi thỉnh thoảng lý giải về niềm tin, sự vận hành của tín ngưỡng mà không thừa nhận là điều không nên. Dẫu sao đi nữa thì hình thức tín ngưỡng đối với Kiyozawa Manshi phải công nhận rằng mãi cho đến bây giờ nhiều người trong chúng ta về trước đó với biểu tượng của Giáo Đoàn Thân Loan cũng như biểu tượng Thân Loan ngày nay đã thể hiện rõ được việc nầy.

Với Nhật Bản trong hiện tại thì "Thán Dị Sao" chính là việc tái sanh của Ngài Thân Loan, mà Thán Dị Sao ấy như ngày hôm nay cũng đã trở thành hình ảnh của thế giới. Đây không biết là điều tưởng tượng ra của vị nào vậy? Điều nầy có phải là do "Thán Dị Sao" mà có chăng?

Có phải là một mị lực chăng? Lại nữa, nhiều nhà văn học, tư tưởng gia, tôn giáo gia v.v... đã nhiệt liệt hoan nghênh tán thán bằng những lời hay đẹp về "Thán Dị Sao", chúng ta không được quên. Thánh Thơ được bảo là phát hành chạy nhất thế giới; nhưng Thán Dị Sao cũng được gọi như vậy. Đây cũng chính là Thánh Thơ của Đông Dương theo tôi (tác giả) nghĩ, mà "Thán Dị Sao" đã cung ứng được cho mọi người học hỏi.

Cũng có người bảo rằng Kiyozawa Manshi là người đầu tiên giải mã những điều cấm kỵ trong "Thán Dị Sao". Đúng hơn là, dẫu cho Pháp Thành (Hozo) trước đó cũng đã khai mở chỉ bày về "Thán Dị Sao" cho nhiều người một cách tận tường. Với tôi (tác giả) thì nghĩ rằng người đã giải thích về những điều cấm kỵ ấy có thổi phồng lên ít nhiều chăng.

Với việc nầy theo "Thán Dị Sao" tối cổ được viết tay do Liên Như (Rennyo) viết, lấy đây làm bản gốc thì có mô tả rằng: "Người mà thiện căn đời trước chẳng có, lại được gặp quyển sách nầy". Liên Như (1415-1499) đã cấm giải thích về "Thán Dị Sao" và đến thời kỳ Minh Trị thì Kyozawa Manchi đã giải thích việc cấm nầy. Với sự suy nghĩ như vậy, trên thực tế lại có thêm nhiều người. Theo tôi (tác giả) một lần nữa nghĩ rằng trong sách chính của Liên Như đã dùng ý nghĩa của ngôn ngữ một cách sâu sắc là những điều cần thiết. "Đối với người không có duyên lành đời trước và bên phải lẫn bên trái chẳng có gì thì không cho phép". Thỉnh thoảng Liên Như (Rennyo) cấm ngăn, nhưng với Giáo Đoàn của Bổn Nguyện tự cũng đã xem mục lục của thời kỳ Giang Hộ (Edo) thì cũng có thể đã thấy tên gọi rồi. "Thán Dị Sao" sự thật là một quyển sách rất khó. Để làm cho mọi người dễ hiểu, có thể nói xin cảm ơn một quyển sách như vậy.

Tuy là nói vậy nhưng với tôi (tác giả) đã nghĩ rằng đây là một quyển sách chẳng dễ chút nào.

Suy nghĩ để thử xem, với tôi (tác giả) quá khứ đã đủ chưa? Hình như chưa, về số lần đọc, mà nói về "Thán Dị Sao", rồi bắt đầu viết về sách nầy. Bởi do quý vị yêu cầu cũng như đã đọc mục Karucha- Center ở báo Ashahi (Triêu Nhựt) những năm về trước và ở Trung Tâm Văn Hóa NHK (Nippon Hoso Kyoku) cũng đã giảng thuyết nhiều lần. Ở trung tâm Karucha kia cũng đã nhiều lần giảng về "Thán Dị Sao" cho mọi người.

Nói ngắn gọn lại thì chẳng những chỉ viết tường thuật với tư cách của một con người về "Thán Dị Sao" mà thật ra "Thán Dị Sao" là biểu tượng của con người như được đề xuất khi phát hành Đại Tạng vào năm 1992. Lại nữa Ông Hirosachya cùng Ông Kosemiyon đã cùng với ba người khác đã tường thuật và phát hành quyển "Đọc Thán Dị Sao" vào năm 1992; nhưng mãi cho đến bây giờ vẫn còn nhiều phần chưa hiểu hết. Đó là quyển "Thán Dị Sao". Cuộc đời tôi (tác giả) không phải chỉ riêng về việc nầy mà còn nghĩ rằng sẽ tiếp tục học hỏi nữa. Đó chính là quyển sách "Thán Dị Sao" nầy.

TỪ NGOÀI TÍN NGƯỠNG GIẢI THÍCH VỀ TÍN NGƯỠNG

Với tôi (tác giả) công việc giảng dạy ở Đại Học về: "Phật Điển Nghiên Cứu", từ nhiều năm đã cho các Sinh Viên học về "Thán Dị Sao". Bởi lẽ những sinh viên thì khác với tôi về Phật giáo và làm quen với Chơn Tông (Tịnh Độ Chơn Tông), nên những câu hỏi gặp rất thường và căng thẳng, vừa hồi hộp vừa giảng bài.

Người đặt ra nhiều câu hỏi không dứt, người đặt rõ ràng cũng có. Những sinh viên thường nói là: "Ngài Thân Loan hay dạy những lời nói rất khó hiểu, giống như trói chặt con người, thật là khó giải thích. Sao lại phải nghĩ đến những con người tội lỗi và bịnh hoạn nhiều như vậy?".

Chắc rằng những phát biểu nầy đều có một lý do. Đó là: "nên làm việc lành, tránh xa việc ác" là ý nghĩa căn bản qua lời dạy của Đức Phật. Việc nầy dẫu cho người nào xem qua cũng là một đạo lý chính đáng. Thế nhưng Ngài Thân Loan: "Cho rằng người lành vãng sanh đã đành, mà người ác cũng như vậy". (Nghĩa là người lành được vãng sanh Tịnh Độ và người ác cũng chẳng phải là không được vãng sanh). Điều nầy sẽ được tường thuật ở chương thứ ba. Để giải thích đứng đắn về lời nói nầy cần phải có thời gian và sự cố gắng.

Lại nữa sự có mặt của chúng ta ngày hôm nay đây là nhờ đến những vị Tổ Tiên đời trước. Lúc chân thành cảm tạ họ, Ngài Thân Loan đã nói rằng: "Thân Loan nầy vì sự hiếu dưỡng đối với cha mẹ, mà cũng chưa một lần nào niệm Phật cho họ". Điều nầy có nghĩa là: "Thân Loan vì sự quá vãng của cha mẹ, việc xưng danh hiệu Phật đã chưa có một lần nào cả". Việc nầy có viết trong chương thứ 5 của Thán Dị Sao.

Đó đây đều có sự phát biểu về lập trường sâu xa có tính cách tôn giáo; nhưng để giải thích rõ ràng phải cần đến thời gian rất nhiều. Lý do là qua lời dạy của Ngài Thân Loan khó giải thích giản đơn. Đó là lúc nào chúng ta cũng sống theo sự trói buộc của đạo đức, luân lý của thế tục. Cho nên từ lập trường của Ngài Thân Loan về Phật Pháp, chúng ta lại lấy lập trường của đạo đức thế tục để giải thích. Từ đó phát sanh ra sự vô lý.

Tôn giáo có cái nhìn khác về thế giới và đạo đức. Đó là sự khác biệt với thế giới. Thế giới của tôn giáo dùng để giải thích về đạo đức. Lại nữa khoa học đã bao lần muốn giải thích về thế giới của tôn giáo, nhưng việc nầy đều trở nên vô lý, sai lầm. Tôn giáo có nghĩa là đầu tiên học về tánh cách của tôn giáo, mà sự giải đáp sẽ được mang đến. Với đạo lý nầy chắc rằng không những bị giẫm đạp lên, mà còn bị ngộ nhận nữa.

Với tôi (tác giả) khi suy nghĩ về những vấn đề nầy, lúc nào cũng nghĩ đến lời nói của một thi nhân lúc còn trẻ là thi nhân gốc Thiên Chúa, Ông Yagizyuukichi (Bát Mộc Trọng Kiết) (1898-1927). Ông ta đã nói rằng:

Nói về con người không hết lời.

Cũng chẳng lo về Thánh Thư đã viết như thế nào. Ta nắm bắt từ bên trên.

"Ngoài tín ngưỡng không thể giải thích về tín ngưỡng" nghĩa là lời nói nầy quan trọng ra sao đây? Khi tôi (tác giả) tiếp xúc với lời nói nầy thì việc cấm đoán chính thức như thế nào lại không nhớ rõ.

Điểm chính yếu của Kiyozawa Manshi khi viết về cầu đạo thục (nơi cầu đạo) chỗ "hạo hạo đổng" thì nhiều môn nhơn chẳng hiểu về tên gọi nầy. Trong đó có một người phê bình dữ dội và chia ra làm hai như Hiểu Điểu Mẫn (Akegarasuhaya) (1877-1954) đã giải thích rằng: "Thán Dị Sao" là một quyển sách làm cho con người bị đọa lạc". Tuy nhiên cũng có nơi nói về sự khuynh đảo thâm sâu của Thán Dị Sao như sau: "Nếu không có quyển sách nầy thì việc sống không còn ý nghĩa nữa". Từ đó viết thành một quyển sách dày nhan đề là: "Thán Dị Sao giảng nghĩa".

Ông Hiểu Điểu Mẫn đã gọi việc nầy là: "Cứu người thiện lương là chuyện đã đành, mà cứu người ác cũng là chuyện đương nhiên nữa". Ở chương thứ ba của Thán Dị Sao đã nói về: "Tín ngưỡng của những luân lý bên trên". Lại nữa tín ngưỡng không phải là luân lý, đạo đức, nên đối với việc nầy nhiều người đã giải thích sai về "Thán Dị Sao". Như trước đây có trình bày qua là để chỉ rõ cho đạo đức thế tục Ngài Thân Loan đã vượt lên khỏi việc lý giải để dạy về điều đó. Cho nên: "Ngoài tín ngưỡng, không thể giải thích về tín ngưỡng", nên mới phát sanh ra những chuyện ngộ giải như vậy, không phải sao?

YOSHINO SUO (KIẾT GIẢ TÚ HÙNG) VÀ "THÁN DỊ SAO"

Người bạn của Bát Mộc Trọng Kiết là Yoshino Hideo (Kiết Giả Tú Hùng) (1902-1967); Ông ta là một người đã giải thích về Thán Dị Sao, không thể nào quên được. Ngoài Ông Yoshino Hideo ra cũng còn có Ông Kurata Hyakuzou (Sang Điền Bách Tam) (1891- 1943) cũng là một người đã viết về: "Xuất gia và Đệ Tử" cũng như: "Tín ngưỡng của Honen và Shinran" cũng đã tường thuật qua về Thán Dị Sao.

Ông ta vào lúc 23 tuổi bị bệnh phổi, sinh hoạt chống chọi với bịnh khổ trong vòng 7 năm và đã hai lần suýt chết. Trên giường bệnh đối diện với bức tường, Ông đã đọc Thán Dị Sao. Khi bịnh thuyên giảm thì ông Yoshino Hideo thấy thích một người con gái. Đó là một nữ y tá, rồi họ kết hôn với nhau. Thế nhưng vào lúc 43 tuổi, bình thường chẳng bị bịnh gì cả; nhưng bà vợ nầy của Ông ta lại ra người thiên cổ. Với sự việc như thế Yoshino Hideo đã viết lại như sau:

"Trong chiến tranh với 43 năm dài, người vợ đầu của tôi đã mất cùng với 4 đứa con, nên ý chí căn bản chẳng còn gì cả. Nhân buổi lễ ca hát nầy tôi (Ông Yoshino) soạn một ca khúc ngắn như để tự cứu lấy mình chăng? Căn bản chính yếu là việc chi phối năng lực từ người vợ mà Thán Dị Sao đã ảnh hưởng cũng không ít. Cuối cùng thì "bổn nguyện bất tư nghì của Di Đà" là thế nào? Cũng có người bảo rằng: "Việc ấy chắc không có đâu". Do sự thuyết phục có tính cách mạnh mẽ ấy, nên tôi cũng không tin. Thế nhưng dẫu có không tin đi chăng nữa thì cũng phải sống với lập trường ấy là lý do vậy. Việc nầy với tôi nếu có không tin thì cũng không có khả năng. Đồng thời với người chẳng tin cũng làm cho ngực hồi hộp, thì cũng chẳng làm cho nực cười được. Việc nầy thật là phiền và sau khi gặp việc thì gần gũi thân cận với từng câu, từng chữ của Thán Dị Sao, rồi chìm sâu vào tâm thức của tôi lúc nào chẳng hay. "Tâm nhuần nhuyễn" (Giảng Đàm Xã Văn Khố).

Ông ta (Yoshino Hideo) đã học cách làm thơ gần gũi cung cách của Bàn Khuê (Bankei) (1622-1693) bằng lối (Giả Danh Pháp Ngữ) (Kana hogo) và Lương Khoan (1758-1831). Nhưng trên thực tế thì thật ra Hiểu Điểu Mẫn (Akegarasu Haya), Mai Nguyên Chơn Long, Kim Tử Đại Dinh đã nói rằng: "Đại biểu cho người thuộc về Chơn Tông cận đại Nhật Bản quan tâm trước tác sâu sắc vẫn là "Thán Dị Sao".

Ông ra đi lúc 64 tuổi, năm 1967 (Chiêu Hòa năm 42); nhưng về già thì những nhà xuất bản như Iwanabe và Kakugawa đã cho xuất bản đầy sách Thán Dị Sao, gần gũi với nguyên văn. Trước khi mất chừng 5 năm 1962 (Showa năm thứ 37) số ra ngày 5 tháng 6 đã được đăng trên tờ báo "Asakusa Bổn Nguyện Tự". Trên giường bệnh đã vắt hết từng chữ; từng chữ làm cho tâm của chúng ta không thể kiềm chế nổi. Đó là năm tôi (tác giả) 18 tuổi, lúc đến Kyoto nhập học ở Đại Học Long Cốc. Văn chương đó đối với tôi là một việc không thể nào quên được.

Ông ta (Yoshino Hideo) đã nói như phía trước rằng: "Nếu nói về Ngài Thân Loan, không thể không nói đến Giáo Hạnh Tín Chứng (Kyo Gyou Shin Shou) mà với tôi thì chỉ Thán Dị Sao không thôi cũng tin rằng đây là quyển sách số một về tín ngưỡng sâu xa của thế giới". Trong khi nằm trên giường bệnh, sau khi người bạn Bát Bổn Trọng Kiết qua đời, con gái của vợ (Đăng Mỹ Tử) kết hôn, sau đó làm giáo sư Mỹ Thuật và người con trai bị điên, lấy lửa đốt sạch, rất buồn và đã chi phối Yoshino Hideo; nên qua Thán Dị Sao Ông ta đã viết lên như thế nào đây?

Chẳng ngờ trong đêm đông lời Thánh hiện ra nơi chật hẹp và tiếp tục chôn vùi.

Người thương tâm bi ai dưới thời tiết truyền đến qua âm thanh nho nhỏ.

Từ khi còn trẻ phất phới lời thơ, mãi đến đêm nay mới hiện ra với chúng ta.

Âm thanh ấy còn lưu lại sâu thẳm nơi màn tai làm cho nước mắt chảy dài, khiến bút kia rơi lệ chảy đầy cả một quyển.

(Dịch giả nghĩ rằng dịch không sát với ý thơ mấy, vì thơ nầy rất khó dịch).

Ba đoạn thơ trước làm khi bà vợ mất cách đó 2 năm vào năm 1942 (Showa năm thứ 17); đoạn sau làm vào năm 1961 (Showa năm thứ 36). Đây chính là chỗ khai mở căn bản với người biên chép về Thán Dị Sao khi còn nằm trên giường bệnh. (Trích ra lời ngâm vịnh tại chùa Phật Báo).

Ông ta (Yoshino Hideo) đã thuật lại rằng: "Việc chết không ai thích; nhưng phải chết. Sự an nghỉ vĩnh viễn kia cũng chẳng phải là việc xấu tệ. Nếu nhìn từ đời nầy đến đời khác, thời gian của cuộc sống chúng ta, phải cảm tạ từng ngày từng giờ và cũng phải quý trọng nó".

Ở đây theo tôi (tác giả) nghĩ sách viết về cuộc đời qua Thán Dị Sao, hãy cùng hướng đến, do Yoshino Hideo đọc, khám phá tự chính mình của 64 năm rút ra được một nhân sinh quan.

CHƯƠNG MỞ ĐẦU:
ĐÓNG CHẶT NIỀM TIN LÀ SỰ NGUY HẠI

TRUYỀN GIÁO PHÁP TÙY THEO NGƯỜI

Đối với việc hiểu sai, nói về việc hiểu sai đó, thì là việc rất khó. Phải có dũng khí mới được.

Thế nhưng chẳng phải chỉ cần dũng khí, mà khi nhận ra được sự ấm áp, phải là lúc mà lời nói thâm sâu của người kia thực sự đánh trúng vào tâm thức họ, là điều chẳng sai bao giờ. Theo tôi (tác giả) nghĩ rằng Thán Dị Sao là một tác phẩm như vậy.

Bằng cách lớn tiếng, tự mình nói qua lời nói. Trên thực tế lời nói không nói được. Ngài Thân Loan cũng nói đôi khi rất nhỏ, không nghe được tiếng và tôi nghĩ rằng đó có phải là câu chuyện nói với bạn bè niệm Phật chăng?

Từng lời, từng lời, tự mình hỏi lại mình, đúng ra là vừa lời nói chồng chất lên nhau, lời nói càng ngày càng nhiều phả vào lòng người, làm cho ngực bị đánh động. Còn Giáo Pháp (của người đắc đạo) theo tôi nghĩ thì được truyền đạt đến mọi người. Đơn giản chẳng phải là sự khác biệt của lời nói được truyền đi chăng?

Ngài Thân Loan đầu tiên còn để sót lại quyển Giáo Hạnh Tín Chứng, cùng nhiều loại khác nhau, mà đọc quyển nào đi nữa thì cũng say theo ngôn ngữ như phát ra ánh sáng ấy. Được truyền từ ngòi bút chơn chánh về danh hiệu (Nam Mô A Di Đà Phật). Trên thực tế thì đó là một ngòi bút hùng hồn và theo tác giả nghĩ rằng có thể nói đây là năng lực của cuộc sống.

Tuy nhiên theo tôi thì cho rằng Ngài Thân Loan không phải là người miệng lưỡi để nói nhanh như máy, nhưng hơn thế nữa với riêng tôi thì tưởng tượng rằng Ngài là người nhanh như máy. Với sức mạnh ấy, cho nên Pháp Niệm Phật đối với người không có nhân duyên ở vùng Kanto (Quan Đông) chẳng phải đã phát sinh chăng?

Phật Pháp được đón nhận vào tâm và khi đứng trước người khác để nói pháp và truyền đạt đến người kia thì việc nầy không khó; nhưng nếu việc nầy ngược lại thì khó xử vô cùng. Pháp không phải chỉ là việc truyền đạt đến người khác, mà việc đầu tiên của chính tôi (tác giả) là đi tìm cầu giáo pháp, sống với pháp ấy mạnh mẽ và theo tôi nghĩ đó chính là việc tự truyền lại cho mình rồi.

Lúc còn trẻ tôi thích đọc sách về xã hội chủ nghĩa có tính cách Thiên Chúa giáo của một người Pháp tên là Simon Will (1909- 1943) Ông ta đã viết rằng: "Tôi không phải là người truyền đạt cho quý vị, mà ở trong tôi đã có Chúa ban cho những việc trọng đại đó".

Phần tôi (tác giả) tâm đắc về Ngài Thân Loan cũng nghĩ tương tự như vậy, không biết có quá lời chăng? Nói gọn là nhờ Đức A Di Đà Như Lai đã ban cho niềm tin để sống cuộc đời của một con người và đốt nóng lên cho cuộc đời ấy. Điều nầy theo tôi nghĩ chẳng phải như thế sao? Như vậy việc của người cầu đạo hãy sống một cách triệt để với cuộc sống. Với ý chí nhớ nghĩ đến tâm thức của nhiều người thì không phải là không có ảnh hưởng.

Thán Dị Sao qua cách nhìn của Duy Viên (Yuien) khi nói về nhiều việc, cũng có thể nói rằng đây là một chuyện được thuật lại cũng là điều có thể. Với chúng tôi khi nói chuyện với nhau thì lại trở thành đối thoại; nhưng chẳng phải sợ việc đối thoại với nhau để đi đến chỗ chung kết. Lại nữa nhiều khi cũng nói với nhau rằng: "chỉ nói điều nầy thôi". Đối với việc nầy thì việc bàn luận với nhau cũng không có điểm chung. Đơn giản chỉ là: "cùng nhau nói với nhau" cũng là điều không quá lời.

Việc thảo luận với nhau, chẳng phải là việc phải nghe cho hợp nhau. Việc thành lập cho việc nghe nhau hợp nhau là một điều rất khó; nghĩa là cùng nhau thừa nhận hỗ tương với nhau và kính trọng lẫn nhau vốn là điều cần thiết.

TẤM LÒNG THA THIẾT VỚI SỰ KHÁC BIỆT

Thán Dị Sao đã vượt khỏi thời đại về phương diện lịch sử mà nhiều người đã tiếp cận. Những sự giáo hóa của Ngài Thân Loan và bản thân Ngài, nói đến bao lâu cũng không hết lời.

Với tác giả cũng sẽ không bao giờ quên được phần tín ngưỡng mạnh mẽ của Yuien (Duy Viên).

Ngài Đạo Nguyên Thiền Sư (Dougen Zenshi) (1200-1253) là khai Tổ của Tào Động Tông: Trên thực tế Ngài là người có sức hấp dẫn về tôn giáo nhất. Ngôn ngữ mà Ngài dùng trong "Chánh Pháp Nhãn Tạng" (Shoubou Genzou) rất nổi tiếng là: "Người học Phật, chính là học cái quên mình; học cái quên mình ấy là quên tự ngã của mình". Tuy nhiên việc biên tập Chánh Pháp Nhãn Tạng ấy cũng rất khó hiểu. Đối với người bình dân cũng khó tiếp cận.

Trong nhiều người học đạo đó có người đệ tử tên là Hoài Trang (Ejiyou) (1198-1280) đã tóm lược lại thành quyển "Chánh Pháp Nhãn Tạng Tùy Văn Ký" (Shobo Genzo Zuimonki). Quyển sách nầy mãi cho đến bây giờ vẫn còn có rất nhiều người thích đọc. Nếu nói thì Thán Dị Sao của Tịnh Độ Chân Tông cũng là một tác phẩm ngang tầm như vậy.

Duy Viên qua lời dạy của Ngài Thân Loan đã đại chúng hóa về Thán Dị Sao và những lời dạy của Ngài Đạo Nguyên cũng đã được môn hạ là Hoài Trang làm cho mọi người dễ hiểu. Điều nầy theo tôi nghĩ là như vậy. Tuy nhiên sự thật được thấy rằng Thán Dị Sao chính là riêng do mình Duy Viên giải thích về Ngài Thân Loan vậy.

Bây giờ Thán Dị Sao là một quyển sách khi tìm hiểu khảo sát sẽ thử xem tánh cách ấy như thế nào đây. Đầu tiên chúng ta phải chú ý về lời tựa có đề cập đến chữ lười biếng rằng: "Giấu nhẹm sự ngu dốt với chung quanh mình" và đây chính là lời văn bắt đầu của lời tựa. Có thể thấy rằng đây là tánh cách căn bản của toàn thể 18 chương Thán Dị Sao, mà lời tựa đã ghi như vậy.

Nếu yên tĩnh để suy nghĩ chung quanh chữ ngu mà Ngài Thân Loan đã dạy vào thời điểm xa xưa so với thời bây giờ để khế hợp với lời dạy về niệm Phật thì sai khác nhiều lắm. Trên thực tế rất là buồn, phải than lên như vậy. Với việc nầy, việc học hỏi về lời dạy của người đi sau, việc nghi ngờ không phải là không có phát sanh. Với tôi (tác giả) tôn trọng Ngài Thân Loan, chung quanh việc nầy là điều có thể.

Nếu giả sử tôi (tác giả) đã không hợp và không gặp được vị Thầy như vậy thì tôi đã chẳng có được một cách sống đầy nghị lực.

Tự chiến đấu với mình về lời dạy có tính quyết định của việc lý giải về niềm tin một cách quyết đoán, điều nầy có thể là một bi kịch. Ở đây, ngày xưa ấy, Ngài Thân Loan đã dạy trực tiếp và qua sự nghe đó, còn sót lại nơi lỗ tai bao nhiêu, bây giờ cố gắng tóm gọn lại để viết vậy. Tại sao như thế? Bởi vì điều nầy theo tôi nghĩ cũng giống như con đường với tâm niệm Phật của Ngài Thân Loan, không nên để có sự nghi ngờ nữa.

Nếu chỉ nói một lời thì: "Thán Dị Sao" do đệ tử Duy Viên của Ngài Thân Loan tóm lược lời dạy của Thầy mình cho đời, thấy buồn thảm nên thán lên và đây chính là sự thật. Nếu để nguyên như vậy thì tương lai chỉ dạy cách niệm Phật như thế nào thì đây là quyển sách ghi lại hướng dẫn cho việc nầy. Điều nầy với thân già vô trí, vừa làm công việc khó mà Ngài Thân Loan đã dạy còn sót lại, ngay như đây cũng là việc toàn tâm để viết, cũng là điều nên suy nghĩ như thế.

Chúng ta ngày hôm nay cũng giống như việc nghe Thầy giáo giảng bài và người nghe thì mỗi người nghe khác nhau. Điều nầy không phải do chính mình suy tư từ cái nghe chừng mực ấy. Thường thì hay nghe nói rằng: nghe với cái tâm rỗng không, nhưng điều nầy thật là nan giải. Sau khi tôi (tác giả) giảng ở đại học cũng có nhiều sinh viên cho biết cảm tưởng của mình về những điều quan yếu, nhưng theo tôi nghĩ đôi lúc cũng có những ý đồ ngược lại với điều mình đã dạy. Có phải rằng chính mình khi nói ra không có vấn đề, khiến cho người nghe phản ảnh, rồi lại nghe sai. Cuối cùng sự thật dẫn đến nhiều lập trường sai biệt đáng lo ngại.

Tuy nhiên theo lời tựa được viết rằng: "Thật là sự ngu muội được bao bọc chung quanh" (có thể hiểu là sự yên lặng bao bọc chung quanh sự ngu muội). "Sự ngu muội bao bọc chung quanh" có nghĩa là sự biểu hiện lời lẽ khiêm cung của Duy Viên vậy. Ở trong lời tựa của "Giáo Hạnh Tín Chứng" cũng có thể hiểu rằng: "Chỗ sâu thẳm nếu suy nghĩ thì thật khó nghĩ về sự thệ nguyện sâu dày và khó dùng thuyền lớn để chở qua biển khổ". (Nếu suy nghĩ một cách kỹ càng thì Đức Phật A Di Đà với bổn nguyện là cứu độ hết tất cả mọi người, nên phải dùng con thuyền lớn để cứu được nhiều người qua bể khổ).

Cuối cùng khi Ngài Duy Viên đã ghi lại "Những ngu án chung quanh" và Ngài Thân Loan cũng đã nói những lời khởi đầu rằng: "Chung quanh những việc nghi ngờ" cũng có thể đúng như vậy không chừng. Điểm chính của lời nói đầu nầy là: "Tự thấy được việc giác ngộ thì loạn với tông chỉ về tha lực chăng?" theo tác giả nghĩ chính là lời nầy.

VƯỢT LÊN ĐỜI SỐNG VƯƠNG GIẢ TỰ CHO RẰNG CHÍNH TA LÀ SỐ MỘT

Tự thấy được sự giác ngộ là một ngôn từ có thể nói rằng: Đó là một độc đoán, biên kiến. Thế nhưng ở đây cội nguồn chữ nầy rất sâu xa. Với tôi (tác giả) chữ "Tự thấy giác ngộ" cũng có nghĩa là sự biểu hiện của việc "tự suy nghĩ thấy con đường đã sai và tự thắng lấy mình". Nếu như thử suy nghĩ rằng: Tất cả chúng ta cũng là những người "tự thấy sự giác ngộ" sống trong cuộc sống nầy cũng là điều có thể lắm chăng? Hơn thế nữa tự thắng chính mình có nghĩa là tự làm chủ cuộc sống bận rộn hằng ngày của mỗi người trong chúng ta.

Sự bận rộn của mỗi người cũng có nghĩa là: Người nầy là người tốt; còn với người thì không hợp nhau; "đó là người chẳng ra gì" dán lên cho họ một nhãn hiệu như vậy. Trong lúc diễn giảng cũng có người nói rằng: "Buổi giảng hôm nay rất hay"; nhưng cũng có lắm kẻ bảo rằng: "Buổi giảng hôm nay chẳng ra gì cả". Đó là chuyện hiển nhiên hay không thì không rõ; nhưng trường hợp khi nghe Phật Pháp thì không phải dùng sự tự kỷ của chính mình để phán đoán là câu chuyện đó tốt hay câu chuyện ấy chẳng ra gì, mà là tự mình phải hỏi lại chính mình là điều cần thiết. Aidamitsu đã chẳng nói rằng: "Việc được và mất của con người cũng như cái lưỡi nói dối; còn Đức Phật là một thước đo".

Việc tự vấn bởi chính mình là điều cần yếu khi bắt đầu học Phật Pháp. Không phải sống với hoàn cảnh của mình, mà cách sống của tôi như thế nào để được sống lâu, là kết quả của cách sống ấy như thế nào? Đây là trường hợp của tôi tự hỏi về bản thân của mình thử xem sao?

"Tự thấy tự ngộ" là sự phất qua phất lại, tự thấy và tự thấy ấy phất chồng lên nhau; đó là điều mà chúng ta thường ngày gặp phải. Chánh nghĩa cùng chánh nghĩa phủ lên nhau. Nói như vậy cũng không phải là điều sai chăng? Bây giờ đến chỗ nầy rồi, rồi trở lại; nhưng nếu suy nghĩ thử xem thì lịch sử của loài người và chánh nghĩa cùng chánh nghĩa đấu tranh với nhau, mà lịch sử đã cho thấy; nói như thế không biết có quá lời chăng?

Nhà triết học Kant (1724-1840) đã phát biểu rằng: "Bản chất tự nhiên của con người không phải hòa bình mà là chiến tranh". Đây có thể gọi là một chân lý chăng? Thế giới của tôn giáo cũng không phải là một điều ngoại lệ. Những người lãnh đạo tôn giáo vừa chỉ đạo, nói bên nầy là như thế về những hành vi hòa khí; nhưng điều ấy cũng chẳng phải là việc lạ lẫm gì.

Phần sau của "Thán Dị Sao" ghi lại những nghĩa khác mà ta thấy được ở một đoạn nào đó. Việc nầy quý vị sẽ tiếp xúc được ở vào phần sau. "Thán Dị Sao" là một quyển sách mà trên thật tế thì con người phải lặn hụp trong đó; bởi dục tâm của con người đã sống bằng dị đoan, bằng nghĩa khác của sự buồn khổ, nên đây là quyển sách để than lên như vậy.

"Thán Dị Sao" bây giờ có nhiều người quan tâm đọc đến. Ở cuối bản tâm của con người "hụp lặn", "buồn khổ" theo tác giả là điều mà nhiều người đang cộng cảm vậy. "Thán Dị Sao" tùy theo từng thời đại, mà con người thì cũng chẳng thay đổi là bao nhiêu. Từ việc nầy đã xuất phát ra, nên đối với chúng ta là việc rất cần thiết, không cho phép quên đi được.

Ngài Thân Loan đã dạy về "tự chứng tự ngộ" mà nhiều người đã ngộ giải hiểu sai; nhưng vấn đề ngộ giải nầy thì xin để qua một bên, mà mục đích chính không phải chỉ tìm hiểu một khía cạnh, dễ làm cho mình bị lạc mất.

Ở đây chính mình phải đứng trên lập trường là con người, với ý thức chỉ đạo để nói thì thật là khó, làm cho người khác phải khốn khổ, mà trong đây cũng có người đang tự theo pháp môn niệm Phật.

Ở nơi chương thứ 6 có nói câu nổi tiếng là "Thân Loan nầy không có một người đệ tử ở phía sau" và việc nầy chính là để ám chỉ vậy.

Với chúng ta thường thì lấy con người để quan sát và thường nói rằng: "Ồ cái tôi, chẳng được gì" và khi chỉ người khác thì ẩn ý là một sự chờ đợi và ước vọng, không phải như thế sao?

TRUYỀN ĐẠT SỰ CHÂN THẬT

Trong lá thư viết của Ngài Thân Loan "Tiêu Tức Tập" có ghi lại như sau: "Bất cứ từ việc gì thì bổn nguyện của Đức Phật (A Di Đà) Như Lai cũng mở rộng sâu dày, trên thực tế rất vui về việc nầy, được nhắc đến chỗ nầy chỗ kia và chúng ta nghĩ đến việc cạnh tranh nhau về sự nổi tiếng sâu dày chẳng dứt" (Dầu cho bất cứ việc gì đi nữa thì lời dạy của Đức Phật A Di Đà Như Lai cho thế gian nầy được lan truyền rộng rãi, không giới hạn thì có gì vui hơn bằng. Đồng thời theo đó với mọi người trong từng trường hợp, chính mỗi tự thân lại cao ngạo, gặp nhau đấu tranh với nhau không ngớt).

Ở đây lại gặp: "Chúng ta được nghĩ đến ở đây". Lại nữa lời dạy của Đức Phật A Di Đà đã làm cho giữa mọi người với nhau sự hoan hỷ càng lan rộng ra. Mặt khác, giữa những người với nhau theo lời dạy ấy lại hiểu khác nhau là do lời nói đối chọi lại với nhau nên sinh ra hỗn loạn về mặt tín ngưỡng.

Đối với: "Thán Dị Sao" việc "Tự giác tự ngộ" là như vậy; nhưng ở đây thì "với sự suy nghĩ của chúng ta"; với tôi (tác giả) đây là ý chính của vấn đề niềm tin là "trong sự tối tăm" người người cạnh tranh với nhau, nên Ngài Thân Loan mới đề cập đến. Ngài Thân Loan đã ghi rõ trong: "Tà kiến kiêu mạn ác chúng sanh" (nghĩa là chúng ta đang sống trong việc tà vạy, kiêu ngạo và suy nghĩ ác và cũng đã viết trong "Giáo Hạnh Tín Chứng" cũng như "Chánh Tín Niệm Phật Kệ) rồi.

Bên cạnh đó chúng ta hay nói chuyện tốt, chuyện không thật của lãnh tụ, nhưng thực tế thì chính là "câu chuyện của chúng ta" không chừng. Nói ngắn gọn "thù ta là ta" vậy. Từ điểm nầy người người lại sanh ra sự cãi vã với nhau. Chuyện nầy thì từ ngày xưa đến nay chẳng có gì khác nhau bao nhiêu.

Thời của Ngài Thân Loan hay nói đúng hơn là sự chỉ dạy về Đức Phật A Di Đà đã trôi qua và sinh ra ngộ giải rất nhiều. Tại sao việc ngộ giải lại xảy ra như vậy? Nếu chỉ nói một lời là: Bởi vì chuyện "Tự thấy tự ngộ", "nói về cái ta" trong sự suy nghĩ của nhiều người về tín ngưỡng đã phát sanh ra vậy. Với tôi (tác giả) việc nầy lòng tin của con người bị đóng cửa về chữ tin rồi.

Từ việc nầy, chính bản thân mong muốn tạo ra chữ tín vậy. Đồng thời tự nơi chính mình khởi đi và trở lại bởi chính mình, là một bản chất, không biết như thế có quá đáng không? Không phải là cá nhân chủ nghĩa để tạo ra niềm tin ấy, mà tín tâm kia chẳng phải, lại phải nói là tín niệm mới đúng (nhớ nghĩ về lòng tin). Giữa tín tâm và tín niệm cả hai hoàn toàn khác nhau. Tín tâm của tín lực là huệ thí từ sự chân thật của Đức Phật ban cho. Do vậy tín niệm phải nói không phải là gốc gác nối tiếp cho tự kỷ của cá nhân chủ nghĩa.

Nói chung thì tín niệm là từ để chỉ cho con người hoàn hảo, và từ tín niệm như thế ấy sẽ không mang đến một sự nguy hiểm nào cả.

Thời đại của Ngài Thân Loan và tiếp theo là đối với lời dạy ấy bị mai một nổi lên, rồi đấu tranh với nhau; nên đó là cội rễ phát triển cho việc "tự thấy tự ngộ" và "đây chính là ta" mà con người hay nghĩ đến. Sự cạnh tranh "đây là đệ tử của tôi, kia là đệ tử của Ông" hay bảo rằng: "Nếu xa rời ta thì vĩnh viễn ta sẽ không cứu đó". Đây cũng giống như một lời uy hiếp; thế nhưng kết cuộc thì sự tự tin của chính bản thân mình bị thất bại. Do vậy tôi nghĩ rằng đây là dục tâm của thế gian là hành vi tạo nên vậy.

(Thán Dị Sao) toàn quyền xuyên suốt phải xác nhận rằng đây là do Ngài Duy Viên đã ưu việt cần mẫn tạo nên, là "người đồng hành, không để cho rơi rớt" (là người cùng một con đường bước đi, giải quyết việc nghi vấn).

"Tự thấy tự ngộ" (tức giải thoát cái tự ngã), là lúc mà duyên theo đạo lý chân thật, là việc làm giàu có rộng rãi cho thế giới biết đến và tôi (tác giả) đã học từ "Thán Dị Sao" nầy. Kể từ đây việc đối thoại cùng hội thoại của thế giới được mở ra. Điều nầy cũng có nghĩa là làm cho người khác tôn kính, mở ra cho thế giới vậy. Đây là điểm xuất phát của Phật Pháp.

CHƯƠNG THỨ NHẤT:
SỰ ĐÒI HỎI CẦN THIẾT CỦA THÂN MẠNG

HÃY SỐNG ĐÚNG VỚI CUỘC ĐỜI CỦA MÌNH

Khi chúng ta chọn lựa thức ăn, nhiều lúc bị mê hoặc, ăn Sushi hay Tempura đây, nhưng không, hãy ăn Ramen đi... đại khái là những việc như vậy.

Thức ăn thì tự mình đưa vào miệng và sẽ biết được mùi vị ngay từ lúc ban đầu. Điều nầy cũng phải mất nhiều thời gian khi xem thực đơn để chọn lựa; nhưng thức ăn ngon ấy do tự mình chọn có thể cũng không làm cho mình vừa lòng hết được.

Phật Pháp cũng giống như thức ăn vậy. Không những chỉ chọn lựa hướng đi mà còn phải rõ biết độ ngon ấy có làm cho ta được mãn nguyện không. Nếu chỉ thuần là chọn thức ăn ở thực đơn thì tôi đoan chắc rằng chỉ làm mất đi sự kiên nhẫn mà thôi. Bởi vì tôi (tác giả) lại đường đột nói chuyện Phật Pháp với thức ăn.

Chung quanh chúng ta sống có rất nhiều chùa chiền, có Tăng lữ và nhiều tín đồ. Tuy nhiên nói về tính cách đại biểu cho Phật giáo thì chưa phải là sự mong đợi. Nó chỉ có tính cách hình thức, mà trên thực tế điều nầy chúng ta không thể phủ nhận được. Lý do chính thực tế nằm ở đâu vậy? Bởi lẽ chùa chiền ngày nay bị thế tục hóa bởi Tăng lữ, còn cửa chùa thì bị đóng kín. Ngoài ra lại do bị cơ chế hiện hành làm cho quên đi sự khổ sở của nhân sinh. Theo tôi (tác giả) nghĩ rằng người ta ngày càng tăng lên sự bất mãn về giáo đoàn Phật giáo.

Bản thân của tôi (tác giả) là một Tăng lữ phải sống trong tư thế ấy nên sự vụng về kia chắc rằng không thể nói hết được. Tuy nhiên ở đây độ chừng trên dưới 10 năm nay, tự nhiên việc quan tâm về Phật giáo lại sâu sắc hơn. Những người nương học theo cách sống của Phật giáo càng ngày lại càng tăng thêm lên nhiều. Phần tôi cũng được mời đi giảng dạy ở nơi công cộng tăng lên rất nhiều. Có thể nói là gấp ba lần hơn mọi khi. Phòng chứa chỉ dung nạp được độ 300 người mà khi tôi giảng lại có nhiều người đến tham dự, nên phải xin lỗi những người không tham dự được, vì sự quá tải nầy.

Lúc buổi giảng đầu tiên, có một người đàn bà đứng phía trước phòng giảng làm cho tôi phải khốn đốn khi nghe rằng: "Tuyển ra được điều hay; nhưng thật là vô dụng". Bởi vì không tỏ rõ được tánh bình đẳng. Lại nữa, lời nói của vị nầy thật bén như một lưỡi kiếm, thật tình mà nói tôi (tác giả) bị khốn cảm vô cùng.

Ở nơi giảng công cộng ấy chỉ một lần duy nhất trích ra để giảng cho nhiều người, nhưng với sự phê bình sắc bén lúc giảng thuyết đó, đã là câu chuyện làm áp đảo tôi. Người nghe giảng thì nghe theo lý do của mình, rất đông nhưng tựu chung nói về: "Đây là vấn đề đã quy định hằng năm, nhưng cho đến bây giờ thì sự sinh sống đã không có được lối sống. Nếu mà cứ như thế nầy kéo đến sự chết thì sao đây". Ngoài ra vấn đề của người già, sự bất an của bệnh tật và sự liên hệ giữa người với người trong gia đình v.v... Chúng ta đang sinh sống với nhau và đối diện với nhiều vấn đề như vậy. Điều nầy không phải chỉ riêng cho một mình ai cả mà tất cả chúng ta đều phải sống trong sự khổ sở ấy.

Cách đây hơn 2.000 năm Đức Thế Tôn (Phật, Thích Ca Mâu Ni Thế Tôn, là một bậc Thánh nhơn đã xuất hiện trong dòng họ Thích Ca, trước Thiên Chúa khoảng năm 463-383) đã nói rằng: "Nhơn sinh là khổ", ít ai ngộ nhận về việc nầy. Tuy sống trong đời sống tiện nghi giàu có, nhưng hãy thử một lần nghe Phật Pháp để giúp thức ăn cho tự thân của mỗi người, mà điều cần yếu là hãy nếm thử hương vị sai biệt từ thế giới cùng cách sống của con người, là điều cũng nên vậy.

MONG TỰ THẮNG MÌNH

"Thán Dị Sao" không phải là tài liệu để thưởng lãm, bởi lẽ từng chữ từng chữ một trong nầy ý nghĩa rất thâm sâu, mỗi ngày khi tôi mở ra đọc cũng có thể phát hiện ra nhiều kinh nghiệm cần nên nhớ biết không phải là ít. Ở chương thứ nhất (của Thán Dị Sao) là điểm khởi đầu. Không tin được, toàn bộ về tín ngưỡng của Ngài Thân Loan, cũng như tư tưởng, không có gì để nghi ngờ nữa. Cũng chẳng phải chỉ có vậy, với tôi (tác giả) theo thiển ý thì đó là chương khó nhất. Tuy nhiên, chỉ một chương nầy với tôi đã trở thành vĩ đại, dùng làm điểm tựa để sống theo.

Theo tôi ở chương thứ nhất đã đề cập đến rằng: "Thệ nguyện của Đức A Di Đà bất khả tư nghì là làm cho vãng sanh, điều mà người niệm Phật phải tin nơi cõi lòng. Ngoài ra sự lợi ích của việc nhiếp thủ bất xả là điều nên tin tưởng" là những điều mà tôi sẽ giải thích như sau:

Tôi (tác giả) thường hay nghĩ rằng hạnh phúc là những việc như địa vị, dạy dỗ, tài sản, sức khỏe v.v... nhưng lúc chẳng nghĩ đến Đức Phật A Di Đà khi tiếp xúc giáo pháp của Ngài thì hầu như hoàn toàn hiểu sai về một thế giới đã được mở ra. Với lời dạy nầy phải cúi đầu và khi nghĩ đến việc niệm Phật, cảm tạ đến Đức Phật A Di Đà đối với thế giới rộng lớn nầy đã cứu giúp như là một phép lạ.

Cứ từng những chữ trong chương thứ nhất như: Di Đà, Thệ nguyện, Bất tư nghì, Vãng sanh, Tín tâm, Niệm Phật, Nhiếp thủ bất xả, cứ từng chữ một như thế thật là khó hiểu. Tuy vậy những chữ như thế nầy qua lời dạy quan trọng của Ngài Thân Loan là những chìa khóa. Những chữ nầy phải nghĩ rằng đối với chúng ta, nó xa lạ với cuộc sống hằng ngày; nhưng trên thực tế thì không phải như vậy. Ngay cả ý nghĩa của từng lời cũng như cố gắng học tập thì độ khó cũng không là bao nhiêu. Đức Phật A Di Đà được thành tựu qua Kinh Vô Lượng Thọ được giảng giải như sau:

Có vị Quốc Vương khi nghe Phật thuyết pháp, quá cảm động; nên đã phát nguyện xả bỏ vương vị xuất gia và được đặt tên là Pháp Tạng (Tỳ Kheo Tăng). Vì sự hạnh phúc của mọi người mà Ngài đã kiến lập phát lời đại nguyện (trở thành Bồ Tát Pháp Tạng), nhập vào sự thành tựu ấy nỗ lực tu trì; nên đã thành Phật hiệu là A Di Đà (kẻ đã giác ngộ). Thệ nguyện ấy có 48 điều và từ đó trở thành 48 lời nguyện.

Những lời thệ nguyện nầy vượt lên khỏi trí tánh hay giá trị quan thế tục của chúng ta. Đó là "Thệ nguyện bất tư nghì (Bất tư nghì có nghĩa là vượt lên trên sự suy nghĩ của con người, cũng đồng với nghĩa không thể suy nghĩ được). Bởi lẽ Đức Phật A Di Đà đã phát nguyện vì hạnh phúc của con người, nên nói là Thệ Nguyện. Lại nữa "Bổn nguyện" (có nghĩa là lời nguyện căn bản về hạnh phúc cho con người).

Nhìn chung ở tôn giáo thì nên nghĩ rằng đây là lời nguyện của chính mình, mà đúng ra thì đa phần các tôn giáo đều như vậy. "Đó là lúc hiện hữu của Chúa". Lời nầy để chỉ rõ cho việc ấy.

Tuy nhiên tôn giáo của Ngài Thân Loan là một tôn giáo khác xa với những tôn giáo nầy. Đức Phật A Di Đà không lấy ngã dục làm căn bản cho lời nguyện của mình, mà làm cho lời nguyện của ta sáng tỏ ra và cự tuyệt lời nguyện đó. Thế giới của Đức Phật A Di Đà là làm cho tỏ rõ lời nguyện gốc rễ của con người (ngay cả khi sanh hay khi tử).

Mỗi người trong chúng ta ai ai cũng mang những lời nguyện như thế. Tuy nhiên, nếu nói gọn thì trên thực tế lời nguyện ước ấy như thế nào? Thật là xấu hổ, lấy tự ngã khờ dại với dục vọng của mình làm cơ bản và sự thật thì hướng đến sự sống sượng sâu xa được đánh bóng; nhưng sự thật thì đó là thệ nguyện của Đức Phật A Di Đà.

Lời nguyện được đáp ứng bởi tôn giáo thì lời nguyện ấy được thành công, nương theo đó để đáp ứng. Trên thực tế thì việc nầy không phải là sự cứu độ mà là sự đánh thức sâu xa và đó chính là lời thệ nguyện (Bổn nguyện) của Đức Phật A Di Đà vậy.

Ý NGHĨA VỀ CÁI KHỔ CỦA KIẾP NGƯỜI

Chúng ta thường hay nói rằng: "Tứ khổ bát khổ". Điều nầy có nghĩa cái khổ là cội gốc căn bản. Đức Thế Tôn đã từng nói rằng: "Nhơn sinh là khổ". Đây có thể nói là một chân lý vĩnh viễn chăng? Từ điểm nầy nên thường được nghe nói: "Phật giáo là kém cỏi", "chẳng phải quá bi quan chăng". Có phải đây là một sự thật chăng? Cũng chẳng phải là làm lu mờ đi ánh sáng mà theo tôi (tác giả) nghĩ rằng sự thật sáng tỏ hay mờ tối của một kiếp nhân sinh là kinh nghiệm của con người, nhưng ở bước đầu không phải do con người tự phát huy sao?

Đức Thế Tôn nói: "Nhân sinh khổ" có nghĩa là: "Cái khổ ấy chính mình phải trải qua; cái khổ ấy chính mình thọ nạp và có thể vượt lên trên cái khổ đó". Đây là năng lực sức mạnh đã được truyền đạt. Cảm nhận sự sáng suốt ấy qua sự phát huy và sự cảm nhận nầy chỉ giới hạn, bước đi chính của con người thực ra chẳng thể được sao?

Câu chuyện của một bà nói chuyện tiếu về người chồng của mình như sau: "Người gì mà kém thông minh vậy, điều nầy tôi đã chẳng nghĩ đến". Kết cuộc là người ấy thông minh nên mới kết hôn. Suy cho cùng là như vậy. Nếu nhìn về bà nầy thì bà ta lúc nào cũng tự mình cười, là một con người ưu tú và dẫu cho có kết hôn rồi cũng không nghỉ; nên mới kết hôn.

Bản thân chúng ta lúc nào cũng mong rằng người đối diện mang đến hạnh phúc cho mình; nhưng thực tế thì người đối diện chưa bao giờ nỗ lực mang hạnh phúc đến.

Kết quả vĩnh viễn là ngu si, rồi trở thành giận dữ. Cho nên mới bảo rằng: "Người gì mà lạnh nhạt như vậy, biết thế thì đã chẳng kết hôn". Những con người như vậy cứ trượt chân, mãi cho đến bây giờ cũng chẳng làm nên được điều gì. Khi con người được sinh ra cho đến nay cứ thế thêm dần, bản tâm của con người trở thành máy móc. Đúng với việc nầy nên Ngài Thân Loan đã nói rằng: "Phiền não cụ túc phàm phu" (nghĩa là bản tâm của con người bị nhiễm ô).

Đức Thế Tôn nói về tư tưởng của tứ khổ bát khổ như sau:

Đệ nhất khổ là sanh khổ (khi sanh ra bị khổ; không chọn được cái gì ngoài cái khổ).

Đệ nhị khổ là lão khổ (khi già thì lẩm cẩm)

Đệ tam khổ là bịnh khổ (thân thể bịnh hoạn thì khổ bịnh và khổ não).

Đệ tứ khổ là tử khổ (mất đi sự tồn tại nên khổ).

Đệ ngũ khổ là ái biệt ly khổ (sự khổ đau của việc chia lìa người quan trọng với mình).

Đệ lục khổ là oán tắng hội khổ (người không thích mà cứ gặp mặt nên khổ).

Đệ thất khổ là cầu bất đắc khổ (muốn cái gì đó mà không vào tay mình thì khổ).

Đệ bát khổ là ngũ uẩn thạnh khổ (phiền não nổi dậy ngút ngàn, làm cho sự khổ không chấm dứt).

Những điều khổ sở căn bản nầy nói hoài chẳng dứt, bởi do ngã dục vậy. Ngã dục có nghĩa là mong muốn người khác về cái nầy chưa đủ, cái kia chưa đủ. Sao phải già, phải bịnh, phải chết, phải biệt ly. Người nầy không muốn gặp mà cứ gặp hoài. Điều nầy mình mong muốn tại sao không vào tay mình? Cứ thế sự khổ càng ngày càng lan xa rộng ra, làm cho chính mình bị băng hoại. Việc nầy ai trong chúng ta cũng biết cả, nhưng chúng ta vẫn bị cái khổ nó lôi kéo chẳng dừng.

LỜI DẠY CỦA BỐN VIỆC CẦN THIẾT

Cũng có thể nói rằng chúng ta tự thắng lấy mình theo lời dạy về lời nguyện một cách đầy đủ, nhưng kết cuộc con người bị băng hoại qua sự hướng dẫn ấy. Lời nguyện nhằm chiến thắng tự thân về ngã dục bị chắn lối vào và Đức Phật A Di Đà qua lời nguyện ấy đã đến tai mình; cho nên Ngài Thân Loan dạy về "Bổn Nguyện Tha Lực".

Thệ nguyện (Bổn nguyện) của Đức A Di Đà Như Lai được kiến lập, chúng ta được sanh ra, được sinh sống và đối với sinh mạng nầy, để nói lên được những lời mời gọi như thế nầy. Đối với lời gọi thâm sâu cứng cáp được sinh ra nơi một thế giới bởi tín tâm. Tín tâm nầy có nghĩa là: Tin cái gì mà làm cho mình được hạnh phúc, mà việc buồn khổ không vượt qua khỏi được, điều nầy chẳng phải là một việc có tính cách trừu tượng. Điều mà Ngài Thân Loan nói rằng: "Với tín tâm ấy là sự rõ biết chân thật". Từ điểm nầy, chính là thế giới được mở rộng ra.

Sự rõ biết chân thật là tự cảm lấy sự răn mình, là ngôn ngữ cảm ơn đã được sinh ra. Từ cửa miệng sẽ phát khởi câu Phật hiệu Nam Mô A Di Đà Phật. Niệm Phật là ngôn ngữ chân thật làm cho con người được tỉnh ngộ hoan hỷ. Cũng có thể nghĩ rằng hướng về A Di Đà Phật với sự cảm ơn cũng là điều tốt vậy.

Từ điểm nầy chúng ta được bắt đầu sinh ra cách mới khác. Mãi cho đến lúc nầy thì lời phát nguyện bởi tự thân đã đáp ứng là một hạnh phúc, mà vì sanh ra bởi ngã dục là ta. Bây giờ thì không còn nghi ngờ về sự tin tưởng nơi Phật và Thần bởi cung cách thực hiện hạnh phúc của chính mình nữa. Bây giờ chúng ta được sanh ra bởi tự ngã không còn hiện hữu nữa. Căn bản sâu xa ấy bay vào thế giới. Đó là thế giới của niềm tin. Thán Dị Sao ở chương thứ nhất đã nói về bốn loại nầy như sau:

"Bổn nguyện" trở thành sự chân thật (lời gọi của Đức Phật A Di Đà).

"Bổn tâm" là lòng tin chân thật (một cuộc đời chân thật).

"Niệm Phật" (Là ngôn từ chân thật ta niệm).

"Vãng sanh" (là con đường mà con người bước đến).

Bốn việc nầy theo tôi (tác giả) suy nghĩ là những lời dạy căn bản của Ngài Thân Loan Thánh Nhơn. Qua việc niệm lớn tiếng A Di Đà Phật bằng sự chân thật, chúng ta sẽ tự dừng được, quay lại với chính mình, quỹ đạo của con người được tu chỉnh (con người thấy được sự ngay thẳng). Từ đây con người là con người, tôi sẽ là tôi được lan ra mãi (nhân gian là gì vậy?) (con người vì sao phải sống?) và khi tự vấn như vậy sẽ được sinh ra bởi lời mời gọi thì điều nầy có thể nói là lời tự vấn thâm sâu kia đã được chứng minh đúng bởi con người.

Bây giờ là thời đại mà khuynh hướng khinh mạng về sự tự vấn cần thiết như thế rất phổ biến. Chẳng phải vậy sao? Nền giáo dục tự vấn, còn người học thì không phát sanh ra được phương hướng. Điều nầy có phải là lời nói quá đáng chăng? Cũng chẳng phải vừa hỏi, rồi tìm cách giải đáp về phương hướng; nếu mà giáo dục chỉ là sự đáp lại thì sự giáo dục ấy không thể gọi là giáo dục được. Ảnh hưởng bởi nhà giáo dục người Pháp Rousseau (1712-1778) đã viết nên tác phẩm trứ danh về giáo dục nhan đề là: "Hoàng hôn của người an ổn". Nhà giáo dục người Thụy Sĩ Besutaroch (dịch theo phiên âm

Nhật Bản) (1746- 1827) là những nhà giáo dục mà tôi (tác giả) tôn kính. Ông ta nói rằng: "Hãy dạy con người cho có tính khoa học! Nếu làm được như vậy thì sẽ hữu dụng cho cuộc đời nó. Hãy dạy cho con của người ta về Tôn giáo. Nếu được vậy sẽ làm cho cuộc đời của người kia được hạnh phúc".

Khi dạy con người thì dùng phương pháp có tính cách khoa học, mà con người thì không thể thiếu tôn giáo được. Tính cách khoa học là tính cách hợp lý được sinh ra, lời hứa ấy làm cho con người hữu dụng. Con người được hướng dẫn bởi tôn gáo, được dưỡng thành như Besutaroch đã nói rõ ràng là một hạnh phúc cho con người. Con người hữu dụng trong xã hội và hạnh phúc là hai việc khác nhau. Đúng như vậy chăng? Mãi cho đến ngày hôm nay đây vẫn là vấn đề cội gốc của chúng ta, theo như tôi nghĩ, có phải là điều quá đáng chăng?

CON NGƯỜI LÀ TRUNG TÂM VƯỢT LÊN ĐỂ KHỎI TRƯỢT CHÂN

Đức Phật A Di Đà, ngày bình thường chúng ta sống cách xa Ngài, cảm thấy không an toàn; nhưng chẳng phải trừu tượng, trong đời sống hằng ngày chúng ta bị chìm đắm, bản thân thiện lương của ta được mang đến nơi đâu đó để làm cho đầy đủ ngã dục của mình và đối với tự thân thì: "Đó là nơi nguy hiểm" hay "cách sống như thế chẳng có sao đấy chứ?" v.v... những việc thực tế như vậy, cuộc sống được gọi mời và Ngài Thân Loan thì nói rằng: "Đó chính là Đức A Di Đà Như Lai".

Đa phần chẳng thấy được sự chân thật, không lọt vào tai, cách sống không quan tâm và từ đó lấy con người làm chủ nghĩa trung tâm, sinh ra một thế giới khủng hoảng. Kết quả ấy là chiến tranh, hoàn cảnh chung quanh bị phá hoại, sự khác biệt giữa con người và những vấn đề bi thảm lại xảy ra. Nhà văn Okabe Itsuko (Cương Bộ Y Đô Tử) nói rằng: "Người yêu đã giết tôi bằng cách nói rằng hắn ta yêu thích chiến tranh sai trái ấy và mong được tồn tại". Đối với sự ác cảm đó, sau chiến tranh bà ta quyết định phải sống. Nơi ấy cá nhân và tổ quốc, phải vượt lên mạnh mẽ một cách chân thật khỏi cái ích kỷ dân tộc. Điều nầy có phải là bị lôi cuốn chăng? Con người tất cả chẳng ở bên trên mà cũng chẳng phải ở bên dưới, mà con người là con người, gặp được điều chân thật, mà điều ấy tôi (tác giả) đã được học hỏi.

Đa phần sức mạnh được đánh bóng bởi dấu chân còn ngờ vực chăng?

Đó là lời thơ mà Ngài Thân Loan đã tạo nên cho cuộc sống. Cuộc đời nầy không phải như việc hoạt động từ thiện xã hội của bà ca sĩ Kuyoo Takeko (Cửu Điều Vũ Nữ) (1887-1928) là người của Chơn Tông (Tịnh Độ Chơn Tông). Cuộc sống nầy mang theo nặng trĩu, sự ngờ vực của đôi chân nhảy múa, mà chúng ta là con người phải sống, không có chọn lựa khác. Sự chân thật vĩ đại ấy chính là pháp của Đức Phật A Di Đà, là điều tất yếu.

Sự chân thật vĩ đại (Đức A Di Đà Như Lai) đối với Ngài, không phân biệt tuổi tác, giới tánh, dân tộc, sự lành dữ của thế gian, mà con người được sanh ra ở thế giới nầy, cũng không cần nhất thiết phải hỏi đến. Bởi lẽ như Ngài đã dạy một cách tiên quyết rằng: "Không chọn lựa tuổi tác hay lành dữ", "ác cũng không là sự kết thúc". Ở trước năng lực cứu độ của Đức Phật A Di Đà (Bổn nguyện lực = tha lực) không có vấn đề về nghiệp xấu ác của thế gian. Đây là lời nói có thể hiểu sai; nhưng ở đây thì đã vượt lên khỏi giá trị quan của thế tục; đây dùng để chỉ cho sự tôn nghiêm tôn giáo của thế giới. Đây có thể nói rằng là lời vàng của Tịnh Độ Giáo Thân Loan.

CHƯƠNG THỨ HAI:
SỐNG VỚI LÒNG TIN NGHIÊM MẬT

TỰ VẤN VỀ CUỘC SỐNG

Tôn giáo vẫn dễ sa vào chỗ đọa lạc. Đặc biệt là được chế độ hóa về đoàn thể cộng đồng, đoàn thể tín ngưỡng, mà đoàn thể ấy có tính cách lý tưởng vào lúc ban đầu mới sáng lập. Thời gian trôi qua, hình thức hóa ấy đã trở thành khuynh hướng rỗng tuếch.

Ngài Thân Loan mở rộng Pháp môn niệm Phật mà không tổ chức hình thành giáo đoàn. Chỉ là "Ý chí khai tông của người mở ra tông" (theo Kamei Shoichiro) (Qui Tỉnh Thắng Nhứt Lang). Đây chính là một lý do.

Hơn thế nữa Ngài Thân Loan đã nói với những người bạn niệm Phật là "Đồng Bằng" (cùng là bạn bè). Điều nầy nói mãi cũng không có kết thúc là cùng sống chung trong một thế giới như vậy. Giáo pháp ấy tùy theo người mà được truyền đạt. Vả lại lời dạy ấy nhắm vào cách sống của người bạn đạo như là cộng đồng thể.

Việc nầy Ngài Thân Loan đã không phản đối. Tuy nhiên "Giáo Đoàn" đôi khi được hiểu về sự hình thành nầy như là "chỗ rõ biết của phàm phu" (tương đối, chẳng phải là sự hoàn hảo của con người). Điều nầy không thể ngộ nhận được. Ở đây (Ngài Thân Loan) đạp lên trên dư luận, vì Phật Pháp đã lập cước cho sự hình thành tất yếu tín ngưỡng cộng đồng thể, theo tôi (tác giả) nghĩ như vậy.

Vì sao vậy? Căn bản của Phật Pháp là Tam Bảo (ba nơi để nương tựa) chỗ quy hướng vào. Đây mới chính là nơi để xuất phát. Không thể nói khác hơn, Tam Bảo gồm có ba. Đó là Phật (người đã ngộ ra chân lý); Pháp (là chơn lý vĩnh viễn bất biến), Tăng chính là (tín ngưỡng cộng đồng thể).

Chương nầy nói một cách đơn giản về những người niệm Phật ở Kanto (Quan Đông), ở xa Kyoto nơi Ngài Thân Loan đã tìm cách đến đó để thưa hỏi và đây là điểm chính của việc trao đổi ấy. Đương thời đi từ Kanto đến Kyoto là cả một vấn đề. Sinh mạng ấy, cuộc sống đó là lý do đi đến Kyoto để gặp Ngài Thân Loan. Trên thực tế là những gì vậy? Nơi Thán Dị Sao có viết rằng:

Đơn giản là hỏi con đường vãng sanh về Cực Lạc (chuyện duy nhất đó là việc khổ não về con đường của sanh và tử).

"Sống như thế nào? Chết phải nên như thế nào?". Vì muốn rõ con đường ấy nên đã đánh đổi cả sanh mạng. Đó là những người niệm Phật từ Kanto vậy. Có thể có kẻ đã thối tâm và với bối cảnh ấy; nên tập đoàn niệm Phật ở Kanto đã nổi loạn. Thời kỳ giữa 42 tuổi đến năm 62 tuổi là thời kỳ tráng niên của Ngài Thân Loan, đã trải qua phong thổ có tính cách tôn giáo mà họ đã chẳng nắm bắt được lời dạy về bổn nguyện tha lực của Đức Phật A Di Đà.

Trong vòng 20 năm ấy đã có rất nhiều bạn đồng tu cùng niệm Phật, mà Ngài Thân Loan là chỗ dựa chính và họ đã nhận ra được lời giáo huấn về Phật A Di Đà và chính những người đồng tu nầy đã tin nhận thật sâu sắc; nhưng từ khi Ngài Thân Loan quay trở lại Kyoto thì lần lượt đối với những người niệm Phật ở Kanto, họ lại giải thích khác đi về lời dạy ấy.

Thế giới của niềm tin rất vi diệu. Sự vi diệu chính là sự khác biệt về việc lý giải tín ngưỡng kia. Từ đó do sự khác biệt nầy mà tín ngưỡng lại phát sanh ra. Ngoài ra dị nghĩa (dị đoan) lại được phát sanh. Thêm một lý do khác nữa là vì sự tư lợi của con người. Vì lòng dục ấy đã làm cho lòng tin bị ngộ nhận về tín ngưỡng được sản sinh. Cho nên nhiều người đã bắt đầu nổi loạn. "Thán Dị Sao" ở chương thứ 11 đã chỉ cho chúng ta thấy về việc dị nghĩa nầy. Sau đây là những điểm chính.

TÍN NGƯỠNG LÀ VIỆC CỦA TỪNG NGƯỜI

Phái Đoàn của tập đoàn niệm Phật từ Kanto (Quan Đông) nổi loạn đã đến, lúc ấy chẳng biết phải làm sao thì Ngài Thân Loan liền phái người trưởng nam là Thiện Loan (Zenlan)[1] đến vùng Kanto, để chặn lại việc nổi loạn kia. Tuy nhiên sự thật thì không như ý, khi trở về thì sự nổi loạn càng nhiều hơn nữa.

---

1 Thiện Loan là con trai của Ngài Thân Loan. Kể từ thế kỷ thứ 13, Tịnh Độ Chơn Tông của Nhật Bản từ thời Ngài Thân Loan, Tăng Sĩ chính thức lập Gia Đình.

Điều không chối bỏ là Ngài Thân Loan rất phiền muộn và để bảo tồn lời dạy chính đáng của mình; nên Ngài Thân Loan đã đoạn tuyệt nghĩa tình với Thiện Loan. Khi cắt đứt mối thâm tình phụ tử thì lúc ấy tâm tình của Ngài Thân Loan được ghi lại từ lá thơ như sau: "Trở thành việc buồn thảm". (cũng có nơi nói rằng sự kiện tuyệt nghĩa với Thiện Loan không xảy ra).

Bối cảnh của chương nầy có đề cập đến những lời nói của Thiện Loan rằng: "Niệm Phật là Pháp mà đã làm cho đời sống có tính cách tôn giáo bị mất đi". Điều nầy làm cho những người theo Pháp môn niệm Phật ở Kanto nghi ngờ, đã đặt ra câu hỏi là: "Niệm Phật là Pháp môn có thể cứu được chăng?", đồng thời "Có phải là pháp nầy vĩnh viễn không cứu giúp được ai?".

Những người bạn ở Kanto bị mê hoặc. Điều nầy theo chữ nghĩa còn ghi lại là: "Đời sống thay đổi, ước vọng tìm đến nội tâm, đơn giản là vãng sanh về Cực Lạc (tức thực hiện từ việc sống cho đến sự chết) và đây là sự nghi vấn về con đường đã chọn.

CÂU TRẢ LỜI GIẢN ĐƠN LÀ VÌ SỰ TÌM CẦU CỦA CON NGƯỜI

Niềm tin đã dẫn đến sự bất an. Những người niệm Phật từ Kanto đã gặp phải, mà sự dao động bất an ấy không thể kiềm chế được. Cho đến lúc nầy, phải thành thật nói rằng những lời dạy về sự niệm Phật bị lung lay. Về điều nầy thì Ngài Thân Loan tuy đã nhiệt tâm dạy cho họ; nhưng lời dạy ấy không hề được vui mừng đón nhận, đã sinh ra sự bất an.

"Pháp niệm Phật chẳng ra gì cả" v.v... là những lời lẽ đã nghe được; sự bất an lại càng phát sanh, cũng là chuyện dễ hiểu.

Chúng ta bị kích động bởi việc nầy, làm cho bộ ngực cũng căng phồng lên, lại cũng khó nói. Tuy nhiên, khi nào gặp phải cũng dễ bị kích động, không làm chủ được chính mình. Theo tôi nghĩ (tác giả) tín ngưỡng cũng giống như vậy. Mãi cho đến bây giờ, không rõ biết thế giới qua những lời dạy nhiệt tình thì chúng ta cũng dễ bị nghe theo và rồi hoan hỷ tôn trọng lời dạy ấy. Tâm tình ấy chẳng phải là sự rỗng không, nhưng từ từ sẽ làm cho tâm hồn mình mờ nhạt và cuối cùng mọi việc đều không còn mẫn cảm nữa.

Khi tôi (tác giả) diễn giảng thì có nhiều người nói rằng: "Lời dạy của Ngài Thân Loan thật là tuyệt diệu, lại còn muốn nghe thêm nữa. Kế tiếp thì nói đến chuyện gì vậy?". Khi nghĩ đến những người hăng say ấy. Ấn tượng đó dần quên đi nhanh. Một thời như thế với tôi (tác giả) xin thưa rằng: "Cũng chẳng nên nhiệt thành lắm, hãy cứ bình tâm để nghe".

Thế giới của niềm tin chẳng bị thúc giục cũng chẳng giải đãi. Từng chữ, từng chữ một, chính tự mình vừa hỏi vừa suy nghĩ, theo tôi nghĩ là điều cần thiết khi tiếp tục nghe như thế. Điều nầy Ngài Thân Loan bảo là "văn pháp". Việc nghe pháp là chính mình tự thấu hiểu, chính mình tự thâu nhận lấy. Từ điểm nầy vấn đề lại hiện ra với chính mỗi người.

Cho đến lúc đó, việc của tự thân mỗi người chưa phải là vấn đề, mà với người khác chỉ thường hay ngộ nhận mang theo.

"Văn pháp" có nghĩa là việc nầy hợp với ta. Chính từ điểm nầy, con người là gì, cuộc sống là gì sẽ được sản sinh và sự tự vấn lấy mình được phát sinh. Ở chương nầy có đề cập đến: "Vì việc thắc mắc". Với tôi (tác giả) hay suy nghĩ về tín ngưỡng có nghĩa là việc "hỏi", mà không "hỏi" ấy cũng có thể nói là thế giới được trả lời về "câu hỏi" ấy. Pháp niệm Phật được phát sanh cũng vậy, từ Đức A Di Đà Như Lai mọi người cũng "hỏi" chồng chất, không khác gì. Nếu việc "trả lời" dễ dàng được quyết định thì theo tôi (tác giả) suy nghĩ rằng đó không phải là thế giới của niềm tin.

Tuy nhiên khi nào chúng ta cũng chỉ "trả lời". Ngoài ra chúng ta cũng chỉ nương theo khí chất của mỗi người để tự "trả lời". Nếu không nương theo khí chất của tự mình thì "câu trả lời" ấy không được thừa nhận. Ở đây "tự ngã" của cái tôi bền chắc giữ nơi tâm. Chương nầy những người niệm Phật từ Kanto đến tìm cầu "câu trả lời"; nên mới đến Kyoto để gặp Ngài Thân Loan chất vấn và lúc đó những người niệm Phật ở Kanto chờ đợi câu trả lời về: "Niệm Phật là một chân lý vĩnh viễn bất biến thì tại sao mọi người lại bị mê mờ?". Ngài Thân Loan đã không trả lời về câu hỏi đó.

Ở đây Ngài Thân Loan là Thân Loan. Để trả lời một cách dễ dãi, nhất định không chi phối bởi chính mình. Đối với sự sống, không ai giẫm đạp lên nhau, người đối với người để "trả lời", việc nầy mỗi người phải tự tìm kiếm.

An ủi dễ dàng nhưng lúc ấy sẽ làm cho những người kia gục ngã mất. Nếu trả lời dễ dãi thì những người ấy an tâm đó; nhưng mọi việc bị đình chỉ. Với chúng ta khi nào cũng chạy đi tìm cái dễ dãi và đã đoạt lấy tiếng nói của tâm hồn của mỗi tự thân như: "Nếu tin thì có được cứu không?". "Nếu tin thì bịnh kia có được chữa trị không?". "Nếu tin thì việc buôn bán có được thuận lợi không?" v.v... Từ những điểm nầy lập tức bị đứng yên.

Niềm tin không phải là cách thực hiện hạnh phúc ở trước mắt, cũng chẳng phải là làm cho sung túc tự ngã của mỗi người. Chúng ta chỉ mãn nguyện với sự tự mãn của chính mình, vì bị mê hoặc bởi hạnh phúc ở trước mắt. Sự tối tăm ở niềm tin chắp vá để đánh đổi xâm nhập vào. Ở đó sẽ có một sự tỉnh thức, mở mắt ra để sống.

Đi tìm cầu câu "trả lời" dễ dãi để được an tâm, nên mới hướng tới Kyoto và đối với những người Chơn Tông (Tịnh Độ Chơn Tông) của Kanto, tư thế của Ngài Thân Loan đóng chặt cánh cửa lại, có cảm giác như là một loại lạnh nhạt. Đây chẳng phải là thái độ của sự lãnh đạm mà theo sự suy nghĩ của tôi (tác giả) đó chính là sự truyền đạt một cách nghiêm mật về niềm tin của Ngài Thân Loan với một tấm lòng ấm áp cho họ.

Nếu nói thêm một ít về "sự trả lời" cho được an tâm thì đó chính là sự phá chấp (chấp kiến) của một loại "ngọt ngào" cho những người theo Chơn Tông, mà con đường của niềm tin là thế giới của từng mỗi người; đó chính là sự vận hành nghe pháp, là sự xác nhận của từng người vậy. Chẳng phải mượn cách sống của người khác để làm cách sống cho mình mà "trả lời" được. Từ đây ta có thể nghe được lời dạy của Ngài Thân Loan.

Niềm tin về Phật hay Thần là sự ủy thác tự thân, mọi người thường nghĩ là sống làm sao cho được an ổn; nhưng thế giới của Ngài Thân Loan thật ra nghiêm mật, không thể nói hết được. Với chúng ta, tất cả mọi việc đều muốn "ngọt ngào" dựa theo đó để sống. Chúng ta cứ nghĩ rằng chúng ta đang sống bởi chính mình được ngọt ngào, người khác được ngọt ngào, xã hội được ngọt ngào. Cho nên lúc ấy Ngài Thân Loan mới dùng ngôn từ để chỉ cho những người của Kanto rằng:

Trên hết niệm Phật là niềm tin, là cơ hội. Lại nữa tự thấy mặt mũi cay nghiệt của chính mình (Theo tôi nghĩ như đã thuật lại tất cả ở trước là: Mọi người hãy nghe theo lời dạy về niệm Phật, nếu bỏ đi thì điều nầy mỗi người hãy tự quyết định). Nghĩa là mỗi người tự phạt lấy mình.

MỤC ĐÍCH HỌC PHẬT PHÁP LÀ GÌ VẬY?

Đối với việc tra hỏi của những người Chơn Tông của Kanto, Ngài Thân Loan đã trả lời họ như sau: "Ngoài việc học hỏi tiến bộ về con đường niệm Phật của con người ra, đã được chỉ bày tốt đẹp, chẳng còn con đường nào khác cho cuộc sống nữa. Lại nữa mọi người đã chẳng nói, cũng chẳng phải là giáo nghĩa đặc biệt sao? Nếu nghĩ là như vậy thì điều nầy quả là việc hiểu lầm to lớn.

Nếu đúng thật là như vậy thì nên đến nghe những học giả ở Nara và ở Tỉ Duệ Sơn; nơi đó có nhiều người và những người nầy có học vấn về Phật Pháp cũng như con đường chơn thật của cuộc đời. Việc nầy theo tôi (tác giả) Ngài Thân Loan ở tận đáy lòng đã chỉ ra Pháp của Đức Phật A Di Đà, bậc Vô Lượng Thọ (đời sống dài lâu không giới hạn); bậc Vô Lượng Quang (trí tuệ vô lượng), để làm cách sống như Ngài Pháp Nhiên (Honen) (1133-1212) đã thuận theo quy ngưỡng chỉ để cho cuộc đời.

Đây đúng là lời đoan chánh. Ở nơi đây Pháp niệm Phật được bành trướng cảm hoài và hoan hỷ đã không cảm được. Nếu nói thì đúng ra là một trạng thái, một lời giáo huấn nghiêm nghị đối với những người theo Chơn Tông từ Kanto. Đồng thời đối với những người niệm Phật là ánh sáng của tâm, học vấn vô dụng có cái gì đó khó khăn, khiến họ phủ định thế giới ấy.

Việc bước đi trên cuộc sống chân thật của Chơn Tông, so với học vấn thì khác nhau. Đồng thời việc học ấy cũng trở thành tà ma, bởi chúng ta mang theo nhiều tình huống, nhiều trí thức. Hoặc giả cũng không ít việc dưỡng thành có tính cách học vấn. Thế nhưng thật ra điều phải biết thì nên biết, điều cần tìm hiểu thì chúng ta tìm hiểu phải không nào? Sự thái quá, việc tính toán để biết về bề mặt trí thức làm cho chúng ta không quay trở lại chăng?

Tôn trọng việc hiểu biết. Thế nhưng tùy theo sự hiểu biết có nhiều khác biệt, luôn nhiều hơn mà chính mình không rõ biết, việc như vậy không phải là không có. Phật Pháp đơn thuần không phải là học vấn, cũng chẳng phải là triết học hay trí thức. Phật Pháp chính là tự thân của mỗi người học "cách sống" trên con đường ấy,mà theo tôi (tác giả) phải xác nhận việc nầy như vậy.

Bình tâm mà nói khi xem những bài viết của các học sinh (sinh viên) thì hầu như đều viết rằng: Phật Pháp là triết học, là đạo đức. Nếu dạy sâu xa hơn thì cũng có tính cách triết học đó; nhưng đó không phải là bản chất của Phật Pháp. Phật Pháp nghĩa là bao trùm cả tự thân của ta, không chạy trốn sự khổ não tồn đọng. Vượt lên trên tất cả, bước đi vào cuộc đời chân thật; ấy là Pháp.

Ngài Thân Loan đã đối với những người Chơn Tông của Kanto nói một lời để hỏi rằng: "Vậy mục đích của quý vị thực tế học Phật Pháp là gì?". Họ nhận được câu hỏi ấy và những người Chơn Tông tìm đến Kyoto cũng đã có người hiểu ra "Ồ! Vậy sao?". Lại nữa đối với câu hỏi nầy ở trước đó theo tôi nghĩ cũng có nhiều người rồi.

Nghe Phật Pháp, phải xác định rõ ràng về mục đích của sự học. Việc nầy là việc tối trọng đại của đề tài vậy.

Có vị Thầy nói rằng: "Tất cả các chùa đều viếng qua, chẳng thấy có mục đích gì cả". Câu nầy không thể quên được. Mục đích của cuộc sống, mục đích của công việc, mục đích của việc dạy dỗ con trẻ, thực tế là những việc như thế nào vậy? Chúng ta lại chẳng phải không suy nghĩ về những việc nầy chăng?. Cả những nhà chính trị, nhà giáo dục, nhà tôn giáo cũng đã một lần nên mở mắt ra để suy nghĩ về "mục đích" thì quả là một điều tốt vậy.

Theo câu hỏi của Ngài Thân Loan ở chương thứ hai thì đây chính là những điểm ấy. Theo tôi nghĩ không hề là một Phật giáo mê man. Điều nầy sẽ không trôi vào thế giới tự mãn của tự kỷ. Ở điểm nầy không phải là việc dễ dãi chút nào cả.

HÃY SỐNG THẬT VỚI CUỘC ĐỜI Ô TRƯỢC NẦY

"Pháp niệm Phật có phải như nhiều người nghĩ là cái nhơn sẽ sanh về Cực Lạc Tịnh Độ chăng? Lại nữa cũng là cái nhơn không rơi vào địa ngục phải không? Những việc như thế với tôi (tác giả) thực tế thì hầu như không nghĩ gì cả. Lại nữa điều khiến cho tôi ngạc nhiên hết sức về câu nói của Ngài Pháp Nhiên với những thiện tri thức là chỉ cho con đường để sống và con đường đó không rơi vào địa ngục (một thế giới vĩnh viễn được cứu độ). Cho là như vậy cũng không có gì hối hận về sau".

Với chúng ta khi nào cũng đơn giản hay nói về địa ngục, Cực Lạc, việc ấy không có v.v... Kết quả thì để hiểu rõ về địa ngục, Cực Lạc (Tịnh Độ) chúng ta nên hiểu một cách chính xác như thế nào đây? Điều nầy sẽ có thể nói theo dạng nhận thức về ý nghĩa có mục đích là niềm tin thử xem.

Ngày xưa người ta đã tin như vậy, nhưng ngày nay thì con người ít tin như thế. Việc nầy đã nghe được rất nhiều như vậy. Đối với việc nầy, đây không phải là sự kiêu căng, mà việc nầy là chỗ không thành thật ở đáy sâu của sự xa hoa; nơi vô trí của con người mà chúng ta có thể thức tỉnh được chăng? Có phải như thế không?

Con người hiện tại ít nói đến chữ hiền thục hay trong sạch mà hơn thế nữa theo tôi nghĩ tư chất của con người dần dần bị sa đọa. Cái vô trách nhiệm của con người chúng ta ngày hôm nay, không tiết tháo, không định kiến và được bao bọc chung quanh bởi con mắt. Đúng là trong đời ác ngũ trược không có Phật (con người, xã hội đều ô trược, là thời đại mất đi sự thấy nghe chân thật). Những điều như thế ấy, ai cũng biết rằng không phải chỉ là sự tuyệt vọng, mà ngộ giải về điều chân thật, ngộ giải về việc chính đáng, là phương hướng dẫn lối quan trọng.

Người ta đã không hiểu về phương pháp cứu vớt niệm Phật; nên Ngài Thân Loan đã nói một cách chính xác về pháp môn niệm Phật của Đức Di Đà, Thích Ca, Thiện Đạo, Pháp Nhiên, Thân Loan để chỉ cho phổ hệ ấy.

"Ngài Pháp Nhiên đã trầm tư về việc rơi vào địa ngục, điều nầy cũng không hối hận". Cũng có nơi nói rằng "Niệm Phật là Pháp vĩnh viễn được cứu độ và ở đây đã được cho thấy một cách xác tín như thế". Căn cứ vào sự xác tín kia nên Phật Thích Ca và Tổ Thiện Đạo, Pháp Nhiên đã ban cho chân lý ấy.

"Chánh Tín Niệm Phật Kệ" và phía sau là "Duy khả tín tư cao Tăng thuyết" (có nghĩa là chỉ tin nơi lời nói của các bậc cao Tăng) của Ngài Thân Loan viết, rất hợp tình. Theo như lời nầy thì: "Sự chịu đựng ấy có cảm hoài được chăng?", mà nhà triết học Nishida Kitaro (Tây Điền Ki Đa Lang) (1870-1945) đã viết: "Nghiên cứu về cái thiện" đã để cập đến.

Chẳng phải là cái nầy, cái kia, mà đang gặp phải nơi thế giới: "Từ con đường nầy, ta không có con đường nào khác để sanh". Sinh mạng hoàn toàn bị đốt cháy, khiến cho chúng ta muốn tìm con đường sống.

CHƯƠNG THỨ BA:
NGAY CẢ NGƯỜI ÁC CŨNG ĐƯỢC CỨU GIÚP

NGAY CẢ VIỆC ĐỘNG TĨNH VỚI TÔI

Lời dạy theo ngôn từ được biểu hiện. Theo tôi (tác giả) nghĩ rằng: Chữ Nam Mô A Di Đà Phật; trong đó có A Di Đà có nghĩa là dùng để chỉ cho trí tuệ và lòng từ bi.

Cũng có vị Giáo Sư nói rằng: "Tôn giáo là cuộc sống tận cùng, lại nữa cũng không là điều xấu, cũng đúng một phần nào chăng?". Trong một ngôn từ ấy, điều nầy đã được dạy. Ngôn ngữ thường bị giới hạn làm cho bị dừng lại; cho nên việc dạy nầy cũng không gặp gỡ nhau, có thể nói như vậy được chăng? Theo tôi (tác giả) nghĩ rằng đây cũng là một quan niệm.

Quan niệm hóa về sự dạy dỗ theo quan niệm của tác giả thông qua về cách sống của tự thân để giải thích cũng là điều nên làm vậy. Nhà học giả về chữ quốc ngữ Ono Tan (Đại Dã Tấn) đã nói trên đài truyền hình khi được phỏng vấn rằng:

"Ngôn ngữ là lời nói, mà trong đó có chữ diệp là lá, mà lá thì phải có cành là điều quan trọng". Nếu nói cách khác thì ngôn ngữ chính là cội gốc căn bản; trong từng lời một đều có cách sống, tấm lòng v.v... như tôi suy nghĩ vậy.

Ngôn ngữ, lời nói là việc biểu hiện của sự sống (thế giới). Cuộc sống có thể nói rằng sự bắt đầu biểu hiện qua lời nói. Chúng ta trong sinh hoạt hằng ngày nên thận trọng hơn đối với lời nói. Ngôn ngữ loạn động, cứ như vậy tâm thần sẽ bị loạn động. Theo tôi nghĩ thì nhân gian loạn cũng từ đó mà ra.

Bây giờ nếu trở lại với ngôn từ là ngôn từ thì cái thấy ấy về thế giới sẽ bị mất đi. Ví dụ dùng để chỉ về uy thế có tính cách tôn giáo của Ngài Thân Loan để thỉnh thoảng nói về: "Ngự đồng hành", "Ngự đồng bằng". Những lời nầy với uy thế có tính cách tôn giáo của Ngài Thân Loan có nghĩa là dùng để chỉ cho tính cách tối ngay thẳng đó, mà ai trong chúng ta cũng không phải là không biết đến. Đây là ngôn từ được biết đến rộng rãi. Ý nghĩa ấy là: Nghe lời dạy của Đức Phật A Di Đà, tin tưởng rồi niệm Phật. Đây là ân đức bình đẳng cho mọi người. Đúng là như vậy. Để chỉ cho Giáo đoàn của Chân Tông nên thỉnh thoảng cũng nghe nói đến Giáo đoàn Đồng Bằng (Giáo đoàn của những người bạn chung cùng).

Tuy nhiên trên thực tế thì tùy theo cách nhìn sự việc khác nhau của mỗi người; nên vấn đề sai biệt lại bắt đầu nổi lên. Điều tác giả muốn nói về cách dùng hai chữ "đồng bằng" để hiểu rõ vấn đề hơn. Trở lại ngôn từ thì trên thực tế không thể thấy được sự thể hiện như nói về việc lưu hành của chữ nhân quyền. Nhiều người sẽ an tâm khi nghe nói về nhân quyền, mà chúng ta thì thường hay bị ngộ giải về việc nầy.

Chương thứ ba nầy sự thật thì nhiều người đã biết về: "Cứu người ác" (ác nhơn chánh cơ = là đối tượng đầu tiên được Đức Phật A Di Đà cứu vớt). Nếu nói về Ngài Thân Loan thì nói Thán Dị Sao mà Thán Dị Sao là nói đến "ác nhơn chánh cơ". Đây là chương rất nổi tiếng (đối với việc trước tác của Ngài Thân Loan thì lời "ác nhơn chánh cơ" không nói đến).

Tuy vậy trong 18 chương của Thán Dị Sao, chương nầy khi dạy, rất là nguy hiểm, có nhiều chỗ khi dạy sẽ sinh ra hiểu lầm tai hại lắm. Nói như vậy có thể là điều phải để cập đến chăng? Tôn giáo nghĩa là gì khi con người từ khởi nguyên đã bị say mê trong đời sống phàm tình hằng ngày, chôn vùi vào thế tục, là điều rất nguy hiểm. Tại sao lại như vậy? Hiện thật và tự kỷ tự thân là căn cội khởi động làm cho tôn giáo có tính cách thần bí trong thời đại. Vây quanh chúng ta về đạo đức, theo cái nhìn bình thường là tốt đẹp; nên chúng ta được sinh ra, sống ở đây. Sự thật thì điều nầy chẳng có sao về việc sinh sống và tác giả cũng nghĩ rằng với tôn giáo là điều phải quan tâm.

TA LÀ NGƯỜI LƯƠNG THIỆN, ANH LÀ KẺ XẤU ÁC

Lời mở đầu của chương nầy là những ngôn từ làm cho người ta phải kinh ngạc.

Người lành vãng sanh đã chắc rồi, mà ngay cả người xấu ác cũng vậy (bởi vì người hiền, làm lành trong thế gian được cứu độ, mà ngay cả kẻ ngu muội, người xấu ác trong nhân gian cũng được Đức A Di Đà Như Lai cứu vớt trước tiên nữa).

Theo cách nói nầy thì có vô số người được cứu giúp một cách dễ dãi. Đồng thời trên thực tế cũng có rất nhiều người hiểu sai về lời dạy nầy của Ngài Thân Loan. Người lành được cứu là chuyện đã đành, mà người ác cũng được cứu, lại là chuyện đương nhiên. Khi đi vào luận lý nầy cần rất nhiều thời gian.

Những người theo Phật giáo một cách nhiệt tâm thì sáng lập Tại Gia Phật giáo Hiệp Hội. Ngày càng nhiều người được hỗ trợ tuyển mộ như Ông Kato Bensanro (Gia Đằng Biện Tam Lang) khi còn là thời học sinh đã bắt gặp được quyển Thán Dị Sao ở một nhà sách cổ tại Kyoto và đầu tiên lúc cầm lên trên tay thì tự hỏi rằng: Đây là quyển sách gì vậy? Khởi đầu là: "Độ cho người hiền được vãng sanh..." có phải đây là một quyển sách kỳ khôi chăng? Gieo trồng sự lầm lẫn chăng? Rồi bỏ vào trong túi áo học sinh mang sách về nhà. Ông ta là một người học về công học (thuộc về máy móc, cơ khí) còn lưu lại nghề nghiệp tốt cũng là người chuyên tâm sáng lập kinh doanh ở mặt xã hội, nương tựa vào không ít nơi đó. Với những người mang nhiều kinh nghiệm như Ông ta, hiện diện không phải là ít.

Chúng ta là những người có sự hiểu biết có tính cách bình thường cũng chẳng biết nên suy nghĩ như thế nào nữa. Đồng thời việc nguy hiểm để tin mà không có hồ nghi nào hết v.v... là điều không thể thừa nhận được như: "Người hiền được cứu độ và người ác cũng được cứu".

Ở chương nầy đối với người thế gian, người ác xấu đều được cứu nên người lành cũng đương nhiên được cứu. Điều nầy cũng là cái lý tương ưng; nhưng tuy vậy điều nầy cũng chỉ cho chúng ta thấy họ chưa tiếp nhận được lòng từ bi sâu thẳm của Đức Phật A Di Đà.

Ngài Thân Loan cho rằng cả cuộc đời có cái gì là lành là dữ, là người hỏi về cái hiền cái ngu là gì. Rồi tự chính mình tìm hiểu về cái thiện ác, cái hiền ngu ấy và lập lời thệ nguyện.

Suy nghĩ cho cùng về việc nầy thì trí thức của tự thân, kinh nghiệm, sự ưa thích v.v... để dạy cho người khác là một điều lầm lẫn. Phải tự cảm thấy là như vậy.

Tác giả rất thích về lời nói của Ngài Thân Loan rằng: "Thiện ác cả hai việc ấy đều cùng nhau tồn tại" mà trong lời tựa của Thán Dị Sao cũng đã nói rằng: "Với ta cái gì là triệt để của thiện, để lấy đó mà phê phán cái ác". Lý do đó là, nếu ta là con người có trí tuệ như Đức Phật thì mới có thể phán đoán về thiện ác được. Điều nầy với chúng ta không thể kham nổi. Hiểu sai về lành dữ rồi phê bình với bản thân nầy thì không thể. Sự việc là như vậy.

Chúng ta thường tự cho mình đúng và phê phán người khác sai, mà việc phê phán ấy cứ tin là không sai. Nếu nói khác đi thì bảo rằng chính mình làm điều tốt còn người kia thì xấu, cứ thế mà tồn tại qua sự suy nghĩ. Cũng có vị Giáo sư đã nói rằng: "Mình phê phán người khác việc xấu ác như là vai trò của một phán quan; còn việc dở xấu của mình thì mình là một biện hộ sĩ (Luật sư)"; nhưng khi nghĩ đến lời sáng suốt thì đầu tiên phải nghe đến lời nói: "Người làm lành được vãng sanh, người ác cũng vậy" thì sẽ suy nghĩ như thế nào đây? Có người nghĩ rằng: "Nguy rồi sao mà dại dột thế?". Đây là bản chất của con người, không phải như vậy sao? Ồ không phải thế! Theo tác giả nghĩ rằng đây là điều phổ thông của con người theo quan niệm thường thức tạo nên vậy.

KẺ CHE ĐẬY VIỆC XẤU TỆ

Trước đây Tokyo có một thành phố, mở cửa để giảng dạy cho mọi người. Cả 20, 30 đời nay đều do nữ giới đảm trách giảng dạy. Nhưng tác giả được yêu cầu đọc Thán Dị Sao lần thứ 12 trong ba tháng và chủ yếu là nói về: "Người lành được độ vãng sanh và người ác cũng vậy" câu chuyện đến giữa chừng thì bị hỏi rằng: "Như thế có nghĩa là dầu cho con người có làm việc xấu ác đến đâu đi chăng nữa thì cũng không sao phải không? Như vậy chẳng há ra luân lý, đạo đức không còn đúng nữa chăng?"

Phát biểu ấy mạnh mẽ, cả hội trường đều lặng thinh. Việc nầy không phải là chất vấn mà có nghĩa gần như là cật vấn vậy. Bởi lẽ tác giả đã nói không đầy đủ nên mới sinh ra câu hỏi nầy. Tác giả đã đưa ra bằng chứng như sau: "Việc nầy tôi đã nghe hỏi, nhưng Ông/Bà từ khi sinh ra cho đến nay chưa bao giờ làm ác một lần chăng?" lúc còn trẻ thường hay ngạo mạn là việc đáng xấu hổ. Tác giả trả lời như vậy và vì thế nên cái xấu ác của mình đã lắng xuống. Mãi cho đến bây giờ khi nghĩ lại lúc ấy là một kinh nghiệm đáng xấu hổ. Điều nầy cũng có thể nói là học được từ Ngài Thân Loan một cách sâu sắc đáo để.

Theo việc xấu ác thì đối với pháp luật có tính cách chung chung là xấu, với đạo đức cũng xấu; nhưng với tôn giáo thì cái xấu thứ ba nầy hơi khác. Ở đây khác với cái xấu có tính cách pháp luật và cái xấu đối với đạo đức. Nếu nhìn từ cái nhìn của tôn giáo có thể nói rằng mọi người trong chúng ta đều sinh ra và đều tồn tại từ cái ác. Thế nhưng với Ngài Thân Loan thì cái xấu ác đó nó không phải là cái xấu ác của pháp luật, đạo đức và tôn giáo. Pháp luật, đạo đức và tôn giáo nói về cái ác là cội rễ gộp chung lại. Nói ngắn gọn là con người nơi sâu thẳm mang theo tự ngã (tánh cách trung tâm của tự kỷ) và từ đó khởi nguồn ra việc ác. Điều nầy gọi là "tội nghiệp" (nghĩa là tội ấy do nghiệp mà có).

Đa phần những cái xấu ác ấy do hoàn cảnh bản ngã đột khởi và khi phê phán người khác, đều từ nơi tự ngã nầy. Cái tự kỷ (ngã) nơi ác ấy đối lại để biện hộ cho hoàn cảnh tự ngã của mình. Ngài Thân Loan đối với kẻ giết người, trộm cướp, nói dối... đối với những việc có tính cách xấu ấy hoàn toàn không hề dùng đến hình phạt. Việc nầy đối với những vấn đề xấu ác có tính cách gốc rễ kia, là cái ác đó do nguyên nhân động lực từ "tội nghiệp" sai khiến. Điều nầy rất là quan trọng mà theo tác giả vẫn thường hay giải thích như thế.

Ngài Thân Loan thỉnh thoảng cũng có viết về: "Tội nghiệp thâm trọng" hay "tội ác thâm trọng", "phiền não cụ túc" v.v... là từ nơi tự kỷ sinh ra tự ngã ấy, làm cho tâm ta mê vọng cũng từ đó. Nói như thế cũng không quá lời. Như thế đó, nếu con người tỉnh ngộ sâu xa về tự kỷ thì đời sống của mọi người giống nhau và cùng liên đới với nhau là điều có khả năng để cùng sinh tồn trong một thế giới tất cả đều được khai mở. Ngài Thân Loan trong thơ kệ nói về niệm Phật đã bảo rằng: "Những người tà kiến, ngã mạn thì khó được chấp nhận ở trí tuệ chơn thật của Đức Phật A Di Đà và Ngài cũng đã nói rõ trong "Giáo Hạnh Tín Chứng" và "Chánh Tín Niệm Phật Kệ" như vậy.

HÃY TÔN TRỌNG ĐỜI SỐNG BỊ TỔN THƯƠNG BỞI VIỆC XẤU

Ngày trước người theo OM Chân Lý Giáo là Ma Nguyên Chương Dục Dung Nghi và có bình luận gia Yoshimoto Takaaki (Kiết Bổn Long Minh) đã nói rằng: "Tịnh Độ gần gũi nhất với con người". Lý do là do Ngài Thân Loan đã lý luận rằng: "Người lành được vãng sanh và người ác cũng như thế". Việc nầy với tác giả đã bàn cãi rất nhiều nhưng rất tiếc là việc thảo luận dường như yên lặng. Đối với việc nầy Giáo Sư Sadakata Akira (Định Phương Thịnh) của trường Đại Học Đông Hải (Tokai) đã trình bày ở số tháng 1 của tạp chí Đại

Pháp Luân về vấn đề nầy và đã nêu lên câu hỏi rằng: "Tại sao Ma Nguyên không thể nói là không gần với địa ngục?". Tác giả đã đọc bài nầy với một sự thú vị sâu xa.

Đúng ra cũng có thể nói rằng: "Người làm lành được vãng sanh", nếu câu văn được viết như vậy thì "Ma Nguyên có thể nói Tịnh Độ gần gũi nhất với con người", thì có thể với Ma Nguyên là đúng. Tuy nhiên ở nơi đó có nhiều điều vô lý. Tại sao vậy? Do Ma Nguyên cắt câu ra ở chỗ "người ác cũng như vậy", nên mới như thế. Tuy nhiên phía sau ở chương ba nếu tiếp tục xem văn ngôn thì vấn đề lại phát sanh.

Người tự chính mình làm việc lành có thể làm ảnh hưởng đến lực ấy cho người khác. Bổn nguyện của Đức A Di Đà là tất cả. Thế nhưng với tâm tự lực thay đổi, nếu nương tìm vào tha lực thì việc vãng sanh là chuyện đương nhiên (lược bớt). Người ác nếu tìm nương vào tha lực thì điều nầy là cái nhơn chính để vãng sanh vậy (nương vào điểm của người viết).

(Tin vào sức mạnh của tự lực là điều mà chẳng thể có khả năng theo như tác giả nghĩ, sự tin sâu nơi Đức Phật A Di Đà, không cần phải bàn luận. Tuy vậy bỏ đi niềm tin nơi tự ngã và nếu thực tâm tự mình nương theo như vậy thì bất cứ ai cũng được cứu độ là điều không sai (lược bớt). Điểm đặc biệt ở đây được nói ra là: cả kẻ ngu muội hay người xấu ác tin vào lòng từ bi ấy và sẽ do Đức A Di Đà hướng dẫn).

Ở đây có đề cập đến: "Tha lực (sự chân thực của Đức Phật A Di Đà) mà người ác tìm đến để được cứu độ". Như vậy thì toàn thể kẻ ác cũng không có điều kiện, nên từ chỗ nầy mà sai biệt ý nghĩa vậy.

1) Người lành được vãng sanh, người ác cũng được như vậy (cứu tất cả những người ác).

2) Người ác tìm đến tha lực kia để được cứu độ (từ sự chơn thật của Đức Phật A Di Đà) làm cho thức tỉnh sâu xa bởi cái xấu ác của tự kỷ và được cứu). Từ điểm nầy nếu suy nghĩ được càng tốt. Với tác giả ở nơi đây sự cứu khổ của Đức Phật A Di Đà là có tính cách phổ biến (1) là cứu cho kẻ khác. (2) tính cách đặc thù (sự cầu nguyện bổn nguyện tha lực). Đó là những việc cần đề cập đến.

Tuy nhiên, đây cũng chẳng phải là việc mang tính cách đặc thù cơ bản của tôn giáo chăng? Khi nói rằng: "Người tìm đến bổn nguyện tha lực để được cứu là niềm tin rất yếu kém (sự tin tưởng nhỏ). Với tác giả thì Ông Ma Nguyên đã phê phán một cách quả quyết là: "Tin Tịnh Độ ở gần (Thai cung biên địa hay nghi thành) là người ấy hiểu sai". Ngài Thân Loan chỉ ra rằng: "Người lành được vãng sanh và người ác cũng vậy". Điều nầy để chỉ cho: "Bổn nguyện tha lực đối với người ác".

Lại nữa việc nghịch ác của Vua A Xà Thế, chiến đấu với tội nặng của chính mình rồi tội kia được cứu qua sự sám hối chân thành mà ở trong "Giáo Hạnh Tín Chứng" cùng "Kinh Niết Bàn" đã được dẫn chứng. Việc nầy được tường thuật lại rất dài, ai cũng đã rõ biết. Đơn thuần là ngôn ngữ nguy hiểm được lặp lại là: "Kẻ ác là đối tượng số một để được Đức A Di Đà cứu độ". Điều nầy đã là phần tín ngưỡng có tính cách quan niệm đã được phát sanh.

Tín ngưỡng có tính cách quan niệm có thể nói rằng: Từ ngôn ngữ được phát ra và ngôn ngữ lặp trở lại về niềm tin. Kết cuộc là "thân ta" không phải trải qua. Cũng chẳng phải có tính cách nhục thể, cũng chẳng phải sanh hoạt không có tính cách tín ngưỡng rỗng không. Với Ngài Thân Loan ở chương hai đã nói: "Đặt tín tâm của kẻ ngu dốt". Khi biên chép, trong đó chữ "thân" dùng khá nhiều và việc nầy để chỉ cho "người ác cũng thế". Do nói như vậy nên "Ma Nguyên nói Tịnh Độ rất gần" mà khi đọc Thán Dị Sao thì chẳng hiểu Thán Dị Sao có phải là điều đáng trách chăng? Về vấn đề nầy đối với Ngài Thân Loan thì: "Nếu có thuốc chữa thì sự độc hại không còn thích ứng" như trong thư đã viết. Những người theo Chơn Tông tỉnh ngộ về điều nầy.

Ngoài ra tại sao người ác lại được cứu là việc đáng bàn đến. Trong Thán Dị Sao chép về người lành là "kẻ tự tạo nên việc thiện" (là những người có địa vị, người có giáo dục cao, người có tiền bạc và năng lực). Kẻ ác là người "tìm đến tha lực của Đức Phật A Di Đà Như Lai" (người ngu là người ác tỉnh thức). Nếu đứng nhìn từ bối cảnh xã hội lúc đương thời thì những người có địa vị thấp, có nghĩa là những người xấu ác là một sự thật. Đặc biệt là những kẻ sát sanh giết người, những người buôn bán đều là những kẻ xấu ác, là một đại danh từ của thời đại ấy. Với những người như vậy là những kẻ vô duyên (không có nhân duyên)để được Phật cứu độ.

Ngài Thân Loan đơn thuần đối với người lành và người ác phân chia ra "Ta là người lành", "Anh là người xấu ác" là cái nhìn của nhân gian không đầy đủ lắm. Ở trong cái lành ấy vẫn còn chôn chặt những tội nghiệp được phát sanh, mà cái xấu ác dẫu con người có quên đi thì trong sự sinh hoạt thường ngày của cuộc sống cũng không chạy thoát đi được. Người người trong thế gian lần lượt tạo ra những tội nghiệp (ác nghiệp); nhưng nếu chỉ hướng đến cái xấu ác sinh ra để mang lại gần cái thiện lương thì khó có thể nói được. Hơn thế nữa với những người tỉnh ngộ từ cái ác sâu xa kia được mấy người gần kề được sự chơn thật?

Một thời mà sự suy nghĩ sâu xa đạt được về "người thiện lương được vãng sanh, người xấu ác cũng vậy". Người lành là người hiền. Cũng chẳng phải là như thế. Ngược lại người ác sinh ra có nghĩa là người phải được giải phóng từ sự khổ đau. Điều nầy Ngài Thân Loan đã lãnh hội hoàn hảo như trong Kinh Niết Bàn đã nói về "Đại bi tâm của Đức Phật (tâm chơn thật) mà người khổ (người nhiều khổ não) đã làm". Ngài Thân Loan đã dùng tinh thần căn bản của Đức Phật A Di Đà một cách cẩn trọng như vậy.

CHƯƠNG THỨ TƯ:
HÃY DÙNG TÌNH THƯƠNG ĐỐI VỚI NHỮNG KẺ SẨY CHÂN

RIÊNG MỘT MÌNH MÌNH SANH, RIÊNG MỘT MÌNH CHẾT

Tôi không là anh và anh cũng không là tôi. Ở trong sự thật nầy chúng ta đã bị khổ sở, buồn rầu, bực dọc không biết đến bao nhiêu rồi. Chương nầy sẽ nói về vấn đề của đề tài nầy.

Tác giả rất thích câu kinh trong Kinh Đại Vô Lượng Thọ như sau: "Con người sinh ra từ trong ái dục của thế gian, rồi chính mình sinh ra riêng, chính mình chết, chính mình đi, chính mình lại. Thân nầy tự nó là cái gì vậy? Không làm cho người ta thay đổi được". Nhân gian là sự tồn tại có tính cách cá biệt. Nhơn gian là tự thân nầy khi sinh ra một mình, khi chết đi cũng chỉ một mình; khi đi cũng một mình, rồi đến đây để tồn tại cũng chỉ một mình. Từ đây cuộc đời của mỗi tự thân phải tự chiến đấu lấy mình. "Không ai thay thế được".

Tại sao lại có lời nghiêm khắc như vậy? Bây giờ là thời đại của khoa học kỹ thuật, thân thể của chúng ta cũng như các cơ phận của cơ thể nầy là một phần của sự sống thay đổi nhau để tồn tại, là thời đại mà đời sống lệ thuộc vào đó. Có người nhận được cơ phận của người khác để kéo dài sự sống của mình và cũng có lắm người đã được phục hồi về sức khỏe, nhờ vào sự thay đổi nội tạng ấy. Vấn đề thay đổi nội tạng lâu nay có sự tán đồng cũng như phủ định như chúng ta đã biết; nhưng trên thực tế thì vấn đề nầy trở nên nguội lạnh và sự bàn thảo cũng sẽ chôn vùi, là điều tất yếu.

Cuộc đời của tôi không phải là phương tiện. Chính bản thân tôi được sinh ra, phải sống với thế giới nầy. Dẫu cho có khổ, dẫu cho có buồn, dẫu cho có vui thì tất cả tôi phải sống với chính mình. Đó là cuộc đời. Một lời nghiêm khắc như thế có thể nói rốt ráo được chăng?

Bây giờ ở chương nầy dùng lòng từ bi của Phật giáo làm cơ bản để thảo luận về vấn đề nhân gian. Đặc biệt con người bị cái ái làm giới hạn. Theo tác giả thì đây là giới hạn của con người, lấy đó làm trung tâm.

Đối với lòng Từ Bi là con đường Thánh, thay thế cho con đường Tịnh Độ. Từ Bi của Thánh Đạo nếu được thể hiện thì việc buồn khổ sẽ thay đổi; nhưng sự suy tư về việc được cứu độ là điều căn bản tất yếu.

(Từ bi có nghĩa là hai phạm trù của bậc Thánh về lòng từ bi và của kẻ ngu được cứu vớt. Lòng từ bi của bậc Thánh là thấy cái bất hạnh của con người, cảm thương, có ý tốt giúp đỡ để trưởng thành. Tuy nhiên phải hiểu một cách sâu sắc là nếu nghĩ đến việc cứu giúp người thì nên cứu giúp và không cứu giúp được cũng phải biết đến).

Ngôn ngữ về lòng Từ Bi là sự chọn lựa rõ biết thông qua cái khổ của con người, rồi mang niềm an lạc đến cho họ. Ngoài ra cũng có thể hiểu là mang đến sự hòa bình hạnh phúc cho con người.

Đối với Từ Bi như vậy, nên bậc Thánh lấy đó làm trung tâm và theo lời dạy của Đức Phật A Di Đà thì có hai loại được sanh ra. Lời dạy chính của các bậc Thánh là nói về lòng Từ Bi. Cũng có thể nói là sự cứu giúp tận cùng của nhân gian ái, cũng có thể nói đây là sự phát huy một cách ưu việt của con người cho thế giới. Thế nhưng ở đó cũng gặp phải bức tường chướng ngại lớn, nếu thương yêu một cách triệt để cho đến tận cùng cũng là điều không đủ khả năng như Ngài Thân Loan đã tường thuật rằng: "Lòng Từ Bi nầy không có thỉ chung" (có nghĩa là không triệt để).

Ý riêng của Ông Umehara Takeshi (Mai Nguyên Mãnh) thì thuật lại rằng: "Thân Loan đã nói về lòng Từ Bi của con đường Thánh giống như con dao hai lưỡi cắt đứt ra. Vậy bạn là người có thể được cứu chăng?", đã chỉ trích một cách mạnh mẽ rõ ràng và nhận sự biểu hiện ấy bằng sự ngộ giải.

Đúng ra thì Ngài Thân Loan nói về việc người nầy cứu người kia là việc khó thực hiện, nghĩa là điều dễ mang đến sự kiêu mạn lớn. Tuy vậy với con đường Thánh của lòng Từ Bi thì đơn thuần không thể phủ định việc không có ý nghĩa ấy. Hơn thế nữa, chỉ một lòng thực hiện lòng yêu nhân gian, vì sự giới hạn ấy mà đổ nước mắt, bởi Ngài mong mỏi tìm đến một lòng Từ Bi rộng lớn hơn, nếu không có con đường đó để cứu người.

NẾU CỐ GẮNG ĐƯỢC THÌ NÊN CỐ GẮNG

Chúng ta đang cố gắng thâu nhận cái gì đó, nhưng luôn bị giới hạn. Nếu không cố gắng thì sự giới hạn ấy cũng khó vượt qua. Lúc ấy cái gì cũng có thể thực hiện được. Nếu nói một cách cực đoan thì có thể nghĩ rằng không có cái gì là không kham được, là một niềm hãnh diện.

Thế nhưng việc yêu thương một người dẫu cho tất cả dốc hết cho người đó, thật tình thì cũng khó thực hiện được. Dẫu cho cả niềm vui lẫn nỗi buồn cũng muốn trao cho nhau hết, nhưng trên thực tế thì khó làm được như vậy.

Nếu chúng ta có được người yêu thích, thông qua tâm hồn của người đó, cả khi giàu có, lẫn khi nghèo nàn, khi bịnh tật cũng như lúc khỏe mạnh đều cùng nhau thề nguyền chung sống. Theo tác giả nghĩ là điều mà con người hầu như ai cũng mong được như vậy. Điều mong ước như thế đôi khi cũng thực hiện không được; nên phải cẩn thận vậy.

Ngài Thân Loan đã cố gắng để nói về sự hòa bình và hạnh phúc từ sự Từ Bi của Đức Phật A Di Đà. Nếu nói về sự giới hạn của nhân gian ái thì bất kể là ai, dẫu có làm cho tận lực đi nữa thì chẳng phải là câu chuyện cổ tích chăng? Cho nên cũng có nơi cho rằng "Lòng Từ Bi của Thánh Đạo Môn giống như con dao hai lưỡi, chặt đứt rồi quăng bỏ đi". Nhà Văn Học Giới Dụng Long Chi Giới (1892-1927) đã dùng phương pháp lý trí để viết nên một quyển tiểu thuyết như các nhà văn gọi. Giới Dụng viết rằng:

Không ai hơn bạn là người giữ giới.

Không ai hơn bạn là người phá 10 giới.

Không ai hơn bạn là người yêu quần chúng.

Không ai hơn bạn là người khinh rẻ quần chúng.

Không ai hơn bạn là người đốt cháy lý tưởng Không ai hơn bạn biết thực hiện điều nầy.

Nếu nói rằng lấy những từ ngữ nầy để thực hiện thì lòng Từ Bi của Thánh Giả, Ngài Thân Loan biết rõ là không có thể triệt để mà Ngài Thân Loan biết rằng, chẳng ai có thể làm được việc nầy một cách thực tiễn được.

Từ Ngài Thân Loan có một ít nghi vấn về sự tôn trọng việc phủ định của con người, đó là sự cường điệu của tánh "tội ác". Thế nhưng việc tôn trọng con người cũng chẳng phải là việc rõ biết kỹ càng sâu sắc, nên mới sinh ra việc nầy. Lại nữa tất cả những hành vi của con người là biên kiến và tạp độc, có tính cách cá nhân chủ nghĩa, mà con người thì không tự nhận về những hành vi ấy, liền chạy trốn khỏi. Điều nầy ở chương "Lòng Từ Bi của Thánh Đạo Môn" đã được phủ định.

Thật là rườm rà nhưng ở chương nầy Ngài Thân Loan không phủ định về mục đích của lòng Từ Bi của bậc Thánh. Đây là việc quan trọng; hướng dẫn cho con người về hòa bình và hạnh phúc. Vậy sự Từ Bi chân thật là gì vậy? Ở chương nầy cần nên rõ biết. Nếu không nắm bắt được ở chương nầy, là chương đơn thuần phủ định về cái ái của nhân gian. Theo tác giả nghĩ đơn thuần là sự khẳng định của Đức Phật A Di Đà. Con đường theo Phật của Ngài Thân Loan, đơn giản là không phủ định hiện thế và phủ định nhân gian. Đây là một điều thuộc về chủ nghĩa hư vô. Con người và hiện thế, đơn thuần phủ nhận. Đức A Di Đà và lai thế đơn thuần khẳng định về Tịnh Độ Giáo được nới rộng cho thâm nhập vào với con đường theo Phật của Ngài Thân Loan.

Đồng thời cũng gọi là uế độ cùng tịnh có sự sai biệt. Ở đây chỉ cho sự hiện thật bần khốn mà trong đó Phật Pháp là việc gặp gỡ "Chơn thật Phật". Đối với những hành giả tin theo cõi nầy vừa có mục đích đánh động thế giới, nơi tận cùng sinh mạng của con người và điều nầy Ngài Thân Loan đã ca ngợi là: "Như Lai bình đẳng với mọi người". Tiếp đó, chính tự mình cũng cho rằng: "Như Lai bình đẳng với người Niệm Phật". Người ta tự tin để cầu sanh về cõi kia là một việc của người cầu đạo vậy.

VỚI TÔI SẼ ĐƯỢC ĐIỀU GÌ?

Có một cặp vợ chồng rất ăn ý với nhau, gắng sức làm việc và niềm mơ ước đầu tiên là có chỗ ở mới được hoàn thành, thật là vui mừng; nhưng người chồng trở bịnh, nhận được tin là sinh mệnh chỉ còn kéo dài trong ba tháng nữa. Người vợ đón nhận tin nầy và tự hỏi rằng tôi có thể làm gì đây, muốn điều trị bịnh tình cho chồng, không cần chỗ ở mới, cố gắng đi khám và chữa bịnh, ai bảo gì cũng bắt chước theo, khám bịnh với tất cả tấm lòng. Nhưng sự thật thì cái chết ở trước mặt của chồng là điều hiển nhiên phải chia lìa. Đo lường về việc nầy có thể nói rằng: "Một mình mình chết, một mình mình đi". Người vợ đã thể hiện với tấm lòng yêu thương sâu sắc đó; nhưng điều tất yếu mà ai cũng biết là với tấm thân nầy, sự thật chẳng là gì cả. Ngay lúc đó những lời nói không dính dáng với thân như: "Vật chất hiện ra, sự buồn khổ, sự từ giã, sự gắt gỏng, sự cứu giúp bởi đạo đức, chẳng hề được cứu khổ", đã được thuật lại như vậy. Đối với việc nầy, với chúng ta phải làm như thế nào đây. Ngài Thân Loan tiếp tục như sau:

"Lòng Từ Bi của Tịnh Độ là sự niệm Phật, sẽ sớm thành Phật, mang tâm đại từ đại bi, có thể nói là điều lợi ích cho chúng sanh khi nghĩ đến như vậy" (có nghĩa là chúng ta đến được thế giới của Đức A Di Đà Như Lai, vừa tôn trọng theo lời dạy niệm Phật, đầu tiên sẽ làm cho ta rõ biết thế giới mà thân nầy sẽ sanh, mà nhiều người vẫn đang nghĩ và ở đây nói lên lời chân thật ấy).

Nơi đây cho biết sự chuyển nhập từ Phật Pháp của các bậc Thánh giả sang Phật Pháp cho những kẻ ngu muội. Nếu nói cách khác thì việc chuyển đổi nầy là từ thế giới lấy tự ngã làm trung tâm đến trung tâm Phật Thánh (sự chân thật). Đơn thuần không phải là vấn đề của lòng từ bi từ Thánh đạo chuyển sang lòng từ bi của Tịnh Độ.

Khi giảng về Thán Dị Sao có nhiều câu hỏi được chất vấn ở chương nầy. Ví dụ như sự phê phán về những vấn đề khác nhau ở đây của "người lành được vãng sanh, người ác cũng như vậy". Nghĩa là giải thích về sự cứu độ con người qua "Niệm Phật sẽ thành Phật". Vấn đề nầy theo Ngài Thân Loan dạy thì đây là vấn đề căn bản của lòng tin vậy.

Quyển sách trong đời của Ngài Thân Loan là "Giáo Hạnh Tín Chứng" làm sách gối đầu, có ghi lại như sau đây: Nếu thật tình suy nghĩ cách dạy về Tịnh Độ Chơn Tông thì có 2 việc ban cho. Thứ nhất là cuộc sống nầy nương theo năng lực (bất thoái chuyển của nhơn đạo) vào bổn nguyện (lời thệ nguyện) của Đức Phật A Di Đà. Điều thứ hai là khi lâm chung sẽ tự nhiên sanh về cảnh giới (Tịnh Độ) và từ cảnh giới đó lại trở về chốn cũ, nhằm cứu khổ những não phiền của thế giới.

Cung kính tin theo lời dạy của Đức Phật A Di Đà tự nhiên được sanh ra ở thế giới ấy, được cho là vãng tướng. Ngài Thân Loan đã cho biết rằng người nào trở lại quốc độ nầy và vì hạnh phúc của mọi người và thế giới nầy gọi là hoàn tướng (hoàn tướng hồi hướng). Lại nữa đây là trụ cột quan trọng đối với những tín đồ của Chơn Tông nguyện sanh theo bổn nguyện của Đức Phật A Di Đà. Đây là hai việc vậy.

Lời dạy nầy, vãng tướng tức là sanh về nơi Tịnh Độ; còn hoàn tướng tức là trở về lại quốc độ nầy; nói như thế nhưng chẳng phải là việc đơn thuần. Được biết rằng: "Không đơn thuần chỉ là việc vãng sanh, mà nói về việc trở lại quốc độ nầy đối với Ngài Thân Loan là một tư tưởng rất đặc thù". Tuy vậy, chuyện được viết về "triết học của Thánh Đạo" do Tanabe Hajime (Điền Biên Nguyên (1885-1962) đã nói rằng "Vãng tướng có nghĩa là tự cứu chính bản thân mình; còn hoàn tướng là cứu vớt những người khác nữa. Nói ngắn gọn là tự cứu mình hay cứu người khác cũng đồng một thể. Đó chính là thế giới của Ngài Thân Loan.

HÃY CẨN TRỌNG VỚI HOÀN CẢNH CHUNG QUANH

Đây chính là nguyên lý căn bản của Đại Thừa Phật giáo (tự lợi tức lợi tha) có nghĩa là (hạnh phúc của tôi là hạnh phúc của anh). Theo tác giả nghĩ thì đây là việc triển khai của Ngài Thân Loan cho lời dạy của mình. Với tinh thần Đại Thừa Phật giáo của Ngài Thân Loan thật là có ý thức. Thế giới của Đức Phật A Di Đà được nói rằng: "Chí cực của Đại Thừa" (có nghĩa là mình và người đều được cứu vớt theo chỗ quan yếu của Phật Pháp). Nếu nói cách khác, việc trở lại cõi nầy dùng tay để cứu vớt sự não phiền của con người do sự hồi hướng của hoàn tướng được ban cho thì đó chính là: "Ý nghĩa chính của việc lợi tha" như trong (Giáo Hạnh Tín Chứng) đã là bằng chứng về việc "làm lợi lạc cho kẻ khác, là tinh thần căn bản của việc làm lợi tha".

Thế giới nầy, ai sinh ra trong gia đình Chơn Tông trong đó cũng bị khuynh đảo bởi kinh Pháp Hoa như Ông Miyasawa Genji (Cung Trạch Hiền Trị) (1896-1933) cho rằng: "không thể làm cho toàn thế giới hạnh phúc được, thì ta cũng không có hạnh phúc". Nếu nói cách khác thì thế giới của niềm tin là không giới hạn. Theo tác giả nghĩ là như vậy. Để mở rộng niềm tin, nếu chỉ một người mang lại, không thể được, vì tự mình không thể đóng chặt thế giới nầy lại, chỉ có tấm lòng tín ngưỡng cầu nguyện để được vãng sanh về thế giới Tịnh Độ. Có thể nói cách khác là liên quan đến việc đóng cửa của niềm tin.

Ở điểm nầy, qua lời dạy của Ngài Thân Loan cũng có thể nói rằng trong thời gian dài bị ngộ nhận không ít. Con đường nguyện sanh về Tịnh Độ (Chơn thật) đơn thuần là sự khao khát tìm đến Tịnh Độ là một thế giới hoàn toàn sai lầm. Theo cái nhìn về tánh chân thật của Tịnh Độ thì cõi nầy là tánh không thật, là tánh hư vọng, mà lại tin vào đó. Ở đây người nguyện sanh về chơn thật Tịnh Độ thì sẽ được khai mở cho những người muốn sanh về cõi chơn thật ấy. Với những người không mang niềm tin ấy thì tự mãn với chính mình với thế giới, mà thế giới nầy làm say sưa bởi chính mình. Đây là sự nguy hiểm, không được thấm nhuần.

Để thay thế cho niềm tin đúng đắn với con đường thực tiễn, Ngài Thân Loan đã dùng con đường Phật đạo của sự hoàn tướng. Thế giới nầy để chỉ cho "Niệm Phật sẽ thành Phật. Hãy mang tâm đại từ đại bi và hãy nghĩ đến sự lợi ích của chúng sanh". Không biết là bên nào; nhưng Chơn Tông cho đến bây giờ chẳng mấy khi nghe nói về Hoàn Tướng nầy. Đương nhiên Hoàn Tướng có nghĩa là từ cõi Tịnh Độ quay về ở cõi nầy, đã được giải thích rộng rãi như vậy. Tuy thế, đó chỉ là cách giải thích, còn trên phương diện tín ngưỡng có ý nghĩa thâm sâu thì ý nghĩa có tính cách tư tưởng ấy đã chẳng làm rõ ràng gì cả.

TẬN CÙNG SỰ GIỚI HẠN BỞI CHÍNH MÌNH

Lý do đó như phía trước đã thuật lại về vấn đề tiên quyết là "việc vãng sanh Tịnh Độ". Việc khác nói về vấn đề niềm tin trong xã hội là bắt đầu từ thế giới, chúng ta có thể nghĩ rằng phần chính của dòng chảy là không hiểu sai về niềm tin; nhưng cũng có thể đem giải thích với niềm tin trong hiện tại. Tuy vậy người có niềm tin cũng khó thể chấp nhận về "danh dự cô lập". Đặc biệt là con đường tu Phật của Ngài Thân Loan chỉ ở trong xã hội thế tục mới có được ánh sáng quang huy của chơn thật Phật Pháp. Nghĩa là đứng lên trên thế giới. Điều mà Ngài Thân Loan muốn sống; nên giữa chừng đã rời chùa ở miền Bắc đi đến mở đạo tràng Niệm Phật tại Tokyo, mà nhà Sư Sakurai youshun (Anh Tỉnh Dong) (1900-1989) đã nói về "Như Lai = lời dạy của Đức Phật A Di Đà" thực hiện đạo tràng có tính cách lịch sử". Cũng chẳng phải là những lời lẽ đơn thuần sáng sủa minh bạch. Với tác giả giữ lại những lời nói nầy một cách trang trọng là một việc.

Chẳng phải làm nơi chốn không có khổ não cho nhân gian "Phật" (sự chơn thật), mà ngôn ngữ của kinh điển nổi tiếng đã dùng như: "Chúng sanh khổ não, ta khổ não. Chúng sanh an lạc, ta an lạc" (Sự khổ não của nhân gian là sự khổ não của ta. Hạnh phúc của nhân gian là hạnh phúc của ta). Phần sau cùng của chương nầy có ghi rằng: "Sống trong hiện tại, dẫu cho có bất tiện, nếu hiểu để tìm đến, lòng từ bi trước sau vẫn không, sự khiển trách đổ vào việc niệm Phật để tâm đại từ bi càng dày thêm (Ở tâm khảm của chúng ta, dẫu cho có nghĩ rằng cứu giúp những trường hợp tội nghiệp, thì cũng chẳng được gì.

Chỉ nên nghe theo lời dạy niệm Phật thì sẽ tỉnh thức từ cái ái có tính cách nhân gian giới hạn, thì chỉ còn có cách là thực hiện tâm từ bi của Đức Phật).

Con người ai cũng muốn ưu tú, nhưng việc ấy chẳng thể. Muốn cứu người; nhưng việc nầy cũng chẳng có khả năng. Như trên đã thấy rằng đầu tiên không thể nương thân nầy vào lòng từ bi của Phật. Nghĩa là việc nầy Ngài Thân Loan có thái độ mơ hồ. Ngài Thân Loan cho rằng việc hồi hướng về vãng tướng là Đại Từ và hồi hướng về Hoàn Tướng là Đại Bi. Đây là cái nhìn về Từ Bi một cách rốt ráo. Ở đây cũng nói về Hoàn Tướng (mang hạnh phúc và hòa bình đến cho kẻ khác) là điều cần thiết mà Ngài Thân Loan đã biểu hiện qua sức mạnh. Thế giới của Hoàn Tướng là vì người khác, vì xã hội, cũng như những vấn đề trong hiện thực được khai mở con mắt với thế giới cho mọi người về lời dạy cho thế giới. Đối với người niệm Phật, tận cùng với năng lực của chính mình, tinh thần đầy ắp, đời sống bị thiêu đốt có liên hệ với "lời hứa về tâm đại từ bi". Là thời đại của cuộc đời mê lầm, mà bây giờ với chỉ việc nầy chúng ta tìm cầu là việc khó nói hết.

CHƯƠNG THỨ NĂM:
KHAI MỞ CUỘC SỐNG

SẨY CHÂN VIỆC Ý THỨC VỚI NGƯỜI QUEN

Có một ngôi chùa viết trên bảng yết thị văn chương rằng: "Ý thức người quen biết là làm việc ngoại lệ với người quen". Bản thân tác giả không thể suy nghĩ mà chỉ đứng nhìn những dòng chữ nầy.

Vợ chồng vui vẻ, huynh đệ thân thiết, bạn bè cũng gần gũi thân thiện là thế giới tốt đẹp. Tác giả nghĩ rằng chẳng có người nào nghĩ khác được. Việc làm cho trở nên thân thiện là việc làm có ý nghĩa.

Có người bảo rằng: "Bởi vì người Nhật Bản không tương trợ với nhau, nên hãy cố gắng thân thiện nhiều hơn nữa". Trường hợp nầy nhiều người hợp lại cũng nói tương tợ rằng "Vâng! Như thế đó". Vậy "làm cho tốt đẹp với nhau là điều đẹp đẽ chăng?". Đó là lời nói của nhà văn Mushiyano Kouji Kineatsu (Vũ Giả Tiểu Lộ Thật Đốc) (1885-1976).

Chẳng ai nghi ngờ về lòng tin với "ý thức bạn bè". Hãy bỏ qua chuyện nghi vấn, là lời nói đầu môi. Chúng ta khi nào cũng quây quần với nhau, nếu tụ tập chung đông người lại càng an tâm hơn. Nếu nhìn đàn cá trong hồ nước, thấy lúc nào giữa chúng cũng thân thiện quây quần bên nhau. Một con bơi thì con kia cũng bơi theo. Thấy được điều nầy là hành động kết nối như sợi chỉ rối.

Với tác giả nghĩ rằng con người cũng vậy, nếu có nhiều người thì làm cho chúng ta an tâm hơn. Từ đó nếu lìa xa ra, khiến cho chúng ta bất an. Cùng đi ăn với những người khác, hành động chung cùng, những việc mang đến giống nhau, có cảm giác an tâm.

Có công việc phải đi máy bay, khi đến nơi lấy hành lý, chạy trên đường quay và khi nhìn hành lý thì thấy những hành lý đều giống nhau màu nho. Tiếp đến ra ngoài nghĩ rằng không biết có lộn không, vừa có cảm giác an tâm, rồi tự khuân hành lý của mình.

Valise màu nho làm cho mình có cảm giác an tâm. Tuy nhiên phương hướng của con người chẳng có gì làm cho bây giờ có thể bắt đầu được. Ý riêng là khi chiến tranh, nước nầy kết nạp cả một ức (một trăm triệu) cái tâm của quốc dân, khiến cho địch quốc gọi là "quỷ súc"; nên mục tiêu phải giết hết. Buồn khổ, lo sợ nhưng cả hàng trăm triệu tấm lòng có ý thức chung gần gũi. Điều nầy khiến cho người ngoài cũng phải ý thức về việc dưỡng thành "thất bại của người thân quen", họ không thừa nhận tất cả về con người.

Ở đây học về Thán Dị Sao, nơi chương thứ năm nầy, đầu tiên là giống như điều nầy; người thân của chúng ta đóng chặt ý thức của người gần gũi; nhưng có người cũng chẳng ra gì, là vấn đề sâu nhọn như lỗ hổng.

Chúng ta khi nào cũng nghi ngờ không biết người kia như thế nào, người ấy gay gắt, hay là người thân thuộc và cứ cái nhìn như thế để nhìn người. Đồng thời chỉ liên hệ với nhau một ít, chẳng thể làm được việc gì, mà phải suy nghĩ về công việc to lớn hơn.

Kết cuộc thì chỉ có thể nhìn thấy chính mình và đối với cái nhìn của nhân gian thì ta sống trong cảnh nghèo khó. Đức Phật nói rằng: "Dẫu cho có đi đâu thì nên yêu mến mọi người như chính thân mình, hãy thân cận gần gũi". Điều nầy với chúng ta vẫn còn mê muội; nên với tác giả cần phải học hỏi thêm.

HÃY NIỆM PHẬT CHO NGƯỜI MẤT

"Tôi, Thân Loan sau khi cha mẹ mất vì hạnh phúc của họ cũng chưa hề niệm Phật một lần. Tại sao vậy? Sự tồn tại trong cuộc đời nầy, tất cả chúng ta đều có nhân duyên với nhau, làm cha, làm mẹ và đã làm huynh đệ với nhau. Đồng thời với trí tuệ không giới hạn của Đức Phật A Di Đà, thân nầy được sanh ra, nên sẽ được cứu độ".

Với tác giả, chương thứ năm nầy là chương gối đầu để giải thích. Lời nầy ở Thán Dị Sao cũng giống như những lời khác, làm động đến tai của chúng ta. Niệm Phật đến với những người mất, với những người không nghĩ là vì sự an lạc sau khi chết, với lời nầy sẽ ảnh hưởng ra sao đây? "Không vì sự ra đi của phụ mẫu mà niệm Phật, có phải là kẻ bất hiếu không?". Lời nầy thật là khó đấy.

Có một sinh viên hỏi tác giả rằng: "Khi nghe đến lời nầy, chẳng thấy có cảm tình. Khi con cái nghĩ đến cha mẹ là chuyện đương nhiên. Vậy thì tình thương yêu của con người trên thế gian nầy không đẹp sao?". Đó sẽ là một kết luận, nhưng ở chương nầy Thân Loan đã thận trọng phát khởi niềm tin. Điều nầy có hai điểm như sau:

1) Việc niệm Phật được Đức A Di Đà Như Lai ban cho, không mang đến hạnh phúc cho người mất.

Sự tồn tại khác nhau, rồi gặp nhau để thành cha của tôi hay mẹ, thì đây là sự giới hạn mê lầm nhất định (nghĩa là đời sống nầy mọi người có duyên hợp lại, rồi theo duyên y thành cha, thành mẹ, thành huynh đệ, tỷ muội).

2) Vấn đề thứ nhất, chúng ta nên suy nghĩ một chút về việc nầy để xem. Với những người niệm Phật theo Chơn Tông như chúng ta thì niệm Phật là xưng danh hiệu về sự chơn thật của Đức Phật A Di Đà. Lại nữa, để được thức tỉnh đầy đủ về sự thật sai trái của tự thân và cuộc đời nầy nương vào đó để sống và tồn tại.

Thế nhưng mục đích chơn thật của sự niệm Phật là: Dùng kinh chú để an ủi xưng tán, hướng về người mất. Trên truyền hình hay xuất hiện, hướng về niệm Phật một cách khẩn thiết cho người mất. Việc nầy bất cứ ai trong chúng ta cũng không có cảm giác sai trái.

Niệm Phật là chẳng phải chỉ hướng đến người chết để xưng tán; lại nữa cũng chẳng phải việc mong cầu được tiếp rước. Đức A Di Đà là một vị Phật chơn thật, vì sự hoan hỷ, vì tưởng nhớ cảm tạ, nên xưng danh hiệu Ngài và Ngài Thân Loan cho biết rằng ai trong chúng ta cũng nhận thức sâu xa về việc nầy.

Niệm Phật với lời niệm Nam Mô A Di Đà Phật là lời "tạ ân", quyết định không là lời đáng ghét. Tại sao vậy? Tại vì sự cảm ân chăng? Điều nầy trong sự khổ sở của con người, bởi vì chúng ta thật tình trước sau đều mong giải phóng ra khỏi.

Ngài Thân Loan đã định nghĩa về danh hiệu A Di Đà Phật như sau:

Tôn hiệu (tôn trọng xưng danh).

Đức hiệu (tin tưởng để xưng danh).

Phật hiệu(tỉnh thức để xưng danh).

Gia hiệu (tốt đẹp để xưng danh).

(bên trong ngoặc là chú thích của tác giả). Đúng như vậy, lời dạy của Đức Phật A Di Đà, danh hiệu với tính cách A Di Đà Phật, chúng ta sẽ suy nghĩ về tính chất đặc biệt nầy. Ngôn từ (niệm) Nam Mô A Di Đà Phật để phá trừ vô minh của chúng ta, dưỡng dục trở thành sự sáng suốt cho nhân sinh tồn tại.

Để tâm qua người niệm "Nam Mô A Di Đà Phật" cũng có nhiều người ngộ nhận phê phán. Có vị Thầy bảo rằng: "Lịch sử Phật giáo của Nhật Bản là sự ngộ nhận về lịch sử của Phật giáo" và đã nghĩ như vậy. Nếu gọi là Phật giáo mà chỉ làm đám tang, pháp sự thì với con người "đã chết" dưới cái nhìn của thế giới rồi.

Khi tác giả giảng thuyết về khái niệm của Phật giáo ở đại học thì chẳng biết là mấy lần bắt đầu, tất cả mọi người đều với vẻ mặt bất an. Lại nữa, chúng ta không liên hệ với người trẻ, nên thấy vẻ mặt họ như thế. Tuy nhiên chẳng phải vẻ mặt ấy là những sự nhiệt tâm sao? Vấn đề nầy ngoài dự tưởng; nhưng sinh viên lại tăng thêm. Điều nầy cho thấy rằng Phật giáo có năng lực là "Phật Pháp Lực" chăng?

Bây giờ những người trẻ ở gia đình cũng như ở học đường hầu như không có cơ hội để tiếp xúc với Phật Pháp, quả là việc đáng tiếc, theo như tác giả nghĩ vậy. Lại nữa đám tang, Pháp sự nếu có trình bày giải thích rõ ràng, thì việc ngộ nhận

đối với Phật giáo kia chính là phải việc tự hỏi lại trách nhiệm của những người theo Phật giáo như chúng ta vậy.

CUỘC SỐNG GẶP SỰ LIÊN HỆ

Nên suy nghĩ về vấn đề của điểm thứ 2 ở bên trên để thử xem: "Tất cả loài hữu tình đời đời kiếp kiếp là cha mẹ huynh đệ" (nghĩa là mọi người đều có liên hệ với nhau). Với ngôn từ nầy thực tế thì thế giới nầy như thế nào? Khi nghiên cứu về chương thứ 5 nầy bản thân tác giả nghĩ rằng đây là một chương của "Thánh Thơ", giống như Mathew truyện (10-34).

Vì tìm sự hòa bình trên địa cầu nầy, nên chúng ta đã đến đây. Cũng chẳng phải vì hòa bình, mà là mang kiếm bỏ vào đó. Sự đến đây của chúng ta là làm cha, làm mẹ của người và khi lấy chồng thì nương tựa vào nhau. Thế rồi người trong nhà đó trở thành thù địch.

Quá khích là ngôn ngữ có thể nghĩ như vậy để cho tâm hồn của người khác bị giao động tách rời ra là điều không sai, không phải là sự phá hoại hòa bình sao? Bị chìm vào trong đời sống, mê hoặc chồng chất cả nhân gian. Đời sống chân thật là gì vậy? Hòa bình là thế nào? Đây là ngôn từ của Jesus đã đề xướng một cách khốc liệt.

Tôn giáo là làm nhiệm vụ chỉ bày việc ngộ nhận đời sống thế tục thường nhật ấy. Không chỉ đơn thuần có con cái, huynh đệ, tỷ muội, bạn hữu... mà chẳng phải là vì tương lai sự quan hệ giữa con người với nhau chăng? Và vấn đề nầy như đã đề cập ở trước đây như ngôn từ của "Thánh Thơ" đã nói.

Lại nữa ở Mathew truyện (3-15) có viết rằng:

Lúc bấy giờ mẹ của Jesus và anh em đến đứng phía bên ngoài, có người gọi tên Jesus. Lúc ấy quần chúng vây quanh Jesus nhưng lúc ấy có tiếng nói: "Hãy nhìn xem! Mẹ của Ngài và huynh đệ, tỷ muội đang ở bên ngoài để đợi tìm Ngài". Jesus lúc bấy giờ trả lời với họ rằng: "Mẹ của tôi, huynh đệ của tôi, là việc của riêng ai vậy?". Tiếp đó chung quanh của mình mọi người ngồi đó nhìn rồi nói rằng: "Hãy nhìn xem! Ở đây có mẹ của tôi, huynh đệ của tôi, dẫu cho Chúa có dẫn họ đi chăng nữa thì họ cũng là huynh đệ của tôi, lại cũng là tỷ muội của tôi và mẹ của tôi nữa". (nương vào để viết).

Ngài Thân Loan thì "đối với sự hiếu dưỡng với cha mẹ" chưa có lần nào niệm Phật cho họ, gọi là một thế giới, mà thế giới nầy đã trải qua những tấm lòng như vậy, theo tác giả nghĩ như thế.

Từ Đức A Di Đà Như Lai ta được ban cho câu Phật hiệu Nam Mô A Di Đà Phật là chẳng nên ngộ giải làm phương tiện của hiếu đạo của người con. Nói cách khác niệm Phật chẳng phải là chuyện bị cá nhân hóa. Đây là lời giáo huấn nghiêm khắc của Ngài Thân Loan, giống như được gọi là thế giới: "Dẫu cho Chúa bảo hãy đi đến thì ai trong chúng ta như huynh đệ, tỷ muội, cả mẫu thân nữa để gặp" và Ngài Thân Loan cũng đã nói rằng: "Mọi người niệm Phật để cầu sanh, là thế giới của bạn bè, người đồng hành với nhau".

Tác giả đường đột dùng lời của Thánh Thơ để ghi ra chẳng có ý gì. Cũng chẳng phải là để nói việc giữa Thiên Chúa giáo và Chơn Tông niệm Phật có điểm giống nhau, mà là mỗi tôn giáo tùy theo bối cảnh, giáo nghĩa, lịch sử v.v... đều có những điểm căn bản có tính cách sâu sắc của nó.

Lại nữa "Hãy nhìn các vị Thánh đi!" và "Niệm Phật để sanh" đây là sự vượt khỏi thân tử quan (cha con) của thế tục, huynh đệ (anh em) quan, tỷ muội (chị em) quan, hữu nhân (bạn bè) quan. Đây chính là nhơn gian quan (quan niệm về nhân gian) trong tương lai về việc sanh ra. Phật giáo có nhiều Tông chỉ như chúng ta đã biết, nhưng chúng ta đứng trên Tông chỉ nào, là cái duyên của mỗi người, không có gì khác hơn. Theo tác giả nghĩ thì chúng ta chẳng cần luận bàn về sự ưu việt của Tông chỉ làm gì, vì điều ấy đối với tự thân của mỗi người, không phải luận bàn gì cả.

Bấy giờ có tạp chí "Đại Pháp Luân" nói về người niệm Phật đi trước mà Nhà Sư Sogari Yoojin (Tằng Ngã Lượng Thâm) (1875-1971) đã nói rằng: "Phật giáo từ xưa đến nay có rất nhiều Tông chỉ, mọi người đều cùng tự tôn trọng Tông chỉ với nhau và bỏ mất Tông chỉ của kẻ khác. Đối với căn tánh như vậy thì không thể trở thành tín ngưỡng Phật giáo đứng đắn được. Nhìn đâu cũng thấy có rất nhiều Phật, nhưng những vị Phật ấy và việc mong muốn trở thành vị Phật là một việc khác. Đức Phật là một con người. Phật chỉ cho chúng sanh một con đường và Phật Pháp chỉ có một vị và Đức Phật Thích Ca Mâu Ni đã ngộ được điều nầy. Còn giáo pháp của Phật thì chỉ có một mà thôi".

Sự khiếm khuyết ấy nhà Sư đã trình bày và tác giả đã được nghe xem lúc còn là học sinh, vì chỗ trọ ở gần đó và tác giả cũng đã đến nơi Sư ở để nghe pháp thoại, cũng đã hơn 30 năm rồi. Suy nghĩ chuyện xưa chuyện nay như vậy. Nhà Sư bảo rằng: "Pháp chỉ có một vị" nên thế giới của chúng ta cũng nên xác nhận về việc nầy, theo tác giả cũng nghĩ như vậy.

VÌ SAO LẠI PHẢI NIỆM PHẬT?

Được nghe nhiều lần về câu hỏi rằng: "Tại sao phải niệm Phật?". Với chúng ta, vì chuyện gì đó phải làm, cũng đã chẳng làm gì cả. Thế nhưng, nếu làm mà được cái gì đó, thì chẳng kể việc gì cả.

Chúng ta tất cả cũng nên hiểu vì sao phải niệm Phật. Nói cách khác là chúng ta vì sao phải thực hành Pháp sự (Phật sự)? Tác giả rất tôn kính bậc Thầy của Chơn Tông là Ngài Wada Shigeshi (Hòa Điền Trù) đã có lần nói chuyện với một người rằng:

"Nếu làm việc niệm Phật thì sẽ được gì?".

"Ồ! Thật ra thì chẳng được gì cả".

"Chẳng thành cái gì, tại sao lại phải niệm Phật?".

"Vậy thì không được phép niệm Phật sao?".

"Ồ! Đó là ý nguyện tự do của Ngài mà".

"Niệm Phật là ý chí tự do sao? Như vậy có thể xưng danh niệm Phật một lần thử sao?".

"Tôi chưa có lần nào niệm Phật cả".

"Khi nãy, chẳng phải vừa nói là ý chí tự do chăng?".

"Như vậy thì nếu anh chẳng niệm, thì có thể niệm Phật được chăng?".

"Vâng! Cũng có thể là chuyện như thế xảy ra cũng không biết được nữa và chúng ta thường là phải có được trở thành cái gì đó, cũng như không trở thành cái gì đó thì mới làm hoặc không làm như chúng ta. Nếu cái gì đó theo ý thích của mình thì bất cứ cái gì cũng làm được. Theo tác giả nghĩ là vậy. Với tác giả thì thật ra hãy tự tỉnh ngộ bởi chính mình đi! Nói thế là cách gọi mời và điều nầy là sự niệm Phật của tác giả vậy".

Với tác giả trong câu nói trao đổi nầy, bản thân chúng ta là con người, nên đã dùng ngôn ngữ để niệm đến Đức A Di Đà Như Lai, biểu hiện thế giới của Nam Mô A Di Đà Phật.

Bản thân của tôi (tác giả) từng quét tước trong tự viện hợp với sự quét dọn bên ngoài của quý vị, cùng hợp lực với nhau. Tại sao vậy? Vì nhiều người qua lại nhìn thấy. Ngài Trụ Trì khổ nhọc quá v.v... nếu có tiếng gọi đâu đó như thế thì dừng tay một chút và thêm lực vào, vui vẻ quét tiếp tục. Ngược lại, nếu chẳng có ai đó để ý đến thì đơn giản chỉ một chiều phiến diện và tự mình biết mà thôi. Tôi (tác giả) tự mình nói về chuyện của mình, có nghĩa là tôi tự niệm câu: "Nam Mô A Di Đà Phật". Cũng là lời Pháp nếu nói: "Một lần quét, hai lần quét, ba là hành động, bốn là học vấn". Niệm Phật thật ra không phải để nhận được trí tuệ của Phật A Di Đà. Ở đó, bản thân của mỗi người thức tỉnh sâu xa, được soi sáng bởi điều chân thật, là điều vui mừng vậy. Có người hỏi rằng: "Tại sao phải làm Pháp sự?". Hầu như đều được trả lời rằng: "Vì người thân quen", "vì người chồng", "vì người vợ", "vì con cái" v.v... Dẫu cho có thực hiện bao nhiêu lần Pháp sự (tang lễ) như thế thì cũng chỉ vì "ai đó" chứ chẳng phải vì một lòng chân thật hướng về Phật. "Pháp sự" như vậy là "công việc phiến diện" mà Pháp sự là cuối cùng làm sao phải. Ồ! Ồ! Ồ! đây là điều tốt!", "điều nầy làm an tâm". Ở tận cùng ấy bởi không còn thể cách của thế gian nữa. Dẫu thực hiện bao nhiêu lần như vậy; nhưng với mỗi người không trồng vào đời sống đó thì không có ý nghĩa gì cả. Vậy "Pháp sự" có phải là "thực sự" chăng? Ngôn ngữ nầy được nói ra bởi người thực hành Chơn Tông làm cho tác giả không bao giờ quên được. Pháp sự có nghĩa là công việc của

Phật Pháp. Do vậy cũng có thể gọi là Phật sự. Nếu không hợp với nhau lại hai việc nầy thì chẳng gọi là "Pháp sự".

Với Ngài Thân Loan cũng đã nói rằng: "Tôi đã không vì cha mẹ mà niệm Phật cho họ". Trên thực tế thì đúng với ý nghĩa nầy vậy. Ở đây cần xác nhận lại việc nầy. Bản thân của tác giả khi lòng nhân ái của người vợ, rồi một lần của hai người con, quyết không phải bị rơi vào "chủ nghĩa nhà của tôi" và tác giả đã tự mình không nói điều đó. Tuy nhiên kết quả lại đúng như vậy. Những người gần gũi mình là những người dễ thương nhất.

Một thời mà Ngài Thân Loan cũng đã nói một cách say sưa với tâm mình là "đã chẳng vì cha mẹ mà niệm Phật". Gia tộc thì có tính cách cá nhân chủ nghĩa, còn chơn thật tánh của Phật Pháp phải vượt lên trên chủ nghĩa cá nhân có tính cách thế gian kia. Với tác giả việc nầy khó vượt qua "hiện thực" nên rất buồn phiền, cứ giữ kín đáo mãi ở trong lòng để từng bước bước đi. Bởi do Ngài Thân Loan đã dạy như vậy.

CHƯƠNG THỨ SÁU:
NGHĨ SAI VỀ CUỘC SỐNG BỊ VẬT TƯ HÓA

GIÁO DỤC ĐỂ VƯỢT TRỘI

Dạy cái gì cho con người, mà trở thành tội lỗi? Tại sao vậy? Với chúng ta cái gì mới dạy đó liền đắc ý, rồi lên ở điểm cao. Tốt hơn hết là nên dịu dàng với họ, tiến đến chung quanh chỗ của vị Thầy, rồi tỏ thái độ cung kính trước tiên.

Bây giờ cũng có nhiều người nói về vị Thầy kia, nhưng nếu được nói đến thì người ấy sẽ vui và tỏ ra thái độ chẳng ngăn ngừa, sự quyết định ấy, không nói đó chẳng phải là sự tôn trọng sao?

Chúng ta thường hay nói như thế để người khác thừa nhận và mong rằng được chấp nhận. Người đó là người tốt, khi nói như vậy thì thường là: "Tự thừa nhận lấy chính mình, rồi phê bình người khác". Mặt khác ngay cả người kia, nói rằng "tự mình không thọ nhận của người kia", việc nầy không phải là ít. Dẫu có nói cho đến đâu đi nữa thì việc chừng mực ấy là do (tự ngã) (tự chính mình) vậy.

Trong việc nghiêm trọng của người niệm Phật cầu sanh thì người đó là đệ tử của tôi, người nầy là đệ tử của người khác, nói với nhau như cạnh tranh; nhưng điều nầy đối với Ngài Thân Loan thì cho rằng Ngài chẳng mang theo một đệ tử nào hết.

Ở chương nầy, bắt đầu bằng lời nói như thế nầy.

Tại đây, sự thật thì dùng để chỉ cho những người có liên hệ nhân gian một cách nhẹ nhàng. Ở chương nầy đối với tác giả cũng là chương sâu sắc tận đáy lòng. Nếu chỉ nói một câu thì không nên lấy đời sống của chính mình làm đường đi cho kẻ khác. Theo tác giả suy nghĩ cho cùng là như vậy.

Với tôi (tác giả) ở chương nầy có đề cập đến: "Chương nghĩ sai về cuộc sống bị vật tư hóa" chúng ta hay dạy, mà người Thầy dạy dỗ con trẻ phải làm sao với vẻ mặt thân thiện. Đồng thời đứng từ lập trường tôn giáo, hướng dẫn cho người khác như Thầy trò, là cái ân nghĩa vậy.

Tuy nhiên người Thầy phải dạy cho học trò, cha mẹ phải dạy cho con cái, Thầy Tổ dạy cho đệ tử phải không được phép quên công việc tác thành nầy.

Làm người Thầy để dạy nếu không có ý thức là vị Thầy, gần gũi để dạy và lúc ấy không thấy được tấm lòng giáo huấn, cảm kích ghi nhớ. Ngoài ra vị Thầy ấy phải chỉ cho con đường chơn thật, cũng như không tìm cho ra sự hướng dẫn có ý thức, để cho người học ấy có sự tôn kính sâu xa chăng?

Thời nay chẳng những thế cũng có thể nghĩ rằng sự chỉ đạo chẳng có tính cách ý thức tràn ngập. Đặc biệt nếu đề cập đến vấn đề có tính cách tôn giáo, chỉ sùng bái cá nhân và nhiều người cũng cho rằng duy nhất chỉ có mình là người lãnh đạo tôn giáo.

Nghĩ rằng chỉ có một mình mình là kẻ tối cao làm cho được giải thoát, nên bắt tín đồ phải quy y, lại còn cho rằng mình có thể nghe được tiếng nói từ cõi trời và gom góp nhiều tiền bạc cho tổ chức mình. Với tác giả đối với các sinh viên học sinh khi nói đến câu chuyện nầy về tôn giáo thì cho rằng người yên lặng theo đó là xấu và với tôi (tác giả) chẳng có sao cả, khi thấy gương mặt của mọi người chịu lắng nghe.

Kết quả có như vậy chăng? Với tôi thì khác hẳn. Ngay cả việc phê phán giáo Tổ kia, cùng sự khinh mạn của tín đồ, chỉ là vấn đề đơn thuần thôi. Tuy nhiên vấn đề nầy bị che đậy sâu kín như thế chẳng phải chỉ giới hạn ở tính cách của vấn đề, cũng chẳng thể giải quyết được vấn đề gì cả.

SỰ YẾU ĐUỐI TA KHÔNG THẮNG NỔI

Hằng nhiều năm về trước nơi chỗ tôi ở có một người phụ nữ trung niên tìm đến thăm. Sau khi diễn giảng xong, tôi tạm nghỉ ở phòng trống, lúc ấy người nầy mới vào xin gia nhập một hội, liền bị hội ấy lấy tiền nhập hội là 100 vạn Yen (tương đương với 1 triệu). Tuy nhiên, bởi sự lừa đảo thối tha ấy chẳng ra thể thống gì cả và (người nầy) đã nói chuyện (với tôi). Càng lắng nghe thật ra (người nầy) bị bịnh bởi 100 vạn tiền Yen ấy.

Vừa làm công việc, chỗ làm của tôi (tác giả) có nhiều người ghé đến, gồm đủ hạng người như từ sinh viên đến người lớn tuổi. Mọi người đều bị tổn thương. Bởi vì họ muốn tìm cầu đến tôn giáo để có được hạnh phúc; vì nhiều người bị vết thương lòng quá sâu, nên đã lệ thuộc vào tôn giáo, việc cứu vết thương người khác, đã rơi vào chỗ bất hạnh, không phải là chuyện dễ làm cho mau hết.

Tuy vậy tác giả cũng đã nghĩ đến những điểm tất yếu với người "lừa dối" ấy. Nếu không làm như vậy, không những chỉ làm cho người "lừa dối" kia thay đổi mà còn không chừa bỏ sự lừa dối kia. Chúng ta đang tồn tại trong sự yếu kém, muốn tuyệt đối không bị lừa dối, dẫu có suy nghĩ như vậy, nhưng lại là vấn đề khó khăn không ít. Chỗ khó khăn của con người là đặc biệt khi bịnh tình thay đổi, muốn trở lại bình thường và việc học hỏi cũng bị thổi bay đi. Khi ấy "bệnh ung thư không chữa hết" là ngôn ngữ lọt vào tai và điều nầy chỉ làm cho nhức nhối thêm. Việc nầy đây chẳng phải là trạng thái thật của con người sao?

Con người yếu đuối khi bừng tỉnh sâu sắc, sự yếu đuối kia cùng phát sanh ra, bởi lẽ muốn điều kia vượt khỏi con đường đã nỗ lực. Cái yếu kém của nhân gian được phủ định và xác lập cái mạnh của tự thân, cũng có thể nghĩ rằng con đường đến với đạo cũng là con đường tự lực khá tốt. Mặt khác điều yếu kém chi phối việc dạy dỗ về sự chân thật của tự thân mỗi người. Cùng với cái yếu kém của tự thân, thế giới cũng phát sinh ra con đường. Đó là Phật đạo của Bổn Nguyện Tha Lực của Ngài Thân Loan. Phải sanh vào con đường như thế nào, mỗi việc đều do nhân duyên vậy. Cái nào là ưu việt, cái nào là yếu kém, theo tác giả là những việc cần đến ý tưởng của tôn giáo.

Ngài Thân Loan có nhiều người niệm Phật bao bọc chung quanh, tại sao lại nói: "Chẳng có một người đệ tử nào cả"? ở điểm nầy theo bối cảnh có tính cách lịch sử thời bấy giờ. Lại nữa có nhiều đệ tử kích động tranh nhau. Đơn giản là việc: Đây là đệ tử của tôi, kia không phải là đệ tử của anh, rõ ràng là như vậy. Với chương nầy được viết về: "Tương luận việc đệ tử của tôi, đệ tử của người khác"; "tương luận" có nghĩa đơn thuần chẳng phải là việc nghị luận với nhau, mà đấu tranh với nhau kịch liệt (hợp chiến) mà điều nầy ông Đa Ốc Lại Tuấn trong "Bình Gia vật ngữ" có nêu ra ví dụ và tường thuật lại.

Hãy tưởng tượng giữa các đệ tử đấu tranh với nhau nguy kịch, chỉ tưởng tượng thôi. Tại sao vậy? Điều ấy nếu có nhiều đệ tử thì sẽ được bảo chứng cho lập trường của chính mình. Hơn thế nữa vì sự lợi ích (tiền bạc, địa vị) nối kết với nhau để đấu tranh kịch liệt với nhau. Điều ngộ nhận về việc có được tín đồ nhiều của Tôn giáo một cách kịch liệt như vậy, giữa xưa và nay chẳng có gì khác cả.

TÍN ĐỒ ĐÔNG LÀ MỘT DẤU HIỆU TỐT CHĂNG?

Với Ngài Thân Loan, lý do nào Ngài tuyên bố rằng không có một người đệ tử bên cạnh. Từ lý do đó Ngài Thân Loan trong những lời dạy căn bản lấy làm cần thiết, không có gì thay đổi. Ngài đã nói rằng:

Lực lượng của tôi đối với những người phát tâm niệm Phật, chính là đệ tử của tôi. Tuy nhiên việc tin theo sự giáo huấn của Đức Phật A Di Đà, xưng tán niệm Phật v.v... thì được gọi là đệ tử của tôi. Tất cả điều nầy nên đối với đạo lý, ngược lại với sự thân cận gần gũi.

Làm sao để hiểu rõ về lập trường nầy? Nguyên văn như sau: "Những người ngưỡng vọng niệm Phật A Di Đà một cách nồng hậu, được gọi là đệ tử của ta. Sự thật đó chính là sự hoang sơ vậy.

Ở trong nhóm người chỉ chuyên tâm niệm Phật để cầu vãng sanh (chuyên tu niệm Phật tập đoàn) các đệ tử lại cạnh tranh với nhau và chúng ta đã rõ biết vấn đề cội rễ nầy đầy đủ. Cháu của Ngài Thân Loan là Giác Như (Kakunyo) Thượng Nhơn (1270- 1351) đã viết trong tập "Khẩu truyền sao" ở chương thứ 6 cũng có đề cập về vấn đề tranh chấp của đệ tử Ngài Thân Loan một cách mãnh liệt, rõ ràng.

Ở đó có môn hạ lìa khỏi Tín Lạc Phòng (Shingyou Bou) để niệm Phật thì cho tượng (Bổn Tôn), sách vở v.v... rồi lấy trở lại để trao cho môn hạ khác. Với Ngài Thân Loan thì nói rằng: "Không phải là chuyện lấy lại, mà những người ấy lấy những đồ kia bỏ ở đâu, thì việc niệm Phật là cái duyên vẫn có thể thực hiện được"; đời sống của các môn sanh đã được ghi lại như vậy. Cũng nói thêm rằng: "Đó không phải là đồ tự chuyên của tôi (Bổn Tôn, Thánh Giáo, thơ vật v.v... không phải là đồ riêng của ta". Những người niệm Phật khác cũng không có vật gì riêng tư cả, hãy mở rộng tấm lòng để xem vậy. Lại nữa Liên Như (Renyo) Thượng Nhơn (1415-1499) đã viết trong "Ngự Văn" (chương Ngự Văn) phần giáo đầu về sự liên hệ đấu tranh với nhau giữa các đệ tử, cũng nên chú ý vậy. "Ngũ thiếp nhứt bộ bát thập thông = tờ 5, phần 1, hạng 80 có ghi tóm lược về ngự văn tối sơ" một người cũng như gồm nhiều người tín đồ, tôn giáo và sự lợi ích của đoàn thể tôn giáo, phát huy lập trường có tính cách xã hội tốt đẹp từ xưa đến nay không có gì thay đổi. Cái gì đã làm cho con người chúng ta bị vấy bẩn vậy? Ngài Thân Loan, những việc như thế, gọp chung lại tất cả và đối riêng với việc của chính mình thì gọi là: "Phiền não cụ túc của phàm phu". Việc nầy với sự thiếu thốn, tâm hồn nghèo nàn của chúng ta, nên đối với vấn đề niềm tin đã có ngôn từ trong cáo bạch như vậy.

Đơn thuần chẳng phải là cáo bạch ấy có tính cách bi quan, mà căn bản là ngôn ngữ có tính cách biểu minh cho tự kỷ với tính cách hiện thực của nó. Đó là ngôn từ phiền não cụ túc vậy.

KHÔNG XẢ BỎ ĐƯỢC Ý THỨC VỀ NGƯỜI LÃNH ĐẠO

Ngài Thân Loan đã nói rõ là: "Không mang theo một người đệ tử nào hết". Nhiều người cho rằng Ngài Thân Loan đã ý thức về người lãnh đạo và đã nói rõ điều nầy cho những người niệm Phật. Đúng như vậy sao? Riêng tác giả nghĩ rằng không phải như vậy. Giữa người thích và người không thích chẳng khác nhau mấy, Ngài Thân Loan đứng trên lập trường của sự hiểu biết, trước những người không đọc sách hay viết sách được, ở trong việc nói về pháp môn niệm A Di Đà Phật của Ngài Thân Loan, ở đâu đó vẫn có chỗ gặp nhau ý thức giữa Thầy trò.

Việc phủ định hoàn toàn về ý thức kia theo tác giả nghĩ rằng là việc bất khả năng xảy ra gần. Trong thư viết của Ngài Thân Loan thỉnh thoảng thường hay nghe rằng: Mọi người hãy nên đọc kỹ điều nầy. Chúng ta ngày nay còn thấy được những điều nầy. Lại nữa ở trong "Duy Tín sao văn ý" v.v... chỗ thâm sâu ở đó là: "Ở miền quê người ta ít học, để dễ dàng cho những kẻ ngu si ấy, phải thay đổi cách cho dễ dàng hơn, thay đổi nhưng đều giống nhau cả, chỉ đổi cách viết thôi. Với những người có tâm hồn trống rỗng, có thể suy nghĩ kỳ lạ, sẽ được hạnh phúc. Thế nhưng người ta khó thay đổi, tiến đến chỗ ngu muội mà thôi, tâm hồn chẳng thay đổi và đây là chỗ được viết lúc Thân Loan ngu ngốc ở tuổi 85". Việc nầy được viết ở trong: "Nhứt niệm đa niệm chứng văn" là quyển sách gốc vậy.

Với lời văn nầy nếu giải thích có thể tốt hơn chăng? Với tác giả ở điểm nầy, lại một lần nữa giống như trong "Hòa Tán" đã do Ngài Thân Loan nói thẳng thắn bởi chính mình ở trong ý thức Thầy trò, là điều buồn, nhưng không thể không đọc tới.

Kết quả dầu tốt hay xấu qua văn tự nói về những người không quen biết, lòng trung thành của tâm ấy, lành dữ chữ nghĩa không cùng tận, thật là việc hình thức (với những người không có lý luận, lý giải, thường thì chỉ thuần túy tín nhận pháp của Phật A Di Đà; nhưng đối với tâm hồn của người trí thì lúc nào cũng chạy theo lý luận, rồi làm cho đánh mất tín tâm đi).

Việc thị phi, tà chánh đúng sai cũng không rõ, nếu nhìn việc nầy, chẳng có một chút tâm từ, tâm bi, thì sẽ trở thành danh lợi của người Thầy. (cái gì là đúng, cái gì là sai chẳng hiểu gì hết). Chúng ta những kẻ phàm phu mà còn phải trợ giúp cho những kẻ khác vì lòng từ bi không đầy đủ ở thân nầy, thì người ấy đối với việc Thầy trò gọi đáp là Thầy thì chẳng phải là điều xấu hổ sao?".

Tám mươi mùa xuân, Ngài Thân Loan đã qua khỏi, mà cũng đã gặp phải câu chuyện buồn bã bởi chính tự thân mình.

Tất cả mọi người tin theo lời dạy về năng lực của Đức A Di Đà Như Lai, nên đã niệm Phật, đã quảng bá rộng rãi việc chẳng có một đệ tử nào, tự mình cất giấu nơi tâm một cách sâu xa và Ngài Thân Loan ngẫu nhiên tấn công một cách vũ bão với ý thức của người chỉ đạo, với tác giả là một lời niệm ân. Đó là do ánh quang minh chơn thật của Đức Phật A Di Đà soi rọi, phải xác nhận một cách sâu thẳm như vậy và việc nầy cứ tiếp tục trôi qua cũng như tiến tới. Đó chính là ánh sáng chiếu soi của Bổn Nguyện chơn thật của Đức A Di Đà Như Lai, không còn nghi ngờ gì nữa cả.

Những việc như thế đối với tác giả đã phải phát hiện. Điều nầy chính là Bổn Nguyện Đức Phật A Di Đà đối với Ngài Thân Loan. Thế giới của niềm tin là thế giới được sinh ra như vậy. Việc giữa Thầy trò nếu có duyên thì được hình thành. Nếu không duyên thì xa lìa tan vỡ. Tuy giữa Thầy và trò không có sự liên hệ nữa. Với Thầy, sự xa lìa kia, người đi không cứu thì người khác nói; nhưng đó chẳng phải là sự ngộ nhận với người kỳ cục đó mà Ngài Thân Loan đã tường thuật lại như vậy.

Những điều ngộ nhận nầy cả việc niệm Phật lẫn niềm tin, mọi người đều tự mình hiểu một cách lẫn lộn là vật sở hữu và từ đó khởi lên.

Từ Đức Như Lai chúng ta được vây chặt bởi niềm tin; đó là một sự thật.

Ngài Thân Loan cũng đã phủ định một cách mạnh mẽ rằng: "Hiểu sai về việc được gặp".

SỰ LIÊN HỆ GIỮA THẦY TRÒ HƯ THỰC NHƯ THẾ NÀO?

Cho đến việc nầy thì vị Thầy không thể cứu được; nghĩa là ở thế giới vãng sanh chăng? Tuy vậy, dẫu cho chung quanh chúng ta có nhiều tôn giáo, nhưng cũng phải nói qua việc nầy. "Nếu lìa bỏ tôn giáo nầy sẽ sa vào địa ngục"; nghĩa là đối với những người "thối chuyển, bỏ đạo, thì sẽ bị Phật phạt". Đó là việc điển hình của sự dọa nạt theo quan niệm hình phạt của tôn giáo.

Những điều như vậy của tôn giáo đặc biệt không thay đổi được nhiều người, họ sẽ không tin nhưng với lời lẽ nầy bị trói buộc vào, nhiều người không thể thoát ra khỏi được. Lại nữa, khi cảm nghĩ đến nghi vấn của tôn giáo như thế, liền bị đánh bạt ra gồm cả sự bất an lẫn nỗi lo sợ và nhiều người đã trở lại Giáo đoàn kia. Tẩy não, giáo dục, bị khủng bố lo sợ, có cảm giác như vậy. Chẳng phải vì vấn đề hoằng dương Tôn giáo; ngược lại làm cho việc phát triển kia không lan rộng ra được nữa. Số lượng tín đồ của Giáo đoàn kia chẳng phải là việc quyết định giá trị của tôn giáo đó.

Tuy vậy, bây giờ "nhiều là việc tốt" như nhiều người nói, nhằm để khoa trương số lượng tín đồ. Chúng ta phải nên miệt mài cố gắng suy nghĩ về tôn giáo vậy. Nếu đối với Tôn giáo không quan tâm thì kết cuộc tình huống của tôn giáo ngày hôm nay tự chuốc lấy oán là điều cũng có thể nghĩ đến. Ở truyền hình có người ký giả nói tại một đài lúc sau cùng rằng: "Tôn giáo và việc dối trá chỉ nặng như một tờ giấy".

Nghe phát ngôn nầy ai cũng kinh hoàng. Mọi người rất ngạc nhiên khi nghe đến độ đo lường rất thấp của ký giả nầy như vậy.

Từ xưa đến nay cũng có nhiều người có hành vi lợi dụng tôn giáo để bán buôn dối trá, bất cứ thời nào cũng có người như vậy. Tuy nhiên nếu nói "Tôn giáo và sự lừa dối chỉ nặng như một tờ giấy" thì với những người sống một cách nghiêm trọng với tôn giáo ấy phải nói rằng đây là điều thất lễ vô cùng. Riêng bản thân tác giả biết rất nhiều người như vậy. Cách sống như vậy chúng ta cũng phải biểu hiện sự lưu tâm và với tác giả cũng nghĩ rằng thích sống như vậy. Ngoài ra phải tôn trọng cuộc sống có tính cách Tôn giáo và tác giả nghĩ rằng phải nên gìn giữ điều nầy .

Đại để ý nói: "Tôn giáo và sự dối trá nặng chỉ một tờ giấy" mà với Tôn giáo không nghĩ đến tình huống đó là vấn đề.

Cuối cùng ở chương nầy không nên quên điểm nầy. Đó là vừa bảo: "Không có một người đệ tử nào" nên Ngài Thân Loan đã quyết phủ định việc "Thầy và đệ tử". Ngài Thân Loan đối với Ngài Pháp Nhiên (Hoonen) Thượng Nhơn là "người tin tưởng" và gọi là "Thầy". Với tác giả ở đây thấy rất đẹp giữa Thầy và đệ tử như vậy.

Phía trước có đề cập đến việc không tạo ra sự liên hệ giữa Thầy và trò, mà đệ tử tạo ra sự liên hệ với Thầy. Kế đến việc liên hệ giữa cha con cũng như thế. Người cha thường hay nghĩ con là của riêng mình; còn con đối với người cha sinh ra mình là một cách khác, giới hạn hỗ tương và không mang lại hạnh phúc cho mình. Ngay cả việc giáo dục trong hiện tại cũng vậy và thế giới của Tôn giáo điều nầy cũng giống như thế. Nên Ngài Thân Loan đã viết ở chương sau cùng như sau: "Tự nhiên không thể thay đổi, mang ơn Phật, rồi mang ơn Thầy (có nghĩa là đạo lý tự nhiên-năng lực của Bổn Nguyện, nếu trở thành thì chính đó là ân Phật - nhận huệ ấy - hiểu) và lại phải biết ân của Thầy nữa".

Nếu xem kỹ cách sử dụng lời nói về cái "ân" của Ngài Thân Loan thì có hai loại. Một là ân Phật, hai là ân Thầy Tổ. Như cách nói: "Ân Đức của Như Lai là lòng thương rộng lớn, dùng thân nầy nghiền nát để báo ân. Ân đức của Thầy mình là cho sự hiểu biết dẫu chặt xương để tạ ân cũng nên làm". Đây là những câu nói thật là nổi tiếng. Thế giới và lời nói về "đệ tử không mang theo một người nào" thật ra thì từ đó có sự liên hệ giữa Thầy và đệ tử đã chiếu sáng sự liên hệ với nhân gian như đã tường thuật.

Con người và con người nếu sự liên hệ bị cắt đứt thì sẽ bị khô cằn khi sống, mà bây giờ thì việc nầy đã học từ Ngài Thân Loan được rất nhiều.

CHƯƠNG THỨ BẢY:
HÃY TÔN TRỌNG CÁCH SỐNG TỰ TẠI

SỐNG CUỘC ĐỜI ĐẦY Ý NGHĨA

"Mấy ngày trước đây có người gọi điện thoại đến và nói trong điện thoại như sau:

"Nằm ngủ mộng thấy ông Anh đã mất hiện về, thấy thần sắc không tốt lắm, có phải nên đọc kinh để được thanh tịnh chăng?".

Đầu tiên bà vợ của tôi (tác giả) tiếp chuyện và khi xong điện thoại sau đó thì nhỏ giọt (khóc) một mình rồi nói rằng: "Bởi tôi hoàn toàn không sợ cũng như cảm được việc nầy, nhưng nếu suy nghĩ về ý nghĩa thì biết đâu đây là hạnh phúc".

Phần tác giả tự mình "ừ! ừ! ừ!" và tin tưởng như thế. Những cuộc điện thoại như vậy tác giả thường hay bắt gặp. Điều nầy cũng có thể hiểu rằng những người đã mất làm cho nhiều người còn lại phiền não không ít chăng?

Những việc như vậy cứ đến, nào là tiền và lễ vật lo cho Tôn giáo cũng nhiều, nên sự hỗn loạn cứ thế càng sâu thêm. Chúng ta khi sống trên đời nầy luôn có nhiều khổ não. Người không khổ não chắc trên thế gian nầy không có một người nào. Đức Phật đã từng dạy rằng: "Cuộc đời là khổ"(có nghĩa là vấn đề trong cuộc đời của con người chẳng có gì thay đổi). Điều nầy ngược lại với "đời sống sáng sủa" hay "sống hạnh phúc".

Có vần thơ được viết rằng:

Cuộc đời là khổ

Sanh ra khổ

Già cũng khổ

Bịnh cũng khổ

Chết lại một lần khổ nữa.

Điều nầy mọi người trong chúng ta ai cũng muốn sống cuộc đời sáng sủa hơn, an lạc hơn, hạnh phúc hơn. Vậy hãy đi tìm thực chất của sự sống ấy thử như thế nào. Bề nổi của hạnh phúc, sự sáng sủa, sự an lạc v.v... thật thì cũng không có. Chơn hạnh phúc thật ra là điều khó nắm bắt, nên Đức Phật đã dạy như vậy.

Ví dụ như Ngài Thân Loan đã tán dương Đức Phật rằng: "Chơn thật minh" (nghĩa là một chân lý khi nghèo, lúc giàu, khi bịnh cũng như lúc mạnh khỏe, thường thì với đời sống của chúng ta, cách sống ấy là căn bản cội gốc), dùng để chỉ "cứu cánh y" (nghĩa là sanh mạng nương vào chỗ tuyệt đối), rõ biết chỗ nơi. Cuộc sống đầy lo sợ, hãy làm cho sáng sủa, hơn là chỉ bước đi và sống một mình. Phải xác tín và cho biết rằng cuộc đời chơn thật sáng sủa là phải nương vào sự cứu cánh. Sự sống như vậy ở chương nầy đã thuật lại như sau:

Những người nương theo lời dạy của Đức Phật A Di Đà để sống, không bị phương hại gì cả, chính cuộc đời của mỗi con người toàn là một cuộc sống đầy ắp sự tinh tế.

Chơn thật minh hay nương vào cứu cánh là cách nói khác về Đức A Di Đà Như Lai. Ngài Thân Loan đối với cách sống nầy đã chỉ rõ trong chương nầy và gọi là: "Một con đường vô ngại" đối với một kiếp nhân sinh.

SỐNG LÂU CHẲNG GIÀ LÀ HẠNH PHÚC HƯ ẢO

Tác giả được sống đến lúc 50 tuổi (sinh năm 1943, độ khoảng năm 1993) là một ân huệ không nhỏ, nhưng đa phần cũng bị dẫn vào sự mê hoặc mãi cho đến bây giờ, mà nhiều sự mê lầm ấy đã là một kinh nghiệm. Nếu suy nghĩ thì sự mê kia, làm cho khốn đốn khổ sở có những gì đó cũng chẳng phải là vô ý nghĩa. Sự mê mờ, sự sẩy chân và sự khổ não đối với chúng ta, tự thân của mỗi người theo tác giả nghĩ là những việc dưỡng thành, là chất dinh dưỡng tốt cho tâm hồn của mỗi người.

Theo tác giả nghĩ rằng việc mê lầm chẳng có gì để xấu hổ cả. Tùy theo từng việc mê, làm cho cuộc đời con người lắng sâu xuống, đồng thời cũng làm cho phong phú thêm lên. Hơn thế nữa sự mê mờ kia không phải chỉ là trò diễn kịch, phải được làm giảm bớt; nhưng đối với việc mê kia Ngài Wada Shigeshi (Hòa Điền Trù) đã cho biết như sau:

Nếu chạy đi tìm con đường

Chắc chắn sẽ có mê lộ

Việc cầu đạo ban đầu mê hoặc

Để không còn mê; nên được cứu giúp

Dẫu đến đâu cũng an vui

Tìm ra khỏi con đường mê Việc nầy có thể tin cậy được.

(không có điểm chung lúc cùng đi).

Thông qua cả cuộc đời trong lời dạy của Ngài Thân Loan để tìm cầu thì Ngài Wada đã nói về sự sống là: "An ổn trong mê mờ là sự tin tưởng". Với tác giả thì đây là một trong những điều căn bản cần thực hiện.

Tuy mê muội, nhưng không sợ. Vì đó chính là thế giới của chúng ta. Đó chính là thế giới của niệm Phật Chơn Tông mà từ Ngài Thân Loan đã dạy. Phần tác giả được đặc phái của Giáo Đoàn Bổn Nguyện Tự (Honganji) có được 1 tháng sang Hoa Kỳ. Đi khắp nơi để diễn giảng, nhưng đối tượng hầu như chỉ là những Hội Phật giáo và chùa viện có liên hệ với người Nhật. Tác giả cũng đã đến thăm nhà của các thành viên để dùng cơm. Có một bà cụ già, trên tường của phòng bà cụ ấy có dán lên đó một tờ giấy. Ở đó có để cập đến ngày quá vãng như sau:

Hạnh phúc hay bất hạnh cũng chẳng biết

Phía nào cũng hoan hỷ cả

Khi sẽ được giác ngộ.

Lời lẽ nầy từ xưa là những lời thường được nghe từ những người có niềm tin với Phật giáo. Bà cụ nầy đã sống với ngôn từ và lập trường của một người có niềm tin.

Với chúng ta, chẳng phải việc hạnh phúc hay bất hạnh, mà thường thì người khác có ra sao đi nữa, chỉ biết đến hạnh phúc của riêng mình mà thôi. Nếu chỉ vì vậy thì không nói làm gì, mà ngay cả với bạn bè, tôn giáo cũng thể hiện sự lợi dụng không chướng ngại đó, nhưng với cuộc sống của con người chúng ta thì nên nói như thế nào đây? Kết quả cuối cùng chẳng lấp đầy sự suy nghĩ, trong đó bị khủng hoảng cực độ (danh từ Stress nầy đối với Phật Pháp dùng để chỉ cho sự khổ bách) sẽ rơi vào việc mất đi cái thấy của chính bản thân mình. Thời hiện tại chính là chỉ ở trong thời đại xấu ác đó.

Ý nghĩa của việc giải thoát cuối cùng cho chính tự thân nương tựa vào sự tuyệt đối và thoát khỏi sự mê mờ của luân hồi. Nhiều người khổ não, muốn chạy tránh con đường xấu ác nên đã chạy theo Giáo Tổ của Um Chơn Lý Giáo, duy nhất chỉ nghe theo tiếng gọi từ trời của một người và tự xưng chính mình, lấy đi nhiều tiền của, chỗ nầy chỗ kia các tòa án đã xét xử sự dối trá đó. Với pháp cho người bị cáo là Ngài Phước Vĩnh Pháp Nguyên, đại biểu cho Hoa Tam Pháp Hành. Lại nữa khi khảo tra về hình thái của tự thân thì thấy chủ trương về "định thuyết". Những việc nầy được phổ biến ra không có tính cách khách quan, nên Cao Kiều Hoẳng Nhị đại biểu cho quyền nầy cũng cho thấy sự nguy hiểm.

Ồ! Chẳng phải chỉ là việc nầy, mà từ trước lúc chiến tranh, vì tìm cầu hạnh phúc; nên đầu tiên cũng đã đề xuất việc gửi tặng tiền bạc. Tuy vậy cũng có nơi nói rằng: Nếu hiến tặng tiền bạc nhiều sẽ được phước lớn, nên cả hằng 10 năm như thế tài sản chứa đầy và Giáo đoàn trở thành đầy tiền của. Sự nguy hiểm của việc nầy qua lời dạy đã ở chỗ tận cùng thông đồng với nhau về tiền bạc, tánh độc thiện (làm lành một mình) và tánh bế tỏa (cấm đoán, phong tỏa).

Cả 3 mục nầy được ghi nhận vào tai mắt của mọi người và với sự khuyến khích nầy đã có nhiều người làm cho con người trở nên khó xử. Việc nầy qua đó có thể rõ biết được. Tuy vậy để cho việc nầy trở thành không tái diễn nữa, chắc hẳn không phải là chuyện dễ chút nào. Cũng có thể tăng hay không giảm thiểu được là điều ta có thể dự đoán đo lường được. Vì sao vậy? Bởi lẽ đối với con người việc trước mắt là có nguyện vọng hạnh phúc và bất lão trường thọ, điều nầy thuộc về tánh không tự giác vậy.

"Bất lão trường thọ" gọi là một hạnh phúc là điều thấy nghe hư ảo, dưới cái nhìn của thế giới Phật Pháp. Cả tuổi trẻ lẫn sức khỏe cùng trường thọ là một trong những điều kiện mà con người mong cầu trong đời sống, nhưng không phải là mục đích. Nhưng với trong hiện tại việc không thể vượt khỏi điều kiện, chẳng phải là thời đại hiểu sai mục đích chăng? Với tác giả thì mong rằng đối với những việc nầy phải tự giác vậy.

Lòng mong ước của chúng ta đối với cuộc sống nầy là một cuộc sống vô ngại, cuộc sống tự tại, ta chính là ta, ta chính là cuộc sống của chính mình để sống vậy.

SỰ MỀM YẾU CỦA CHÚNG TA VÀ XÃ HỘI

Vô ngại có nghĩa là tự tại (sai khác với chữ tự do). Trong nầy chữ ngại có nghĩa là trong cuộc đời của mọi người đều bị những chướng ngại vật, lại cũng có nghĩa là điều suy nghĩ của tự thân không như ý. Nếu nói một tiếng thì dẫu cho có gặp việc già, việc bịnh, việc chết, sự biệt ly đi chăng nữa thì những gì như chúng ta mong muốn, chắc cũng không thể trọn vẹn hết được.

Tự thân của mỗi người phóng khoáng, hay sự suy nghĩ không giống như mình mong muốn, hay trạng thái suy nghĩ của chính mỗi người không thích hợp, với Phật Pháp gọi đây là khổ.

Người vợ (chồng) của mình, con cái, bạn bè, người đồng liêu v.v... sự suy nghĩ của chính mỗi người giống như điều mình nghĩ, là điều chẳng thể được. Tuy nhiên những việc mong đợi muốn xảy ra như thế, mà bị phát tán như pháo hoa. Điều nầy giống như chung quanh của chúng ta có vô số những sự khổ như thế tại sao chúng ta lại vô ngại (tự tại) để sống được? Với chương nầy đã chỉ rõ ra "Người niệm Phật là người trở thành con đường vô ngại", (cuộc đời của con người được sanh ra bởi sự chân thật của Đức Phật A Di Đà, nên không ngại).

Có nhiều người dịch: "Một con đường của sự vô ngại" là "con đường lớn của sự tự do tuyệt đối". Đơn giản chữ vô ngại không có nghĩa là sự tự do. Với tác giả trước đây cũng suy nghĩ vô ngại là sự tự do, nhưng thật ra điều nầy không đúng. Tự do có nghĩa là tự mình không bận rộn, chính năng lực của mình làm sao chinh phục được thế giới nầy. Mặt khác vô ngại nghĩa là đối với điều kiện xấu ác của tự mình, cũng chẳng phải để lấy đi được cái xấu ác bận rộn của thế giới, mà con người sinh sống trên hết chẳng thể lấy đi được cái bản chất, hãy tự giác và việc nầy cùng với sự vượt lên trên cuộc sống của thế giới là một điều tốt đẹp vậy.

Bình thường với chúng ta, sự tốt đẹp hay xấu xa, việc thiện cũng như việc ác, kẻ hiền cũng như người ngu, việc đúng hay việc chẳng đúng... những việc có tính cách đối lập nầy đều không thể thấy biết hết được. Đồng thời việc đẹp đẽ, thiện lương, hiền ngu và chánh tà trên thực tế là sự xa rời. Ở đó việc đẹp xấu không biết đã có bao nhiêu lần tự mình phân chia ra rồi đã chẳng hỏi với thế giới. Đẹp, thiện, hiền, chánh nói về tính cách toàn diện là sự khẳng định. Ngược lại ngụy, ác, ngu, bất chánh hầu như là sự phủ định, nhìn cách khác thì không thể có được.

Điều nầy có tính cách nhị nguyên qua cái nhìn. Thế nhưng với Phật Pháp thì đơn thuần như thế về việc thấy nghe không tin dùng hết được. Đây gọi là cách hiểu riêng và sự chú ý của: "con mắt bởi chính mình". Ngắn gọn là những biệt thức (cách nhận thức riêng) nầy là kết quả của sự phân biệt, không thể sai được.

Điều tác giả muốn nói là cách mà con người của chúng ta suy nghĩ, trên thực tế thì con người bị sự sai biệt rồi tác dụng rộng ra ngoài xã hội là những việc như thế chăng? Đơn thuần về việc thiện của con người cũng như việc ác của con người, tự thân của con người có chuyện làm được, mà cũng có việc không thể và con người bị xã hội phân biệt ra và tác giả cũng muốn rằng phải chú ý đến những điểm bị cướp đoạt bởi năng lực có tính xã hội đó. Với xã hội của chúng ta trong hiện tại đã đánh mất đi năng lực ấy. Việc nầy không phải là không có sự liên hệ vậy.

Phật Pháp nói việc vô ngại với thế giới có đề cập đến "Sanh tử tức Niết Bàn" (sống chết là Niết Bàn). Đây là ngôn ngữ hơi khó nhưng tác giả sẽ cố gắng giải thích vậy. Vô ngại có nghĩa là lập nên tính cách tương đối (ví dụ như sanh và tử; trẻ và già; khỏe và bịnh) cuối cùng không đối lập nhau. Từng điểm một ấy sẽ phát hiện ra ý nghĩa để sanh về nơi điểm cao của thế giới. Ý nghĩa của việc trẻ trung cũng có; ý nghĩa của sự già nua cũng có, sanh cũng như tử đều có ý nghĩa được tôn trọng.

LÒNG TIN - MỘT SỰ SẢN SANH MỚI CỦA TA

"Sanh tử tức Niết Bàn "nghĩa là cái mê ấy nguyên vẹn như vậy để ngộ ra được. Có thể nói như vậy cũng nên chăng? Giữa mê và ngộ ý nghĩa có sự sai biệt, nói sao cho hết; nhưng việc đại sự là xa lìa cái mê ấy là sự thật, thì việc ngộ đó về thế giới không phải vậy.

Chúng ta phải niệm ân việc được sinh ra trong cuộc đời nầy, chịu khổ đau có đó; nhưng khi chúng ta vượt qua khỏi được sự khổ đau kia thì niềm vui to lớn chẳng hiện ra sao? Sự khổ đau, sự buồn tủi nếu không có thì hạnh phúc và niềm vui chẳng có ý nghĩa gì cả.

Thơ của Ngài Thiền Sư Viễn Đằng Thái đã viết rằng: "trong bùn dơ (cái khổ của con người) luôn có hoa sen trắng nở rộ". Bạn bè và sự gây gổ, miệng lúc không nói lời lên án, sự buồn tủi kia, ai có thể hiểu cho được một cách sâu xa? Những khi không có người, thì ai là người tốt để nghĩ đến được?

Lại nữa giữa cha (mẹ) và con cái ít khi hòa thuận và khi nghĩ đến hạnh phúc thì hỗ tương nhau, như vậy giữa cha (mẹ) và con cái dẫu sao đi nữa cũng sẽ yên vui. Tuy nhiên những vấn đề nầy khi được giải quyết thì ở nơi đó sẽ sáng ra và thế giới của niềm vui lại chợt hiện. Điều nầy khi hỗ tương như vậy thì đối phương sẽ không phủ định; ngược lại nếu kẻ kia còn như thế, phải tạo nên duyên lành và từ đó chuyển hóa phương hướng tùy theo tình huống nữa để trở thành một thế giới vô ngại. Nên niệm ân cái duyên ấy. Với Ngài Thân Loan thì cho rằng đó là năng lực chơn thật của Đức Phật A Di Đà.

Hiểu biết rộng hơn ở phần mở đầu của tác phẩm của Ngài Thân Loan đã tường thuật rằng: "Hãy làm cho mọi người được hạnh phúc, theo lời dạy của Đức Phật A Di Đà thì tất cả các việc ác được chuyển hóa bởi năng lực của cái thiện" (trong Giáo Hạnh Tín Chứng) nghĩa là (Viên dung chí đức gia hiệu là cái đức chuyển hóa cái ác thành ra chánh trí). Niềm an vui ấy chính là sự thông qua việc bi thương và cùng trở nên to lớn.

Nếu làm được vậy thì không chừng cũng có thể nói rằng sự bi thương sầu khổ kia là nguyên động lực của sự an vui vậy.

Bây giờ có rất nhiều người kể đến sự buồn thảm, làm sao đây? Hãy dưỡng dục nó và mong rằng làm cho ấm lên. Tiếp đến là cảm ơn cái duyên đã chuyển hóa sự buồn khổ ấy. Hãy cảm ơn nhân duyên kia, với Ngài Thân Loan thì nói rằng: Đây là năng lực chơn thật của Đức Phật (năng lực của Đức Phật A Di Đà = tha lực). Ngài Thân Loan đã sử dụng ngôn ngữ chuyển thành.

Chuyển có nghĩa không phải là làm cho tội ấy bị tiêu diệt để trở thành cái thiện (Phật A Di Đà là vị mà đối với tội cũng như việc ác, sự khổ não, sự buồn rầu, không cần phải bài trừ, mà tội ấy tạo thành công đức và sự buồn khổ kia sẽ chuyển hoán thành niềm an vui).

Ngài Thân Loan thỉnh thoảng nói rằng: chuyển ác là cái đức với trí tuệ chánh đáng, chính là bản thể của Đức Phật A Di Đà. Cũng có thể nói là từ cái ác chuyển thành thiện. Đây chính là ý nghĩa vậy.

Đặc biệt đối với Ngài Thân Loan thì người niệm Phật được lợi ích, trong nấc hạng thứ ba "ác chuyển thành thiện là sự lợi ích". Có nghĩa là tội lỗi và sự buồn khổ cứ nguyên vẹn như vậy trở thành thiện với thân ta do được thêm lên và điều nầy cũng nên chú ý. Cũng có thể nói rằng đây là sự cứu độ với yếu tố thấp, tội ấy gồm những sự phiền não được chuyển đổi, cuộc sống của con người với sự sầu bi, khổ nạn v.v... chuyển đổi trở lại. Ở nơi đó cả việc sợ hãi, cũng như chửi bới giận dữ không còn nữa. Điều còn là sự mở rộng ở trước mắt một con đường to lớn của chính mình. Con đường ấy được chiếu sáng bởi ánh sáng trí tuệ của Phật mà theo chữ nghĩa là: "Con đường vô ngại của kiếp nhân sinh". Đó chính là con đường niệm Phật vậy.

Đúng như Ngài Thân Loan đã nói rằng: "Tín tâm của hành giả chính là Thiên Thần cũng như Địa Kỳ phải kính phục; ma giới , ngoại đạo cũng không là chướng ngại" (Người được sanh ra bởi năng lực chơn thật của Đức Phật A Di Đà, có nhiều người được cảm nhận như vậy. Những người nầy đối với những vị Thần Linh giống như ban ngày; nên thời gian sợ hãi hầu như được giải phóng ra khỏi). Ngoài ra "cả tội ác và nghiệp báo cũng không cảm thấy bị tác động và các việc thiện dần hiện ra" (chính sự sống của mỗi người, sống trong sự giác ngộ tỉnh thức. Đối với những kẻ niệm Phật, trước mắt không thấy những sự sợ hãi, lo ngại mà một lòng hướng đến tâm thức không bao giờ bị cướp đoạt. Lại nữa dẫu cho có gặp việc tốt hay ngay cả việc chìm đắm cũng không có và tự sống bởi cuộc đời của chính mình).

Câu chuyện đã thuộc 800 năm về trước bởi những người đã đi bộ như thế đối với tác giả là một điều khó tưởng tượng nổi , có thể nói rất là cảm động. Ở một ngày nào đó bị mây che phủ, trời không trong; nên đã cầu nguyện, hội đàm với những người có quyền lực về bệnh tình của mình; kéo theo nhiều quần thể Tăng lữ và những người nầy cần họ đọc kinh để được khỏe mạnh, nên Ngài Thân Loan đã than lên rằng: "Phật Pháp đã mất rồi, Tăng lữ và mọi người trên thật tế là như vậy" rất buồn thương cho đất nước của chúng ta bây giờ cả đạo lẫn tục đều như thế cả".

Kết quả như bây giờ, Phật giáo là một tôn giáo như thế nào đây? Có khác với Phật giáo của hơn 800 năm về trước chăng? Theo tác giả nghĩ thì bản chất chẳng khác nhau là bao nhiêu. Theo Ông Lâm Trúc Nhị với một cách nói khác rằng: "Học hỏi có nghĩa là phải làm sao thay đổi được bên trong bởi chính mình". Bản thân của tác giả trong sự học Phật Pháp, phải trải nghiệm Phật Pháp và phải tự mình biến đổi tư cách, đó mới là kết quả vậy.

Những người có niềm tin thì nhân gian sẽ sản sinh ra những cái mới mà theo tác giả cũng có thể gọi đây có ý nghĩa là sự tái sanh vậy.

Cuối cùng thì Ông Kiết Giả Tú Hùng đã nói ai là người đã viết nên Thán Dị Sao, cũng nói là thơ vật đó không liên quan gì đến Ngài Thân Loan cả, tác giả đã tra cứu tìm cầu quyển sách nầy, để được sống với nó và viết lại để giới thiệu. Ông Yoshino (Kiết Giả) đã viết một quyển sách về Thán Dị Sao, dùng cả năng lực để viết quyển sách nầy. Ngoài ra Thán Dị Sao cũng là một cuộc sống để học mà tác giả muốn xác nhận rằng đây là một quyển sách giáo dục về cuộc đời.

Đã được chỉ định là tối trọng văn hóa tài, quyển Thán Dị Sao điều đó không sai chút nào. Lại nữa nếu suy nghĩ kỹ thì tâm thức của Thán Dị Sao sẽ vĩnh viễn bị dừng lại.

CÁI TÔI KHÔNG TỒN TẠI NƠI THÂN LOAN LUẬN

Hãy chỉnh lại một tí thử xem sao. Ở chương nầy được gọi là: "Việc tin tưởng lời dạy của Đức Phật A Di Đà là quan trọng. Nam Mô A Di Đà Phật, xưng tán để được cứu độ là việc làm không đúng của con người. Đó chính là tự lực, dị đoan".

Ngài Duy Viên, với sự ngộ nhận ấy đã thuật lại rằng: "Lời dạy của Đức Phật A Di Đà về tiếng niệm Phật là việc cần suy nghĩ như bên trên, từ việc nầy đã bị ngộ giải khởi lên, lời dạy ấy là một trò tinh nghịch, chẳng phải có tính cách quan niệm".

Có lời rằng: "Đuổi theo con hươu sẽ chẳng thấy người thợ săn ở núi". Chỉ tìm cầu truy đuổi theo con hươu mà không để ý đến núi rất nguy hiểm. Việc nầy có nghĩa là chỉ cố chấp theo lập trường có tính cách Tôn giáo của chính tự thân, thật quá nguy hiểm.

Lời dạy của Đức Phật A Di Đà tùy theo năng lực mà cứu vớt, không phải tùy theo cách niệm Phật xưng tán; nghĩa là chẳng phải lúc đương thời, mà cho đến hiện tại. Ngài Thân Loan nói về thế giới thâm sâu của Đức Phật A Di Đà cùng cảm thông hiểu biết, nhưng Nam Mô A Di Đà Phật từ cửa miệng là xấu hổ, trí tánh của ta không tha thứ cho nhiều người như vậy.

Tác giả có người bạn thân nói rằng: Ngài Thân Loan là nhà bác học khuynh đảo sâu sắc. Khi gặp người nầy, thật là có tài hùng biện vui vẻ triển khai về Thân Loan luận. Tuy nhiên lúc nào cũng bình luận về điều kia. "Tự ngã" chẳng có ở đâu cả. "Ngã" không có mặt ở A Di Đà Phật luận, Thân Loan luận, đã thấm nhuần ở đâu vậy?

"Việc dạy cho niệm Phật là sự chơn thật chăng?" (Chương thứ 2) nghĩa là câu hỏi đối với việc cuốn chiếu, Thân Loan vẫn yên lặng, Thân Loan nghe...

Đã được nói như vậy. Niệm Phật đối với anh, với người kia, đối với người nầy, mang ý nghĩa như thế nào? v.v... với tác giả chẳng bao giờ suy nghĩ đến. "Đối với Ngài Thân Loan thì niệm Phật hầu hết là Pháp chăng? Là ngụy pháp chăng? Những ngôn từ như vậy cái nào cũng được cả. Việc cần thiết là với ta, sự khổ não của nhiều người, đối trước sự thật, thẳng tiến sanh về có được chăng? Theo lời dạy nầy, năng lực của tự thân ta có thể nung nấu được chăng? Những việc như thế đối với tác giả là vấn đề".

Ở đây "khởi lên nơi Thân Loan" là ngôn ngữ ở trong" Thán Dị Sao" trước tiên đập vào tâm thức của tác giả. Tác giả đã ghi lại ngôn ngữ nầy một cách trân trọng. Điều nầy, người theo Chơn Tông là Sư Nhi Ngọc Hiếu Dương nghĩ rằng:

Thực tại suy tư lìa xa tự ngã A Di Đà Phật là quan niệm, là ấu tưởng, là ngẫu tượng.

Thực tại lìa xa Đức A Di Đà Phật suy nghĩ về tự kỷ, tự ngã, độc đoán, là điều vọng tưởng. (theo Chánh Tín kệ hưởng lưu)

Nếu nói để trở thành ta thì "không thông qua cuộc sống của ta, để lý luận đơn thuần về việc lý giải A Di Đà Phật, cũng giống

như chuyện cổ tích mộng mị, chẳng khác gì việc có tính cách trừu tượng. Lại nữa việc chơn thật không thông qua tự mình thì tương ưng với cá nhân chủ nghĩa, chỉ tự kỷ được tuyệt đối hóa, đã có nhiều người nghĩ sai lầm như vậy". Không biết là bổn ý của Sư có hợp hay không, không phê phán, nhưng tác giả sẽ giải thích như thế nầy.

Lời dạy của Đức Phật A Di Đà chăng? Việc nghị luận về sự niệm Phật bị ngộ nhận, thỉnh thoảng Ngài Thân Loan cũng có tường thuật lại. Ví dụ như: "Dẫu cho có tín tâm, chú tâm sâu dày niệm danh hiệu, lại hướng về danh hiệu để niệm, tín tâm mỏng thì việc vãng sanh theo chí nguyện được chăng?" (có một lá thư về việc có Đức Phật A Di Đà). Lại nữa "Tín tâm chơn thật là niệm danh hiệu Phật một cách đầy đủ (tất yếu)" (theo Giáo Hạnh Tín Chứng).

Việc gặp được lời dạy chơn thật, tâm thức vui mừng, việc vui mừng ấy biểu hiện qua việc niệm Phật Nam Mô A Di Đà Phật. Lời dạy (Bổn Nguyện) và Niệm Phật và sự cắt rời, chẳng thể. Pháp của Đức Phật A Di Đà là cả hai mặt. Lời dạy của Thân Loan thì thích, nhưng niệm Phật còn nhiều người ngờ vực. Tuy nhiên, điều nầy với Ngài Thân Loan chẳng ưa thích mà lý tánh của tự kỷ hợp với tri tánh mà Ngài Thân Loan sùng bái chăng? Niệm Phật là lý tánh tri tánh dao động, tâm thức nương vào nơi chơn thật thì việc đại sự là việc gì vậy? Những câu hỏi như vậy đã lôi cuốn tác giả.

Niệm Phật là đánh thức sự băng hoại, tiếng nói của sự yên lặng tuyệt đối, sinh sản ra âm thanh của việc đản sanh tự kỷ (Niệm Phật có nghĩa là quan sát sâu xa và cá nhân chủ nghĩa của ta và kêu gọi vĩnh viễn, đồng thời đản sanh cái ta mới). Đó là những lời của người đi trước mà tác giả xem là một đại sự.

CHƯƠNG THỨ MƯỜI HAI:
CON NGƯỜI SỐNG VỚI SỰ HỌC VẤN

VÌ SAO CHÚNG TA PHẢI HỌC?

Người thân thường bảo với con trẻ rằng: "Hãy dậy sớm, hãy dùng sáng sớm, hãy đi đến trường sớm".

Khi ở trường về lại nghe: "Hãy làm bài tập sớm, hãy đi tắm sớm, hãy đi ngủ sớm". Người lớn tiếp tục nói với con trẻ những lời như vậy. Bề nào thì cha mẹ cũng có ý lo cho con cái. Còn tự mỗi người thì chẳng thể bước ra khỏi thế giới của con người, mà chắc chắn một điều là sẽ dễ bị bẻ gãy.

Nữ sứ Theresia đã nói rằng: "Chúng ta đã đánh mất đi những nụ cười vi tiếu, để đổi lấy những sự dung túng". Gia đình của chúng ta so với chiến trường thì như thế nào đây? Chúng ta lúc nào cũng phải chạy theo một cái gì đó và khi truy tìm những việc như vậy cũng có nhiều việc không để ý đến cũng không chừng.

Tại sao phải đi học? Tại sao phải học bài? Tại sao phải sống? Đó là những câu hỏi căn bản mà mọi người đã quên bẵng đi. Lại nữa nếu có người mang ra hỏi những câu như vậy thì sẽ bị đẩy cho xã hội, đứa con ngoan hiền và ngay cả chúng ta là những người lớn đều rõ biết. Thế nhưng những việc nầy, tất cả đều bị tổn thương.

Đa phần chỉ quan tâm hỏi về sự sống và sự sống ấy bám chặt vào xã hội; nhưng bây giờ ở xã hội nầy, con người lúc nào cũng có vấn đề để thấy sự đặc thù và xa rời thực tại.

Có chùa đã viết thông báo như câu chuyện sau đây:

"Hãy đừng chơi game nhiều, mà hãy lo học bài/học để làm gì?/Những người không chịu đi học, mà vẫn ghi tên ở trường thì không nên/trường nào là trường tốt đây?/học trường tốt, nếu có chỗ làm tốt, sẽ trở thành người lãnh đạo vĩ đại/Mẹ thì bảo rằng: Dẫu cho có thành người lãnh đạo, thì con người cũng phải chết/ không phải là người lãnh đạo tốt, nhưng cũng có đám tang tổ chức tốt đẹp/A! Đã hiểu rồi, bà mẹ nghĩ, để có đám tang tốt đẹp nên bắt con phải học giỏi".

Có chỗ nào không bình thường chăng? Tuy nhiên hầu như cuộc hội thoại nào cũng xảy ra như vậy, bởi chỉ lo chú ý những điều như vậy thôi. Sau đó thì chúng ta cũng muốn biết rằng bà Mẹ nầy đã nói gì tiếp với đứa trẻ. "Ừ! mà đứa trẻ nầy chỉ lý sự lại, chẳng phải là đứa con ngoan", mà điều nầy "thật như vậy đó, chẳng biết tại sao phải học hành? Hãy cùng nhau suy nghĩ vậy", với tác giả chẳng hiểu gì cả. Hẳn nhiên, sẽ được nói rằng: "Mà! Đứa trẻ nầy". Nếu chẳng là vậy, thì là người mẹ đáng yêu.

Lúc ông Thầy dạy tiểu học bảo học sinh rằng: "Hãy học đi" và được hỏi lại rằng: "Học để làm gì nào?" và được nghe rằng: "Không muốn trở thành vĩ đại sao?" trả lời một cách không suy nghĩ như vậy. Rồi thì: "Một người vĩ đại là một người như thế nào?". Cơ hợi nầy Thầy giáo trả lời rằng: "Như Ông Tổng Lý Đại Thần đó! (tương đương với chức vụ Thủ Tướng)". Đoạn những người học trò bảo rằng: "Vì con không muốn trở thành Tổng Lý Đại Thần, nên không học". Đã ghi lại hai sự đối thoại với nhau như vậy, nhưng dẫu cho phía nào đi chăng nữa thì phía đứa trẻ nầy có vẻ thắng thế hơn".

Trong chương nầy nói về việc học là phải học như thế nào đây? Đặc biệt là tín tâm cùng học vấn. Sự sống có nghĩa là sự học hỏi và sự học ấy nên học như thế nào là chủ đề của chương nầy.

KHI ĐÃ NỔI TIẾNG THÌ KHÔNG THỂ NHÌN RA NGƯỜI KHÁC ĐƯỢC NỮA

Trong chương nầy câu văn rất dài, dùng để chỉ ra những việc cần thiết, trên hết là vấn đề đời sống của chúng ta, điều gì là điều quan trọng, sẽ xin nói rõ và chỉ bày một cách kỹ càng. Ở nơi đó:

Kinh điển và những vị cao Tăng viết, dịch những sách vở nếu không đọc tụng và xem đến thì sự cứu độ có tính cách tôn giáo sẽ không có được, như thế đó nhưng vẫn có nhiều sự ngộ nhận xảy ra như thường. Tại sao vậy? Theo lời dạy của Đức Phật A Di Đà thì tất cả mọi người đến với thế giới nầy, chúng ta đón nhận lời dạy ấy và nương tựa vào trí tuệ tùy theo từng hoàn cảnh và ngoài ra trên thực tế thì với sự học vấn nào là tất yếu vậy. Sự thật với đạo lý nầy những người không hiểu, có học vấn thâm sâu đi nữa, thì cũng không rõ biết hết được tấm lòng của Đức Phật A Di Đà. Tuy nhiên, nếu chỉ đọc không hay có học vấn đi nữa mà không theo dõi ý nghĩa của kinh điển thì điều nầy thật là một sự phí sức vậy.

Đặc biệt cũng có lời dạy khiến cho tác giả vẫn còn lưu giữ nơi ngực của mình như: "Đọc kinh sách giải nghĩa, nhưng Thánh Giáo (sách kinh) ấy nếu hiểu rõ được ý chính rồi thâm nhập vào tâm thức là điều kiện, mà đôi khi cũng trở thành bất tiện".

Ở đó chúng ta đối với cuộc sống nầy chỉ vì cứ tiến lên vì sự sống, việc gì là việc chẳng cần đến, việc gì là việc tối cần thiết, sẽ được chỉ dẫn ở đây. Nơi Thánh Giáo có nói rằng: "Việc không cần đến là việc gì? Điều nầy, chỉ có một việc". Ngài Thân Loan đã nói: "Duy ấy chính là chỉ một việc của tâm, không phải là hai việc cùng lúc". Chữ duy ở đây có nghĩa là chỉ "một người" duy nhất như vậy.

Con người "sinh ra một mình, chết đi một mình, đi một mình, đến một mình"; hơn thế nữa "không ai thay thế được" là điều hiện thực mà chúng ta đang đứng đây để tìm cầu cái không là gì hết đó, rất là quan trọng, theo tác giả nghĩ như vậy. Điều nầy chẳng phải là vấn đề học vấn, cũng chẳng phải vấn đề danh dự, mà là "độc sanh độc tử" và ta đây chính là bản thân của mỗi người, là sự chơn thật chi phối bởi "lời dạy" ấy là điều có thể nói như vậy.

Việc học trở nên quan trọng như vậy. Tuy nhiên, cách học lại quan trọng hơn. Khi chúng ta học, chỉ biết học để trở thành nổi tiếng cho chính mình là hết. Tri thức và sự giáo dưỡng thâm nhập vào, nhưng trên thực tế thì đã làm cho chúng ta xa rời bởi chính mình.

Ngài Thân Loan Thánh Nhơn đã than lên một cách bi thảm rằng: Học, học để trở thành vĩ đại và chẳng biết mình là ai, ngay cả những người rõ biết Phật Pháp cũng muốn trở thành con người nổi tiếng. Lại nữa điều nầy chẳng liên hệ gì với chính mình và sự học đó không nên học ở tương lai, mà đa phần người học Phật Pháp sâu xa cũng có nữa. Ngài Thân Loan là người như thế đó. Trở thành người nổi tiếng trong thế gian, thực hành điều thực tiễn, người được mọi người trong thế gian tôn kính, đó có thể nói chính là Tự Lực Thánh Đạo Môn, là người tuyệt vời với con đường của Phật vậy.

Mặt khác những người sống với lời dạy của Đức Phật A Di Đà trong thế giới nầy, chẳng phải để trở thành con người vĩ đại, cũng chẳng phải khuyến khích làm việc lành, để trở thành con người được nhân gian tôn kính. Hơn thế nữa, hãy cảnh giác với hình tướng thật của tự ngã, đi đến đâu cũng cúi đầu xuống để sống với thế giới. Ngài Thân Loan thì với việc của bản thân thì tự đặt cho mình là: "Ngu ngốc Thân Loan". Với chỉ một điểm nầy, chúng ta phải tỉnh ngộ điểm sâu xa liên quan về chính mình, mà ta đã đánh mất. Khi chúng ta đánh mất ở một điểm nầy thì tất cả mọi việc sẽ không thấy được, mà theo tác giả nghĩ rằng phải tự giác vậy.

NHỮNG NGƯỜI SỐNG VỚI CHƠN TÔNG (TỨC TỊNH ĐỘ CHƠN TÔNG)

Ngài Thân Loan đã chỉ ra rằng: "Người phàm phu có tâm nhỏ hẹp thì không dễ tu Chơn Giáo, kẻ ngu độn không dễ có lối tắt để được vãng sanh. Bậc Đại Thánh suốt đời dạy dỗ, với biển công đức nầy khó che khắp" (giải thích thêm: Người người đều sống trong cuộc đời phiền não, việc làm xấu ác của chúng ta an tâm như vậy mà sống trong thế giới của Đức Phật A Di Đà, sự ngu muội ấy không đeo vào lưng và giữ nguyên như vậy, mang đến con đường hạnh phúc gần kề, là lời dạy của việc niệm Phật. Với lời dạy nầy, Đức Thế Tôn đã nói rằng: Ở trong tất cả lời dạy ấy là những lời dạy rốt ráo vậy. Vì sao thế? Đức Thế Tôn với tất cả mọi người đều cứu độ, là để tài của cuộc sống).

Ở đây Ngài Thân Loan, chính việc của mình thì gọi là "phàm tiểu", cũng gọi là "ngu độn". Đồng thời có phải là "phàm tiểu" hay "ngu độn" chăng?, mà chúng ta có thể nói rằng đây là một đại danh từ để chỉ cho chúng ta. Thế nhưng "phàm tiểu", "ngu độn" chỗ nào vậy? Chúng ta luôn đứng trên lập trường là kẻ hiền nhân ưu tú, theo tác giả nghĩ rằng đây là điều ngộ giải có tính cách căn bản.

Với việc "phàm tiểu"và "ngu độn" là chúng ta thì chẳng thể cứu được kẻ có học và sự tu hành chăng? Con người, sự học vấn và tu hành, hoặc giả đơn thuần cái tâm ấy, chẳng được cứu vớt đầu tiên. Việc nầy Ngài Thân Loan đã chỉ ra rõ ràng rồi.

Mãi cho đến bây giờ chúng ta đã gặp được nhiều người, tuy chúng ta đón nhận cuộc sống nghiêm ngặt, đứng trước thực tế ra sao, chúng ta có thể sống sáng suốt chăng? Là động lực cho nhiều người. Những người như vậy, họ đã mang theo nhiệt tâm về lòng tin trong đó. Với trường hợp của tác giả, thông qua Ngài Thân Loan, là một trong những người sống với đức tin về Phật A Di Đà. Thế nhưng với những người như thế đối với tác giả, là những người có niềm tin thật là mạnh mẽ, vững chãi thay đổi, được cảm nhận như vậy.

Cuối cùng có thể nói rằng khi chúng ta xem đến lịch sử hơn 800 năm của Chơn Tông, sự duy trì được niềm tin ấy, thường chỉ nghe đến trong sự sinh hoạt của đời thường, ở trong sự khổ đau của mọi người, mà chúng ta phải duy trì để sinh sống vậy. Chẳng phải là người thuộc về tôn giáo học giả, cũng chẳng phải là Tăng lữ, đối với những người hay tiếp tục nghe đến Phật Pháp trong thường ngày, thì cuộc đời và cách sống của Ngài Thân Loan, theo tác giả là niềm tin được gắn bó đối với Đức Phật A Di Đà.

Có vị Thầy đã tập trung người đến nghe Pháp tại chùa và khi đối trước mọi người, ông ta đã suy nghĩ cũng như viết lại rằng: "Quý vị vì mục đích gì mà đến đây vậy?". Với tác giả cũng ngạc nhiên và tự hỏi rằng: "Với mục đích gì?" mà đến chùa vậy? Có phải "đến với mục đích để nghe Pháp chăng?" Chắc hẳn rằng cũng đã có nhiều người xác minh được câu trả lời nầy rồi.

Với chương nầy thì với mục đích gì mà có Phật Pháp, vì sao lại phải học? Với ta, niềm tin là gì vậy? Những việc như thế được hiển thị nơi đây.

Chẳng phải học vấn là vì tiếng tăm, sự lợi dưỡng mang nặng vào cuộc sống chăng? Để được vãng sanh là việc khó mà Chứng Văn đã đề cập đến. (Giải thích thêm: Nếu người có học mà ngộ giải, thì sự học vấn kia với chính mình là vì sự nổi tiếng, cuối cùng cũng chỉ để được có tiền nhiều. Những việc hiểu lầm như vậy thường kỳ quái, mà cứu những người nầy thì phải như thế nào đây? Đó là ý nghĩa của câu văn vậy).

Chúng ta với Phật Pháp thì "danh văn" (trở thành nổi tiếng) là thủ đoạn, còn "lợi dưỡng" (là tiền bạc, tập trung của bố thí) để chỉ cho những việc nầy, chúng ta muốn giữ gìn. Nếu vì hoàn cảnh của bản thân và cái gì cũng chẳng lợi dụng, thì cũng nên tùy theo bản tánh của con người ưa thích như vậy.

Bây giờ, chung quanh chúng ta, tôn giáo là đối tượng về sự tai tiếng. Với tôn giáo, nếu vì "Danh Văn" và "Lợi Dưỡng" thì sự thật ấy thật là đau buồn, theo tác giả nghĩ rằng việc nầy đã chi phối tâm hồn rồi. Um Chơn Lý Giáo siêu năng lực, ngay cả Thiên Thinh của Pháp Hoa Tam Pháp Hành cũng là Danh Văn, Lợi Dưỡng đã trở nên rõ ràng rồi.

Thế nhưng dẫu thế nào đi chăng nữa thì chẳng phải chỉ có Um Chơn Lý Giáo và Pháp Hoa Tam Pháp hành. Cũng có nhiều Tôn giáo mới, cũng có nhiều Tôn giáo có tính cách truyền thống, lại nữa trong vòng 10 năm trở lại đây cứ mỗi năm có hằng ngàn ức tài vụ (tiền bạc lên tiền tỷ) và đã gom góp tài sản cho Giáo Đoàn, tất cả đều giống nhau. Đối với Tôn giáo, như thế thật là nguy hiểm. Ngoài ra điều nầy không phải là cho đến mãi bây giờ mới bắt đầu. Kể từ thời đại của Ngài Thân Loan là một vấn đề, đã tiếp tục kéo dài cho đến ngày nay như vậy. Ở đây bản chất của con người cũng chẳng biến đổi, mà thấy hiện ra tánh ác. Nên "Danh Văn" (tên tuổi) "Lợi Dưỡng" (tiền bạc) và "Thắng Tha" (chi phối người khác, cốt để thắng người kia). Đó là 3 vấn đề mà con người tiếp tục rơi vào chỗ sâu thẳm của sự tối tăm.

LỜI DẠY KHÔNG CAO THẤP ĐỂ CẠNH TRANH VỚI THẾ GIỚI

Chương nầy là chương cốt tủy, như sau đây:

1) Kinh điển và sách vở nếu không học tập thì người đó không được cứu khỏi. Điều nầy là điều chắc thật, không phải ngộ giải, lầm lẫn.

2) Đón nhận sự chơn thật của Đức Phật A Di Đà, tùy theo sự phát tâm niệm Phật để được hoan hỷ cứu độ, ngoài đạo lý là muốn trở thành Phật ra thì học vấn nào cũng chẳng cần thiết nữa.

3) Việc nầy nhiều người không hiểu được, hãy cố gắng học để rõ biết tâm nguyện của Đức Phật A Di Đà là điều tốt . Tuy nhiên mục đích của việc học đừng lặp đi lặp lại.

4) Vì sự ngu dốt của chúng ta, lòng tin dễ dãi; nên đã mở ra việc dễ dãi cho thế giới niệm Nam Mô A Di Đà Phật. Đối với việc học được cứu độ là những người vĩ đại của tôn giáo, thực hành Thánh Đạo Môn, là những việc khó làm. Tuy nhiên, sự học kia không phải vì sự danh tiếng và gom góp tiền bạc.

5) Lời dạy của Ta thì hơn, lời dạy của Anh thì kém, sẽ đưa đến sự hỗn loạn. Kết quả là làm cho lời dạy của mình bị tổn thương.

6) Lời dạy của Đức Phật A Di Đà cũng thích ứng với người có trình độ thấp, dẫu có nói như vậy thì cũng chẳng nên cạnh tranh với nhau là điều không cần thiết, dẫu cho đối với người vĩ đại mà gặp trình độ thấp như vậy thì với tôi sự dạy ấy chỉ mang đến hạnh phúc mà thôi. Chỉ có một lời dạy duy nhất là xác nhận sự nỗ lực, không khởi lên sự tranh luận (vì chúng ta mà chỉ cho Pháp tối thượng).

7) Với Ngài Thân Loan Thánh Nhơn, đã có nhiều người tin vào điều nầy, nhưng cũng có lắm kẻ ngu si và thuật lại lời dạy của Thế Tôn (làm bằng chứng). Nếu chỉ là những người có niềm tin, thì người sai trái kia, nếu không có, lời dạy của Thế Tôn sẽ trở nên chánh đáng. Dẫu cho có người sai trái đi nữa, phải nói rằng với lời dạy nầy chẳng có gì phải nghi vấn cả.

8) Người đời bây giờ chỉ có việc học vấn, làm sao có thể phòng ngừa người biến thái ấy? Phải bàn cãi như thế nào để tránh khỏi việc chỉ đem đến sự suy nghĩ mà thôi? Sự học vấn càng ngày càng tích chứa nhiều sẽ trở thành chỗ khoe khoang.

Tấm lòng của Đức Phật A Di Đà (trí tuệ và từ bi) phải học để hiểu rõ sâu xa; đó chính là học vấn về Phật Pháp vậy.

9) Đối với những người thuận tin theo tấm lòng của Đức Phật A Di Đà thì việc học vấn vẫn được cứu độ, người bị áp đảo, người bị ma lực, trở thành kẻ đối thủ với Đức Phật A Di Đà. Với những người như vậy, là những người hầu như bị khiếm khuyết tín tâm, đa phần những người như vậy là những người bị mê mờ. Điều nầy đối với tâm thức của Ngài Thân Loan đã biểu hiện rõ ràng và cho rằng họ là những người phản lại tâm nguyện của Đức Phật A Di Đà.

DANH VĂN (TÊN TUỔI) LỢI DƯỠNG (TIỀN BẠC) THẮNG THA (CẠNH TRANH) CỦA CON NGƯỜI

Pháp Nhiên (Honen) Thượng Nhơn cũng đã nói: "Cảm tạ việc trở thành người ngu", mà việc nầy Ngài Thân Loan đã viết lại trong thư. Điều nầy là chính tự mình, sự thật là ta v.v... cùng với thân lớn nầy của ta được bao bọc chung quanh, thì ta chẳng phải là người vì Phật Pháp, như thế đó. Đúng với việc nầy, Ngài Thân Loan đã chỉ ra rõ ràng bằng lời rằng: "Nguyên lý đối với Thân Loan". Với tác giả thì phải nói rằng đã gặp được sự chơn thật , không thể thiếu được. Đây chính là việc làm có tính cách tôn giáo rốt ráo nhất.

Không nhất thiết phải thiết lập những điều kiện, đối với bất cứ ai, hay bất cứ lúc nào, ở đâu nghe được, nếu có lòng tin thì sẽ dạy. Đây chính là Bản Nguyện của Đức Phật A Di Đà Như Lai, mà Ngài Thân Loan chính là người thuận tin theo thế giới ấy. Lời dạy nầy đương nhiên là có được nhiều người nghinh đón. Tuy nhiên ở một mặt khác thì cũng dạy cho việc ai cũng được cứu độ và ngoài ra ngay cả với những người có học vấn, cũng như tu hành mà giới luật (việc nghiêm cấm) hầu như không phải là điều cần thiết và những kẻ không có giá trị cao, đã dạy cho họ ở trình độ thấp, đã bị phê bình mạnh mẽ.

Với chúng ta, ngoài con người ra, có khuynh hướng nhìn sự việc và nói rằng: "Với người như vậy thì đừng chơi" hay "người như thế không đúng". Ngay cả những người thâm nhập Phật Pháp mấy mươi năm cũng luôn được nghe những lời như vậy phát ra từ cửa miệng.

Ở đó sẽ có sự ngộ nhận về ưu việt cảm, phải để ý về việc đối xử sai biệt nầy. Tôn giáo của tôi cao siêu hơn tôn giáo kia, người nói như vậy cũng không phải là hiếm. Tất cả chúng ta bị tôn giáo hóa (cao cấp chí hướng) và đã trở thành ngu muội, đưa đến nội tình bị ngộ giải sâu xa hơn.

Ngay cả học lịch (bằng cấp), giáo dưỡng (sự giáo dục) cũng như học vấn và tài sản cùng kiện khang (sức khỏe) hầu như mọi người đều cầu nguyện không ngừng nghỉ. Tuy nhiên chỉ một mình khi sinh ra, chỉ đơn độc một mình khi chết đi, mà bây giờ thì "chúng ta sống với" "mạng sống" nầy, tất cả những điều trang sức đó hầu như chỉ có ý nghĩa về vật chất, không sai khác gì cả. Đương nhiên dẫu cho có gặp việc sanh và tử đi nữa thì những việc nầy là sự trang sức mà sự khổ là đối tượng phải rõ biết.

Ở đây là vấn đề có tính cách vật chất của tôn giáo. Danh Văn (sự nổi tiếng) lợi dưỡng (tiền bạc) thắng tha (chỉ muốn hơn người khác) những cách sống như thế, con người từ xưa đến nay không thay đổi gì cả. Hiện đại xã hội hầu như, những việc như thế nầy càng đi sâu hơn nữa, nói như vậy có quá lời chăng? Bây giờ vấn đề của những người trẻ phạm tội ở tuổi 17 và ngay cả người lớn như chúng ta cũng đều là con người bị thất bại qua cái nhìn, chỉ nhìn trước tiên về tiền bạc, sự ưng ý, chỉ theo hoàn cảnh chung quanh của cá nhân để sống. Những việc nầy con mắt không làm chủ được, vì bị giới hạn, tấm thân nầy và xã hội nầy dường như chẳng có tương lai. Tương lai mà bây giờ được mở ra con đường như vậy. Cho nên "phàm tiểu" và "ngu độn" chúng ta mỗi người phải tự mở mắt ra, cùng sống hòa hợp với đời sống, để cùng khai phá sự gián đoạn của tương lai.

Bây giờ chúng ta lại phải học những gì đây. Đó là câu hỏi rất là nghiêm khắc.

CHƯƠNG THỨ MƯỜI BA:
QUA CÁCH SUY NGHĨ CỦA TỰ THÂN LÀ CUỘC SỐNG SAO?

TRƯỚC KHI SANH, TA LÀ GÌ? (TÚC NGHIỆP)

Chúng ta sẽ nghĩ rằng mỗi người đều trở nên như thế thì cái gì cũng có thể thực hiện được. Lại nữa chính ý chí của tự thân tin rằng chắc chắn có thể ức chế được những việc xấu ác kia.

Làm việc xấu ác, bởi vì con người quá yếu đuối. Hơn thế nữa, được bảo rằng, tự thân phải cố gắng nhiều hơn nữa. Những người tự thân yếu đuối, cố gắng làm cho mạnh hơn, cũng có tôn giáo suy nghĩ như vậy.

Kết quả có phải như thế chăng? Con người phải chăng đơn giản như vậy sao? Sự siêng năng của Ngài Thân Loan đã được ghi lại nhiều chỗ sâu sắc.

Chương nầy, hành vi của con người (nghiệp) là vấn đề được đề cập đến. Kể từ xa xưa đến nay thì được bảo rằng đây là chỗ khó nhất. Tác giả cũng nghĩ như vậy. Từ nhiều người bảo rằng: Anh đó là người tốt! Người được để cập đến đó, có lúc đột nhiên chẳng phải là như vậy. Người dễ tính, người dễ gần gủi, người hiền từ, cái gì đó là do duyên (nhân duyên), ngạc nhiên trở nên làm việc ác.

Lúc như vậy những người chung quanh chẳng ai ngoại lệ đều nói rằng: "Không thể nào tin được", "người gì mà kỳ vậy?" hay "chẳng phải là người như thế được!". Với tác giả đã gặp những hoàn cảnh như vậy, nên luôn nghĩ đến chương nầy.

"Đó là hình thức của nghiệp duyên, tất cả đều là sự mang đến tất nhiên" (Chúng ta, với cơ hội, lần lượt khác nhau, dầu bất cứ hành vi nào cũng thực hiện). Nghĩa là lời nói của chương nầy tiếp tục thể hiện tánh hiện thực đó.

Lời nói nầy, chẳng phải để nói về cách làm tội và ác. Với tôi thì không sao, cũng có người nghĩ rằng việc xấu kia không liên hệ gì với tôi; còn "nghiệp duyên" thì không ngoại lệ (ảnh hưởng mạnh) lần lượt kéo theo, khiến cho ta làm cái gì đó không hề hay biết nữa, những việc như vậy đó. Tác giả gọi điều nầy là tánh nguy cơ về sự tồn tại của con người.

Ngài Thân Loan, bởi vì đã đứng trên lập trường của con người để nói về: Tôi là người lành, anh là người ác, kẻ kia là tội nhơn, mà con người nếu phê phán về việc nầy sẽ đi đến chỗ ngộ giải, đơn thuần con người chỉ tiếp tục mang theo sự nghi vấn mà thôi.

Dẫu sao đi chăng nữa thì những hành vi của con người hợp lại với những yếu tố ấy, càng lún sâu; mà chỉ những hành vi ở phía mặt trái không thể giải quyết được, nên điều nầy gọi là "túc nghiệp", qua ngôn ngữ để biểu hiện việc nầy. "Túc nghiệp" có nghĩa là nghiệp nhân của đời trước. Điều nầy có nghĩa là những việc làm trong quá khứ chồng chất lên với nhau và phải nên suy nghĩ rằng những hành vi nầy chúng ta đang mang theo trong hiện tại.

Nếu nói cách khác thì những hành vi (việc làm) quyết định cho chúng ta, nó không phải chỉ trong hiện tại, đồng thời chỉ hiện tại không, thì cũng không giải quyết được vấn đề, nghĩa là như vậy. Những việc làm trong quá khứ luôn được tiếp diễn, những hành vi ấy là tội của chúng ta thì được khắc ghi sâu vào đó.

Đồng thời giống như chúng ta không có tội nghiệp sâu dày, có nghĩa là túc nghiệp căn bản của chúng ta đã chuyển đổi để giải phóng ra khỏi con người, sống một cuộc đời (con đường) chơn thật hạnh phúc (cứu tế). Đây là sự biểu hiện về thế giới của Đức Phật A Di Đà. Đối với Ngài Thân Loan thì bảo rằng: "Đại Nguyện Nghiệp Lực" (năng lực của Đức Phật A Di Đà là sức mạnh để chuyển hóa tất cả tội nghiệp cũng như túc nghiệp của con người để cứu độ. Đó chính là việc nầy). Đối với chúng ta những người bị phiền não nghiệp lực, với lời nguyện của Đức Phật A Di Đà (Từ Bi) và năng lực (Trí Tuệ) được hướng dẫn để hướng về sự chơn thật giải phóng con người, cứu giúp là điều có thể hiểu được như vậy.

CON NGƯỜI KẾT QUẢ CÓ TỰ DO CHĂNG?

Chương nầy được viết như sau đây:

Việc cứu bất cứ loại người nào có nghĩa là đề cập đến thế giới của Đức Phật A Di Đà, vượt khỏi sự tư duy của chúng ta. Với người bình thường tạo ra việc xấu ác thì Đức Phật A Di Đà với lòng quảng đại dạy cho lời ngọt dịu (là Bổn Nguyện) cũng không thể cứu được. Có người nói rằng một sự thấy, mà phải thấy một cách đứng đắn, chắc hẳn người đó cũng chưa hiểu được lời dạy của Đức Phật A Di Đà. Điều nầy với chúng ta việc lành hay việc dữ bắt đầu khởi đi từ đâu vậy? Bởi vì chúng ta chẳng hiểu được việc nầy.

Với chúng ta nơi tâm thức khởi lên việc lành, như vậy đều do từ quá khứ đã thực hiện (túc nghiệp). Lại nữa việc ác sanh ra từ tâm mình cũng như vậy. Với Ngài Thân Loan, tốt nhất như những hạt bụi trên lông thỏ và lông dê, dầu cho tội nhỏ như vậy, điều nầy, kể từ quá khứ đã tiếp tục cho đến cuộc đời bây giờ. Đó là những lời đã được dạy.

Vì để luận chứng cho việc nầy, Ngài Thân Loan đã chỉ ra việc trước mắt và hướng về Ngài Duy Viên nói rằng: "Để cứu được chính mình, hãy giết sạch 1.000 người đi. Nếu làm được như vậy thì chắc chắn anh sẽ được cứu độ". Người có tôn giáo trả lời một cách rõ ràng rằng: "Hãy giết 1.000 người đi" với tác giả nghĩ rằng Đông Tây xưa nay chưa từng có. Dầu cho đó chẳng phải là bổn ý đi nữa thì với vị Tăng Sĩ trẻ Duy Viên cũng có một sự ngạc nhiên lớn là điều chẳng sai.

Ở đó cái thiện của chính mình (Thiện nhơn tánh) đã bị đánh trúng vào, mà người đó là hình dáng của Thiện Nhơn Duy Viên. Việc nầy Ngài Thân Loan đã nhổ đi cái thấy ấy, cũng giống như phía trước lần lượt xô đẩy vào chỗ nhớ nghĩ và việc xô đẩy về sự nhớ nghĩ ấy là: "Duy Viên Phòng! Có tin lời của ta nói không? Có thể làm giống như điều ta bảo không?". "Đương nhiên! Ngài nói cái gì con cũng y theo". "Thật như thế sao! Ta nói cái gì cũng làm được chăng?".

Làm như vậy Ngài Duy Viên đã bị đẩy đến "Ta đã chẳng đẩy vào chỗ hư ngụy, hãy ngẩng đầu cao lên!". Lúc ấy Ngài Thân

Loan đã nói rằng: "Như vậy thì từ đây trở đi hãy giết 1.000 người cho ta, sẽ được cứu là điều không sai". Ngài Duy Viên đã trả lời Ngài Thân Loan rằng: "Dẫu rằng bao nhiêu điều ngưỡng vọng Thánh Nhơn, với con cả 1.000 người hay chỉ một người cũng không thể giết được". Ngài Thân Loan tiếp tục bảo rằng: "Nếu vậy thì, tại sao qua lời ta nói, muốn làm y như vậy? Điều nầy đã hiểu rõ chưa? Nếu bất cứ điều gì mà chính mình có thể nghĩ đúng như vậy, vì cứu người mà giết 1.000 người thì chẳng thể được. Tuy nhiên, ngay cả một người, không có duyên gì để giết, nên việc giết kia không được vậy. Quyết rằng anh là người lành của thế gian nên chẳng phải là không giết mà ngược lại dẫu cho có nghĩ rằng một người cũng không giết, thì lần lượt duyên ấy cả 100 người, cả 1.000 người cũng sẽ không giết đi. Con người là như vậy".

Vấn đề xảy ra ngay ở đây là với chúng ta khi nào cũng nghĩ rằng mình là con người tốt nên được cứu; còn người ác kia sẽ không được cứu; cứu ở đây là sự quyết định cho cả lành và dữ, xấu và tốt, tất cả mọi người đều được cứu, bởi đó là Chơn Ý Bổn Nguyện Lực của Đức Phật A Di Đà, mà chúng ta không biết. Sự việc là như vậy. Ở đây đối với con người là "Bất khả tư nghì của lời nguyện (là năng lực lớn) để biết việc cứu độ". Hơn thế nữa, người lành A, người ác B quyết định chúng ta tự mình không nên đứng trên lập trường thiện của chính mình để suy nghĩ (bất tư nghì của lời nguyện) khi gặp được năng lực của Đức Phật A Di Đà thì tất cả chúng ta đều được cứu độ một cách bình đẳng, điều nầy đã rõ ràng như vậy.

TỈNH THỨC SÂU XA VỀ NGHIỆP CỦA ĐỜI TRƯỚC

Ở đây xuất hiện danh từ "túc nghiệp" nên cố gắng giải thích vậy, mà việc nầy từ xưa đến nay đã được bàn đến rất nhiều.

Nói ngắn gọn "túc nghiệp" (là những nghiệp của quá khứ), là cách nói ảnh hưởng về túc mệnh luận, quyết định luận, mà Ngài Thân Loan không chủ trương mấy. Việc nầy là do Duy Viên đã suy nghĩ và đưa ra như vậy, cũng có thuyết đã được đề cập đến như thế. Tuy nhiên, với tác giả thì cách suy nghĩ nầy chỉ có sự tán đồng mà thôi. Để quân bình với Ngài Thân Loan thì con người ở thời đại gần đây chủ xướng cách suy nghĩ cho hợp lý, nên có nhiều người đã nêu ra như vậy. Ở đó cũng có thể nói là do mị lực của Ngài Thân Loan cũng không chừng.

Tuy nhiên, có phải do tính cách cận đại hoặc giả tính cách hợp lý, cũng có thể nói là đã chẳng có sự liên hệ nào với lời dạy của Ngài Thân Loan cả. Đứng trên lập trường nầy có rất nhiều người mà trước đây đã nói về (túc nghiệp), (nghĩa là việc làm của đời trước = trước khi sinh ra) suy nghĩ phủ định. Với người như vậy thì vấn đề túc nghiệp có nghĩa là kể từ xa xưa những người không có trí óc, mà với chúng ta thì không thể nào suy nghĩ được, nghĩa là như vậy.

Trước khi ta sanh ra và sau khi ta chết đi, điều ấy thật là không tưởng, tất cả hãy lý giải về "hiện tại" là được rồi. Chúng ta, sau khi sanh ra họ tên, dung mạo, hoàn cảnh năng lực v.v... hoàn toàn khác nhau, chỉ có một "mạng sống" để sống mà thôi. Điều khác biệt là kết quả ấy đến từ nơi nào vậy? Mà trên thực tế tự thân của mỗi người không tự chọn lựa được. Ngay cả một chuyện gì đó chính ta cũng không thể chọn lựa được nữa.

QUÁ KHỨ ĐÃ LÀM, VỊ LAI SẼ TỒN TẠI KHI ĐANG LÀM

Điều nầy, trước khi ta sanh ra, yếu tố của mọi người, tùy theo điều kiện mà hình thành, không thể nói trước được. Nói những việc như thế nầy thì chắc cũng có người nghĩ hướng đến đời sau không chừng, nhưng sự thật thì ngược lại.

Bây giờ "ta" được sinh ra, sau đó không phải chỉ có ta tập tích (huân tập tích tụ) lại, mà từ sau khi sinh ra đó đã tích tụ từ trước rồi (yếu tố, điều kiện, nhân duyên v.v...) cũng có thể nói có nhiều tác động phụ nữa. Điều nầy "túc nghiệp" (những yếu tố, hành vi, điều kiện trước khi sanh ra) phải được ý thức là điều mà tác giả muốn nói như vậy.

Ở đó "sinh mệnh" được cảm nhận sâu xa và chồng chất lên nhau với ta chỉ có một người sao? Hiện tại "ta" nầy là nhân duyên đã được trói buộc của nhiều yếu tố, điều kiện của quá khứ, đồng thời vị lai sẽ được hình thành qua hiện tại, theo tác giả nghĩ như vậy. Phật Pháp không phải là chủ nghĩa trung tâm hiện tại, mà hiện tại "bây giờ" được gọi cho tất cả, chẳng phải chỉ suy nghĩ một cách hạn hẹp như vậy. Đây chính là một vấn đề đánh động được khởi lên. Cách suy nghĩ về Phật Pháp của ba đời (quá khứ, hiện tại, vị lai), bây giờ ở đây "đời sống" nầy khá phức tạp, cách sống cũng đa diện và sẽ hiện ra cách nói về nhiều đời sống chất chồng lên, theo tác giả suy nghĩ như thế.

"Sanh mạng" của chúng ta là vật sở hữu của chúng ta, nhưng quyết rằng không phải là riêng của chính mình, có vô số nhân duyên để hợp thành, dưỡng nuôi, thời gian lâu dài mang gánh lịch sử của "sanh mạng" ấy cho đến bây giờ và "đời sống" ấy chính là một ân huệ, ở đây nên hiểu là như vậy. Điều nầy, dẫu cho "sinh mệnh" ấy có như thế nào đi chăng nữa, thì cũng không thể không tôn trọng. Bởi lẽ người kia trở nên như thế nào v.v... là điều mà "sinh mệnh" ấy đối với tính hữu dụng không thể không có ý nghĩa được.

Nếu chỉ suy nghĩ về hiện tại và "sinh mệnh" của chính tự thân thì việc "sinh mệnh" nầy rất sâu xa, đẹp tuyệt vời, tiếp tục kéo dài cho đến cuối cùng. Không hư ngụy, không bị ngưng đọng, mà "sinh mệnh" ấy kéo dài cho đến huyệt mộ. Điều nầy có thể nói là "mê muội" cũng không chừng, mà sự "mê" nầy đã vượt lên khỏi, đây chính là mục đích cao cả của Phật Pháp vậy.

Qua sách vở như thế, nhưng với ta lúc nào cũng thọ nhận những ảnh hưởng to lớn ở trong việc tìm cầu con đường (giải thoát). Lại nữa đối với sự giáo dục trong hiện tại về cuộc sống, giáo viên là những bậc tiền bối được tôn trọng. Ở phương diện nầy nói về "túc nghiệp" sẽ được tường thuật như sau:

(Túc nghiệp nghĩa là nghiệp của đời trước. Điều nầy có nghĩa là những sự sinh hoạt của ta, trước khi ta sanh ra 'lược bớt'; người đời trong hiện tại khi việc gì vào tai thì bật cười, việc nầy chẳng phải là vấn đề bởi ngày xưa người nầy đã làm chuyện không đâu, mà trước khi sanh ra, không phải là chuyện không bị ảnh hưởng chăng? Phải chăng đó là điều mê tín?). Thế nhưng chính chúng ta tưởng rằng cái gì cũng biết và cho rằng người xưa là vô trí. Người ngày xưa thì gọi là "trước khi sanh"; ngôn ngữ nầy biểu hiện ý nghĩa có tính cách tượng trưng, chẳng phải là sự thấy đó bị sai chăng? Thông thường chúng ta gọi là "đời nầy" là gì vậy? Đó là việc được sinh ra ở thế giới nầy, cũng có thể nói rằng đây chính là thế giới ý thức của tự thân. Nếu là vậy thì điều mà gọi là "trước khi sanh" ấy là thế giới ý thức trước kia; hơn thế nữa, chính tự mình chưa ý thức được gì cả, chẳng phải là thế giới của sự thật mà ta chẳng biết gì hết sao? Chúng ta làm những việc tốt, làm những việc xấu, gọi như thế. Đó là do ý chí và sự nỗ lực của tự thân và tự nghĩ rằng cái gì cũng làm được hết chăng? [theo tác giả Takammatsu Shinei = Cao Tùng Tín Huy] viết quyển [Sự sáng sủa của cỏ dại].

VƯỢT LÊN NGHIỆP ĐỜI TRƯỚC ĐỂ SỐNG

Cuộc đời con người buồn thảm, lo sợ việc ác, phòng ngừa không xảy ra, nên kêu cứu Đức Phật A Di Đà... những điều như vậy thường nghe nói đến. Dẫu cho có làm việc ác như thế nào đi chăng nữa, sống một hướng ngay thẳng, không sao cả. Đối với việc dạy dỗ như thế của Ngài Thân Loan, làm cho vấn đề nầy lúc nào cũng luôn bị theo đuổi cật vấn.

Ngài Thân Loan thỉnh thoảng cũng đã chứng minh về sự ngộ giải nầy rằng: "Dẫu nói rằng có thuốc chữa bịnh đi chăng nữa, vì cố ý để cho mạnh khỏe, cũng có người uống thuốc độc sao?". Như thế thì lời dạy của Ngài Thân Loan quay ngược lại "việc ác không làm cho xấu. Ác kia không kiềm chế thì không được cứu" người người có thể biết được điều nầy.

Cuối cùng thì việc nầy mọi người được nghe ở đạo tràng bị căng thẳng. Những người làm như vậy, rồi họ sẽ vào đạo tràng, việc người khác biệt như vậy xuất hiện, trong chương nầy có ghi lại . Tất cả đều tin tưởng nương vào Bổn Nguyện Chơn Thật của Đức Phật A Di Đà về những ác nghiệp của thân, thì con đường cứu độ sẽ được mở ra là mục tiêu của nhiều người; nên tạo ra một luật để thiết kế một qui chế sinh hoạt cho con người; nên có thể nói rằng lòng quảng đại của Đức Phật A Di Đà chế định ra sự cứu độ cho thế giới nầy. Tuy nhiên, dẫu cho Ngài Thân Loan có dạy như vậy, nhưng cái ác của con người phải thừa nhận rằng không có giới hạn, nên phải nói rằng không thể để cho cái ác tăng trưởng mãi.

Cái ác của thân nầy kéo theo mãi cho đến khi già chết, thương hại, bi ai trước đây của con người khép lại, nhưng với từ tâm không hạn định, là Bổn Nguyện (cứu tế rộng rãi) của Đức Phật A Di Đà. Như vậy thì dẫu cho có việc ác nào đi chăng nữa, cũng chẳng có sao. Nghĩa là dẫu cho không làm việc ác thì cũng được sanh về. Có thể nói rằng đó là sự tốt đẹp của con người. Ở đây, theo tác giả nghĩ rằng đối với cái ác của tự thân chưa học được phần bất cập. Cá nhân đã được đặt ra bên ngoài thế giới.

Chúng ta trong đời sống thường nhật tùy theo từng trường hợp, mà mỗi trường hợp luân chuyển khác nhau, mà "thân" nầy bị chi phối.

"Theo lời dạy của Đức Phật A Di Đà thì những người đi câu cá ở biển và sông và những người chạy truy bắt chim thú trong núi rừng, lại nữa với những người buôn bán, những người vì sinh kế mà làm ruộng nương, người người đều chạy theo việc buôn bán vang dội để sinh sống, không làm phương hại đến sự cứu độ".

NGHIỆP ĐỜI TRƯỚC VÀ LÒNG TỪ

Như phía trước khi được Đức Phật A Di Đà cứu độ, tất cả đều không phân biệt bởi nghề nghiệp, năng lực, tánh cách cá biệt hay vấn đề thiện ác của con người, là sự giải phóng ra khỏi thế giới nầy; nhưng với những người khác tín ngưỡng (những người hiểu theo cách khác) thì cho rằng với người niệm Phật có cái gì đặc biệt làm cho ngự trị được, đồng thời cũng có việc cho vào nghe pháp giới hạn, tình trạng không cho vào hội trường đã có xảy ra.

Như vậy thì đối với những người niệm Phật ngoài việc "Hiền Thiện Tinh Tấn" (làm cho có vẻ bề ngoài là người hiền đức) với dáng dấp ấy ở phía bên trong hầu như hoàn toàn là sự ngụy biện, đã có nhiều người như vậy và Ngài Duy Viên đã phê phán như thế.

Chúng ta suy nghĩ về việc lành, làm việc lành, lại nữa suy nghĩ về việc ác cũng làm việc ác, đơn giản là những hành vi ấy không có tính cách biểu hiện cho việc làm kia. Điều nầy chính là thành nghiệp của đời trước vậy. Đồng thời chẳng phải khoa trương việc làm lành, lại việc ác phạm vào đi chăng nữa thì cũng không phải là không được cứu độ. Đó là thế giới của Đức Phật A Di Đà.

Việc lành cũng như việc dữ, khi rõ biết là túc nghiệp của đời trước thì bảo rằng, bởi vì đó là "túc nghiệp" đời trước của tôi vẫn còn tiếp diễn nên (cả việc thiện lẫn việc ác, qua suy nghĩ của con người đã vượt lên khỏi; nên nhờ ánh từ quang của Đức Phật A Di Đà, nương vào tâm chân thật ấy để được sanh về, ngoài ra không có con đường nào khác cả.

Đây chính là tha lực vãng sanh) để thành lập nên thế giới ấy. Không hạn định là tội nào của túc nghiệp, nên lòng từ bi tất yếu cũng không giới hạn.

Chúng ta tiếp tục làm ác, tiếp tục làm lành, tiếp tục làm người hiền, tiếp tục làm người ngu, là những việc bận rộn. Tuy nhiên, những điều nầy cái nào cũng là của chính mình, cũng có thể là hình ảnh của mình ngày xa xưa kia. Chúng ta có cảm tưởng rằng để tìm lại hình dáng chơn thật của mình ở những ngày xa xưa ấy thật là khó khăn. Sanh ra bởi tha lực có nghĩa là tự mình có thể biết được chính mình. Điều nầy có nghĩa là do Đức Phật A Di Đà ủy thác cho sự chơn thật đó. Ủy thác có nghĩa không phải quên đi sự giải phóng tự ngã, mà là tín thuận theo thế giới ấy. Dẫu cho chúng ta nói rằng tin tưởng đi nữa thì thật ra sự tin tưởng cũng không đạt được. Sự tin tưởng không có. Chính từ điểm nầy mà người người bị khổ sở bất an. Lòng tin thuận theo là một thế giới hoan hỷ.

CHƯƠNG THỨ MƯỜI BỐN: CÓ PHẢI VÌ MUỐN DIỆT CÁI TỘI VÀ CÁI ÁC MÀ NIỆM PHẬT CHĂNG?

CHÚNG TA CÓ BỊ TRÓI BUỘC BỞI MỘT SỐ ĐIỂM?

Bây giờ ngay cả người lớn, cả trẻ con ai ai cũng phải đang đuổi theo con số. Có nghĩa là chung quanh tác giả cũng có một vị mà dùng chủ nghĩa sức khỏe là tối thượng, số lần chẩn đoán về sức khỏe như vậy, lúc vui lúc lo. Áp huyết, đường trong máu, tiểu giải v.v... con số bao giờ cũng càng ngày càng tăng. Lại nữa cứ lo so sánh tuổi tác của chính mình và tuổi thọ trung bình và độ nẩy tuổi thọ trung bình là vấn đề được đề cập đến.

Trẻ con thì quan tâm đến điểm số của việc thi cử, luôn để ý đến bản thông tri một cách miệt mài, khi trở về nhà thì cha mẹ tiếp tục lo lắng dạy dỗ thêm. Có cả giáo sư và những nhà trí thức đến kèm, đó là vấn đề điểm số của chính mình, đang tồn tại một loại ý thức như vậy.

Đi làm ở sở cũng vậy. Công việc phải như thế nào để người ta so sánh, cố gắng nỗ lực để điểm số được có giá. Ở đây cũng vậy, điểm số luôn được nói đến. Tiếp theo, nếu người điểm số nhiều thì tổ chức ấy được nâng lên cao. Nhiều khi còn nghe đến chữ "xuất thế" nữa. Với bình dân thì danh từ xuất thế được chiếm nơi thượng tầng của thế tục, là ý nghĩa của hai chữ nầy.

Nói chẳng hết lời, xuất thế có nghĩa là tỉnh ngộ việc trong đời, sống trong cuộc sống thế tục, không có tính cách tuyệt đối (có nghĩa là xuất thế gian). Những ngôn ngữ chúng ta sử dụng hằng ngày khoảng 8 phần 10 có liên quan với Phật giáo. Ví dụ như: thực sự (việc ăn) thực đường (chỗ ăn) đạo lộ (đường đi) phổ thỉnh (thỉnh mời) đại chúng (mọi người) vãng sanh v.v... những danh từ như vậy đều có liên quan đến Phật giáo.

Thế nhưng đa phần ý nghĩa nguyên thủy đã xa rời nhiều rồi, chỉ đơn thuần còn lại chữ nghĩa mà thôi. Điều nầy cũng chẳng còn biết phương cách nào cả.

Ở trong những từ nầy, chữ "xuất thế" có nghĩa là "tha lực bổn nguyện" mà đã bị dùng một cách sai trái. Từ nầy có nghĩa nguyên mẫu là năng lực chơn thật (năng lực chơn thật của Đức Phật A Di Đà), nhưng trải qua thời gian chẳng biết khi nào chữ ấy trở thành "sự tin tưởng người kia", mà người ta vô hình trung đã định nghĩa như thế.

"Tha Lực Bổn Nguyện" có nghĩa là ngay cả bản thân mình và kể cả tha nhân cũng không thể nương tựa vào để được hạnh phúc. Chỗ mà chúng ta nương tựa để sanh ra là Pháp, Pháp ấy vĩnh viễn (đạo lý chơn thật). Đó là lời dạy bằng ngôn ngữ vậy.

Bây giờ nói thêm một chút nữa về sự chẳng liên hệ với điểm số của chúng ta, mà trước đây đã đề cập đến. Khi còn con trẻ thì quyết giành sống chết với điểm số, công việc cũng y cứ nơi điểm số, điểm số của người vợ tốt, kết quả là như phía trước đã nói sẽ được những gì? Việc nầy thì ngay cả con trẻ, người lớn và cả chúng ta nữa cũng đã thấy được rồi. Con trẻ thì "ngược đãi", "bất đăng hiệu", "phi hành" (những chữ nầy chẳng muốn sử dụng mấy) mà phía trước chưa thấy được cái tâm xuyên suốt để gọi chăng?

Lại nữa thế giới của người lớn bị dính mắc với việc tự tử (năm 2000 có hơn 33.000 người) trước sau như vậy, sự liên hệ giữa người với người, là vấn đề thường nhật bị nghiệp lực tích chứa chẳng được giúp đỡ. Điều nầy phải làm như thế nào đây? Vì thế theo tác giả nghĩ rằng nên giải thể việc điểm số đã kết nối với thế giới hiện thực với từng người một. Đoạn chúng ta sẽ cùng nhau nỗ lực tìm cầu siêng năng cấu trúc khác cho thế giới. Người lớn và những nhà tôn giáo nói từ cửa miệng trước tiên là "giáo dục với tấm lòng", "giữ gìn hàm chứa sự dưỡng nuôi" v.v... đó là những điều chắc thật có thể làm được. Hãy cự tuyệt với cách sống với điểm số, mà chúng ta là con người, chúng ta yêu cuộc đời của chúng ta, sống một cuộc sống phong phú mềm dẻo và từ đó chỉ cho con trẻ về cách sống tự thân của người lớn là điều cần thiết vậy.

CÓ THẬT CON NGƯỜI LÀ ƯU TÚ CHĂNG?

Tuy nhiên việc nầy thật là khó, quá khó vậy. Tại sao? Bởi vì người lớn chính bản thân họ một lòng chẳng tiếp tục hướng đến. Cách sống như vậy rất là cần thiết, chẳng có ai dạy cho ta cả. Được dạy có nghĩa là đặc biệt ưu tú, chỉ có những đứa trẻ giỏi giang ở nhà cũng như ở trường, nghĩa là phải có sức mạnh. Ngay cả thế giới của Phật giáo cũng vậy, hầu như đều giống nhau. Phật Pháp của sự tự lực nghĩa là dầu cho có đến đâu cũng vì tư chất cao cả của con người, học Phật Pháp phải khắc phục tinh thần yếu đuối, để thâm nhập vào việc tu hành, giữ gìn giới luật một cách nghiêm mật.

Hơn thế nữa, kẻ ưu tú sẽ tự xác lập được sự trong sạch với tâm hồn sáng tỏ của Phật Pháp tự lực. Con đường nầy, tôn trọng, là con đường tuyệt vời vậy. Con đường nầy là con đường cố gắng càng cố gắng, với việc khó khăn kia, phải chính mình nỗ lực. Nếu từ bỏ con đường nầy, sẽ gặp được lời dạy về Bổn Nguyện Tha Lực của Đức Phật A Di Đà, mà những người sống trong đó, Phật Pháp tự lực của nhiều người bị kéo lê theo. Khi đọc Thán Dị Sao ở trong đó có nhiều sự phê phán. Điều nầy được gọi là dị nghĩa của Thán Dị Sao. Ở chương nầy thật ra Ngài Duy Viên chỉ trích những người niệm Phật với vấn đề ngộ giải (tội của chính mình được tiêu diệt).

Trở thành người thực hành Phật Pháp là trở thành người lành chăng? Người có nhân cách một ít chăng? Mà nhiều người nghĩ rằng điều kia có lẽ là cách sinh ra. Ngay cả người siêng năng, cũng suy nghĩ mạnh mẽ như vậy.

Thế nhưng ở mặt trái kia, chẳng phải là vì chính bản thân mình mà đối với cách sống kia, muốn làm cho được sự thừa nhận; chứ không phải là muốn thấy được người thực hành Phật Pháp chăng? Cách sống như vậy dẫu cho đến đâu đi chăng nữa là cách sống của người kia, tự vừa nói về chính mình, không phải hình thức vì cách sinh sống của người khác.

Thế giới của Ngài Thân Loan là chẳng phải tuyệt vời cũng không sao, chẳng phải hiền nhân cũng không sao, đồng thời cũng chẳng phải để được người khác khen tặng, điều cần thiết là ngay nơi tận cùng của tâm thức mình lãnh hội được bao nhiêu cách sống của tự thân, để giải phóng cái tự kỷ đó. Cũng chẳng phải sống kéo theo cái tự kỷ kia, chẳng hiền, chẳng ngu, chẳng lành, chẳng dữ, mang theo sự tự do, sống thật với cái tự chính mình, nghĩa là thế giới cộng hưởng của Phật A Di Đà. Đó chính là thế giới Chơn Tông.

Đối với con người nhất định sẽ thiết kế một nơi chốn để đày con người vào nơi kia, mà cách sống ấy là: "Con người là như thế đó", mà con người bị trở thành vật chất, có thể nói như thế chăng? Mỗi người trong chúng ta khác nhau. Nhất định ở sự xô đẩy vào đó và tự thể sẽ ngộ giải. Từ nơi đường cùng ấy theo tác giả nghĩ rằng sẽ không có cách sống không đâu, mà việc nầy bất cứ ai cũng đã hiểu sâu rộng rồi, đó là Ngài Thân Loan. Nơi ấy được sanh vào, rồi chia cắt ra nơi đó để trở thành thế giới to lớn vĩ đại của Đức Phật A Di Đà (lòng từ bi vô hạn) để được sinh vào đó. Nghĩa là như vậy.

CHÚNG TA PHẢI TỰ LÀM ĐẸP BỞI CHÍNH MÌNH CHĂNG?

Nhiều người sanh về thế giới của Đức Phật A Di Đà, chúng ta nỗ lực đã niệm Phật vô số để mong cho tội được tiêu diệt. Tội ấy được tiêu để được cứu có nghĩa là người niệm Phật đón nhận lời dạy ấy (niệm Phật diệt tội thuyết). Lời nói nầy nếu thay đổi cách khác thì điều nầy được cứu giúp cho chúng ta đẹp đẽ hơn. Bởi vì một tiếng niệm Phật cũng có thể làm tiêu đi rất nhiều tội; lại nữa, nếu có 10 tiếng niệm Phật thì tội sẽ được tiêu diệt rất nhiều. Điều nầy chẳng phải trong kinh điển đã ghi lại sao? (theo Quán Vô Lượng Thọ Kinh) giúp cho việc diệt tội, theo văn dịch ra là như vậy. Ở đây cũng cần phải dùng đến tự lực.

Tuy nhiên để tiếp ứng lý giải về lời dạy nầy có thể nghĩ như thế nầy: Đối với thế giới Bổn Nguyện Tha Lực của Đức Phật

A Di Đà đặc biệt bị hiểu sai rất nhiều, nhưng đó là do sự suy nghĩ của Ngài Duy Viên. Dẫu cho đối với việc niệm Phật, tội của chúng ta sẽ được diệt là một công đức, như Đức Phật đã dạy và việc được sanh theo sự chơn thật của Đức Phật (người theo Bổn Nguyện Tha Lực) thì đó chẳng phải là sự chờ đợi để được vãng sanh với việc niệm Phật diệt tội. Nghĩa là rõ ràng đã phủ định việc nầy.

Đại để ý nghĩa chính của Kinh nói về việc niệm Phật diệt tội là gì vậy? Như vậy thì sự bình đẳng của Phật Pháp ở đâu? Nếu chỉ làm nghiệp ác của thập ác (sát, đạo, dâm, hư ngụy, nói thêu dệt, ác khẩu, nói bông đùa, tham, sân và si), hay tội ngũ nghịch như (giết cha, giết mẹ, giết người tu hành Phật Đạo, làm cho thân người đang sống ra máu, phá sự hòa hợp của mọi người. Đây gọi là ngũ nghịch) [chú thích của dịch giả = ngày nay người Nhật hiểu ngũ trọng tội không giống như kinh sách Phật đã dạy là: giết cha, giết mẹ, giết A La Hán, phá hòa hợp Tăng và làm thân Phật ra máu].

Những người như thế nếu lúc lâm chung gặp người tiếp dẫn (như thiện tri thức hay Thầy Tổ) thì một tiếng niệm Phật hộ niệm cho, nhiều tội sẽ được tiêu diệt. Nếu có nhiều tiếng niệm Phật thì sẽ có vô số tội nặng được tiêu diệt và cứu giúp. Điều nầy được gọi là tội nặng của thập ác và ngũ nghịch chăng? Phải rõ biết về cách nói nầy để cho người khác biết. Lại nữa điều nầy cũng có nghĩa là để chỉ cho việc cứu những tội kia có tính cách phổ biến chung chung của việc niệm Phật (rộng và sâu).

Việc cứu những người bị tội chẳng phải là câu chuyện u mê sao? Có phải chăng lời dạy về việc niệm Phật có người suy nghĩ là nơi đạo đức? Hoặc giả cũng có thể nói rằng đối với con người, phía bên trong của tự ngã, vấn đề tội lỗi hầu như người ta không thừa nhận? Đứng từ lập trường nầy bị phê phán cách niệm Phật kể từ thời Ngài Thân Loan, mãi cho đến bây giờ vẫn còn tiếp tục. Bất cứ ở thời đại nào, con người khi đề cập đến tự ngã của mình cũng là vấn đề rất khó khăn. Thời đại mà không đề cập đến tự ngã là lúc mà sự hôn mê và ô trược dẫy đầy. Đức Phật (chơn thật = giác giả) cho đó là một bi kịch của thời đại đã bị đánh mất cái thấy (nghe). Phật Pháp đối với việc nầy thì gọi đây là: (Thời của ngũ trược vô Phật) (năm thứ trược bị nhiễm ô, là thời đại khó thấy được sự chơn thật) [chú thích của dịch giả = năm trược gồm có: kiếp trược, kiến trược, phiền não trược, chúng sanh trược và mạng trược]. Bây giờ đúng là nằm trong thời điểm nầy.

NGHĨA KHÁC CỦA LÒNG THƯƠNG VÀ SỰ GIẬN DỮ

Ngài Duy Viên là một con người được biết đến như một người nói những lời nói rõ ràng dứt khoát. "Tội ấy có thể cứu để tiêu được chăng?". Nói rõ là: "Theo lời dạy ấy dạy cho chúng ta hoàn toàn sai". Đó là một lời phủ định.

Hơn thế nữa bởi vì nói rõ ràng như vậy, nên cũng có chỗ nói rằng: "Duy Viên là người phê phán sai nghĩa; có nghĩa là với Ngài Thân Loan là người chỉ đạo, không phải thấy như thế. Thân Loan không phải là người nói nghĩa khác, mà là người cùng với mọi người sống như là bằng hữu. Ở Thán Dị Sao, Ngài Thân Loan đã viết như thế".

Tuy nhiên đối với dị nghĩa của Ngài Thân Loan hình thức thật là nghiêm trọng, ở trong thư từ (tiêu tức) v.v... thỉnh thoảng được thấy như vậy. Thân Loan quán triệt về sự phê phán tinh thần, cũng không phải đợi đến việc chủ trương viết (Giáo Hạnh Tín Chứng), mà thật tế thì có rất nhiều. Điều nầy học được từ sự ban cho của Đức Phật A Di Đà về việc phê phán con người (tự kỷ phê phán), phê phán xã hội kịch liệt của lịch sử phê phán. Hãy thử xem về tự lực Phật giáo của Thánh Đạo Môn đối với sự phê phán có tính cách căn bản (hóa thân độ quyện). Vấn đề cốt lõi là sự phê phán nghiêm ngặt đối với Thánh Đạo Môn tự lực Phật giáo đã quên đi sự cứu vớt con người để trở thành một tờ giấy với một quốc gia.

Tuy vậy sự phê phán kia là sự ngang trái đối với Phật Pháp, muốn cho không phải bị ngang trái điều tất yếu là sự cầu nguyện. Thế nhưng bây giờ Chơn Tông Phật giáo, nhìn qua Ngài Thân Loan, nhìn vào kết quả, phải nói như thế nào đây? Mà tác giả lúc nào cũng phải suy nghĩ. Ngài Thân Loan cũng như vậy, chúng ta đối với Chơn Tông Phật Pháp ngày hôm nay thật sâu dày, việc phê phán phải hướng đến sự học hỏi. Từ Ngài Thân Loan về sau, khoảng 800 năm như thế hình hài cốt cách có giữ được như vậy chăng, chẳng gì hơn là Ngài Thân Loan đối với con người trở nên bi thảm, là điều chẳng sai chút nào, mà ngôn ngữ của Ông Yoshimoto Ryumei (Kiết Bổn Long Minh) đã nói rằng: "Chú tâm vào sự gìn giữ hình hài cốt cách ấy đại khái câm nín lưu truyền".

Cốt cách mạnh mẽ về nghĩa khác của Duy Viên chỉ là danh từ chứ không gì khác hơn để Chơn Tông Phật Pháp được hồi phục. Nghĩa khác ấy mọi người đã cảm thông, mà dưới tầm nhìn của con người kéo theo một mặt nào đó. Một sự thấy nguy hiểm, lại có tính cách mị lực nữa. Người người sinh ra dị nghĩa, nhiều người sau đó tiếp tục theo sau dễ dàng mơ màng.

Ngài Duy Viên nói như sau: "Chúng ta, cái tội của chính mình , không thể cứu tiêu (tội) được. Hơn thế nữa theo cách niệm Phật ấy tội của mỗi người tiêu trừ, cũng chẳng thể suy nghĩ như vậy được. Niệm Phật không phải là câu Thần Chú để làm tiêu trừ được tội của chính mình. Chúng ta khi sanh về thế giới của Đức Phật A Di Đà, Đức Phật A Di Đà dùng ánh sáng trí tuệ để soi sáng dẫn đường, tiếp tục hướng dẫn người được sanh về đó, dẫu cho bất cứ là người nào đi chăng nữa, đúng ra là ai ai cũng được sanh cả. Với lời dạy như vậy nếu chúng ta hiểu được, thường thì hoàn cảnh chung quanh của chính mình, không nghĩ khác đi được, mà chúng ta đang sống với phiền não khờ khạo, đầy dẫy, cách sống ấy chẳng thể có được sự phong phú nào cả. Đồng thời, ta gọi là niệm Phật, gặp được lời dạy để tôn kính, là lời nói cảm ân đưa ta đến cuộc sống, sống động hơn. Việc niệm Phật nầy nhất định những tội tự mình phạm phải chắc chắn không thể tiêu trừ".

Ở đây cũng đề cập đến "Ân đức Đại Bi của Như Lai, nên cảm tạ và báo đức". Kết cuộc niệm Phật chẳng phải là một thủ đoạn để được hạnh phúc, mở cửa tâm hồn của chúng ta, ngoài ngôn ngữ tạ ân đã được ban cho sự sống phong phú ra, không còn có gì nữa cả. Dùng thủ đoạn để tìm cầu hạnh phúc mà niệm Phật thì sẽ không có hạnh phúc, cũng không tối tăm, chỗ nào đó lại có chuyện vô lý vậy. Mặt khác với sự niệm Phật là việc tạ ân sâu xa làm cho an ổn và chẳng phải thấp kém, là điều đã rõ ràng rồi.

SỰ GIẢI PHÓNG KHỎI VIỆC LÀNH VÀ DỮ LÚC LÂM CHUNG

Điều được biết đến rộng rãi còn sót lại qua những vần thơ trong "Hòa Tán" của Ngài Thân Loan lúc Ngài 85 tuổi như sau:

"Ân đức đại bi của Như Lai, nghiền thân nầy ra như bột nhỏ vẫn không thể báo đáp được, ân đức của bậc Thầy cao cả cũng như vậy, phải cảm tạ sâu sắc đến tận xương". Đây là lời tiêu chuẩn được ghi lại bởi người đệ tử sư huynh gọi là Thánh Giác

Pháp Ấn (Seikaku Houin). Ngoài ra từ Đức Phật A Di Đà ban ân, điều đúng nghĩa đối với cuộc đời phong phú, chúng ta đã đem hết thân nầy để báo ân. Lại nữa chúng ta phải tôn kính lời dạy đã được người khác mang đến (thiện tri thức, Ngài Pháp Nhiên Thượng Nhơn v.v...) nên đã dùng đến xương tủy để cảm tạ. Chúng ta đã thọ nhận những ân huệ như vậy và cũng đã tường thuật rồi. Ở đây nói không cùng là việc thể hiện sự chơn thật đối với Đức Phật A Di Đà và với bậc Trưởng thượng Pháp Nhiên Thượng Nhơn sâu xa tin tưởng của thế giới. Ở đây "Hòa Tán", mặt khác cũng được gọi là "Ân Đức Tán". Dẫu cho đến ngày nay khi có Pháp Thoại Hội của Chơn Tông (Tịnh Độ Chơn Tông) cũng như ở lúc sau cùng của việc tập hợp ấy, tất cả thành viên đều cùng nhau tham gia.

Thế giới của "Hòa Tán" nầy là điểm tổng kết về cuộc đời lúc 90 tuổi của Ngài Thân Loan. Nói chẳng tận cùng là đối với cuộc sống của chúng ta, luôn bị nhiều cảnh thiêu cháy, có nhiều điều bất hạnh, sống trong một cuộc sống bất an. Điều đó từ ngày xưa đến ngày nay chẳng có gì thay đổi cả. Để cho những tai nạn và sự bất an kia giảm bớt và vì để giải quyết việc nầy nên nhiều Tôn giáo đã được phát sinh, nhằm làm tiêu đi. Sự tin tưởng nơi Tôn giáo, cũng như sự tiêu trừ tai nạn, đơn thuần chẳng có một đồ nghề (phương tiện = đạo cụ) nào để giải trừ sự bất an ấy cả. Tùy theo hoàn cảnh của mỗi người mà hành động theo trong cuộc sống vậy. Khổ sở như thế để cho chúng ta biết cái mê nầy đến cái mê khác lôi cuốn để tỉnh thức.

Khi tỉnh thức từ việc kia, cũng chẳng phải là không lo sợ. Dẫu cho là hiện thực nào đi chăng nữa thì sự hiện thực của chính ta, sự hiện thực của thân nầy đã mở ra con đường sống vậy. Với ý nghĩa nầy việc "niệm Phật" đã dạy cho ta sự tỉnh thức, ngôn từ khác gọi là tự giác, nói như thế cũng là điều tốt vậy. Niệm Phật chính là Tôn giáo của sự tỉnh thức vậy.

Cả việc hiền lẫn việc ngu, cả việc lành lẫn việc dữ, công đức cũng như tội lỗi v.v... trước những vấn đề như thế, thế giới nầy không thể cứu chúng ta ra khỏi. Đó chính là thế giới của Bổn Nguyện Tha Lực vậy. Điều đó ngay cả vấn đề xưng danh niệm Phật chưa được tỏa rộng ra thế giới.

Ở cuối chương nầy có đưa ra điều tuyệt diệu rằng: "Ngược lại niệm Phật khi lâm chung dẫu cho không thể được, điều chẳng sai chút nào là chúng ta cũng sẽ được sanh về qua sự chơn thật của Đức Phật A Di Đà".

Với những người niệm Phật nghĩ rằng tội sẽ tiêu, là những kẻ lợi dụng bởi hoàn cảnh chung quanh để được tốt đẹp hơn, nên nói lúc lâm chung sinh mệnh nầy, Đức Phật và các vị Bồ Tát sẽ đến tiếp rước (lâm chung lai nghinh, lâm chung chánh niệm tư tưởng) qua sự cầu nguyện là ý chính của những người được thấy hoàn thành sự cứu độ khi lâm chung. Ngay với chúng ta, bây giờ đối với sự chơn thật của Đức Phật A Di Đà thì cuộc sống làm cho linh động để sống cũng khó có người nào. Đây là lời của Ngài Duy Viên vậy.

Việc có tính cách thật to lớn đặc biệt qua lời dạy của Ngài Thân Loan là vào từ giữa thời đại của Heian (Bình An) đến thời đại Kamakura (Liêm Thương) Tịnh Độ Phật giáo đã phủ định tính cách chung chung về Tư Tưởng Lâm Chung Chánh Niệm và Lâm Chung Lai Nghinh. Cuối cùng thì ngay khi chết chư Phật và chư vị Bồ Tát đến nghinh tiếp về nước Phật, được vãng sanh; nhưng niềm tin nầy bị cự tuyệt. Quyết chắc rằng không cứu lúc lâm chung, nói cách khác đối với việc lâm chung, quyết định không có sự cứu độ người đó. Sự cứu độ ấy bây giờ là việc quyết định để sanh ra là tin thuận theo sự chơn thật của Đức Phật A Di Đà. Nghĩa là đây là lời dạy của Ngài Thân Loan. Điều nầy gọi là: Hiện Sanh bất Thoái.

"Thân Loan (Thiện Tín) thân nầy khi lâm chung, không bị đẩy vào việc lành dữ, mà tín tâm quyết định không còn nghi ngờ gì nữa là ở ngôi Chánh Định Tụ. Qua đó tin tưởng là nơi cuối cùng".

(Với Thân Loan khi lâm chung hầu như không có vấn đề gì cả. Tại sao vậy? Vì người sanh về nơi chơn thật của Đức Phật A Di Đà, đối với việc cứu độ hoàn toàn không phải là chuyện bất an và người nầy được sanh ra và quyết định sẽ thành Phật. Đồng thời, dẫu cho ở nơi sau cùng có thế nào đi chăng nữa thì sẽ mang đến hạnh phúc).

Trước khi Ngài Thân Loan vãng sanh hai năm, lúc 88 tuổi vào năm 1260 (Văn Ứng nguyên niên) qua lá thư được ghi lại rằng: "Thời ta 20 tuổi đã cảm kính văn chương sâu sắc về cái chết sau cùng của con người; nhưng với Thân Loan là người niệm Phật, việc chết là vãng sanh (sẽ bắt đầu một sinh mệnh mới) và từ đó trở đi sẽ tiếp tục sống (con người của sự niệm Phật) mang đến hạnh phúc. Lúc nghe tin bằng hữu Minh Pháp Phòng (Myohou Bou) niệm Phật rồi mất, Thân Loan nầy đã nói rằng: "Việc vãng sanh của Minh Pháp Phòng (Myohou Bou) là một hạnh phúc vậy".

Không cần thiết phải tiêu hết tội, khi lâm chung tất cả không phải nói như việc cứu độ hằng ngày (bây giờ từ ngay ở nơi đây xác nhận người được sanh về. Ở đây sống một cuộc đời phong phú và sự chết cũng ấm áp đầy đủ vậy.

CHƯƠNG THỨ MƯỜI LĂM: THẾ GIỚI CHÂN THẬT VÀ THẾ GIỚI GIẢ (TƯỚNG) HAI VIỆC CỦA TỊNH ĐỘ

SỰ AN ỔN CỦA NGÔN NGỮ

"Phiền não cụ túc của ta" (dục vọng, giận dữ, ngu muội = tham, sân, si của ta) là ngôn ngữ như vậy. Những từ nầy phán quyết thì dễ dàng, chẳng phải là ngôn từ khó giải thích. Chữ phiền não lý giải và thuyết minh, nếu giải thích ra thì không có gì khó cả. Tuy nhiên "phiền não cụ túc của ta" thì thật là khó chứng minh.

Người theo Chơn Tông (Tịnh Độ Chơn Tông) khi mở miệng ra thường nói rằng: "Phiền não cụ túc của phàm phu", nhưng kết quả thì việc nầy trở thành ngôn ngữ của tự thân chăng? Điều nghi ngờ đáng có. Có phải "Phiền não cụ túc" là sự an ổn của tự thân chăng? Đây là ngôn ngữ quan trọng được lãnh hội và giải thích từ Bổn Nguyện của Đức Phật A Di Đà là điều chẳng sai, nhưng phần "phiền não cụ túc của ta" thì khiến tác giả phải suy nghĩ. "Phiền não" trước tiên đối với người khác thì dễ thấy. Với chúng ta lúc nào "phiền não" của chính mình, hay "phiền não tánh" là bức tường chướng ngại trước tiên; còn "phiền não" của người khác là vấn đề tham, sân, si. Chính ta khó mà thấy được việc của mình, không thành vấn đề gì cả. Trở thành vấn đề thường thì của tha nhân, chỉ cho những việc chung quanh.

Thiền giả được thế giới biết đến là Suzuki Daisetsu (Linh Mộc Đại Chuyết) (1870-1966) có người tìm đến phỏng vấn và nói rằng:

"Ông là một Thiền giả vĩ đại, biết đến tâm của người khác".

Đối với Phật giáo đây gọi là Tha Tâm Thông; nghĩa là biết được tâm của người khác một cách tự tại, sở hữu được một cái Đức của Phật vậy. Lúc ấy Ông Suzuki Daisetsu trả lời rằng:

"Chạm hiểu được tâm của người khác là thế nào? Hãy tự biết tâm của mình là gì, quan trọng hơn". Ngài Đại Chuyết (Daietsu) có rất nhiều tân giáo đồ, nhưng những người nầy hầu hết đối với Phật giáo họ đã sống một lòng với Thầy như vậy, nghe giảng, đọc sách, nhưng thỉnh thoảng cũng vẫn gặp nhiều việc không đâu như vậy. Những việc như vậy rất khó chạm đến, nhưng ở đây chỉ xin viết lại một câu chuyện, xin hoan hỷ vậy.

Đối với thế giới Suzuki Daietsu (Linh Mộc Đại Chuyết) được nhiều người biết đến những tác phẩm được kỳ vọng. Lúc đó người thư ký lâu năm là Bà Okamura Biei (Cương Thôn Mỹ Tuệ) mới nói chuyện với nhau rằng:

"Tại làm sao người ta thích sách của tôi?"

"Phải cảm ơn chứ"

"Chẳng phải làm sao cả, nhưng nếu viết thì cứ viết, có sao đâu".

Câu chuyện đối thoại phía trước đã nói đến, nói đến việc hội thoại nầy, sự thật thì một câu chuyện rất tươi mát.

Độ rày có nhiều người cảm nhận được rằng, có phải muốn hiểu được tâm người khác chăng? Hay đời trước anh là gì vậy? Đời sau sanh ra sẽ trở thành gì? Với điều nầy, vì muốn có tên tuổi nơi Phật giáo, nên thật là phức tạp. Tuy Thầy ấy đã bảo rằng: "Hãy tự hiểu lấy tâm mình mới là điều quan trọng"; nhưng điều nầy với Thiền Tăng Đạo Nguyên (Dogen) (1200-1253) đã gọi thế giới nầy là: "Tu tập theo Phật đạo là tu tập bởi chính mình". Với tác giả, khi gặp nói về chuyện niệm Phật, cũng là chuyện của chính mình. Với việc nầy cũng có thể nói rằng tất cả Phật giáo đều rõ biết, đây là sự định hình cơ bản vậy.

ĐỜI SỐNG VƯƠNG GIẢ CỦA NGƯỜI THỜI NAY

Nếu nói bằng lời nói của chúng ta thì gọi là: "Phiền não cụ túc và tín tri"; chẳng phải là phiền não của tôi, mà là trong phiền não của tôi đó và sự tín tri, nên đó là sự chơn thật của A Di Đà. Đối với sự sống của ta chỉ toàn là sự quẫn bách lo toan, ngay cả sự sinh hoạt hằng ngày cũng hiểu sai Phật Pháp về "tự ngã" để lý giải, mà với Phật Pháp để được chiếu tỏ. Có người trí thức quan sát về Phật, Tịnh Độ, con người và tự rõ biết tự chính mình. Rõ biết tự chính mình là điều mà Phật giáo tác thành. Nhận lấy khả năng lý giải; còn ngoài ra thì bỏ đi. Lý giải (trí thức) ấy chẳng hướng đến phía thế giới mà hoàn toàn không thể thấy được. Phật giáo bị biến hình, rồi tự ngã ấy luân lưu, đó chẳng phải là Phật giáo, đó chẳng qua chỉ là tư tưởng của người kia mà thôi. Đối với việc kia chính tự mình bị giới hạn.

Ở chương nầy chỉ ra vấn đề thực tế, mà theo tác giả nghĩ rằng đây là vấn đề căn bản Phật Pháp của Chơn Tông cũng nên chăng? Tóm gọn, với người niệm Phật sanh theo Bản Nguyện của Phật A Di Đà, kết cuộc bây giờ sanh, giác ngộ được mở lối và lai sanh (thuộc đời sau) là sự kỳ vọng phương tiện đối với lời dạy và sau đây là sự trả lời của Ngài Duy Viên, có hai điểm chính yếu như sau:

1) Với dục vọng (sự phiền não) của chúng ta không rời bỏ được, cửa giác ngộ mở ra, trở thành bậc Giác giả (Phật). Đừng bao giờ hiểu sai về việc nầy.

2) Lời dạy của Tịnh Độ Chơn Tông rằng nếu gặp được Đức Phật A Di Đà Chơn Thật trong đời nầy, học theo cuộc sống ấy, để sống là con người, tương lai sẽ được tiếp dẫn về cõi kia (dục vọng và danh dự hoàn toàn không là điều tất yếu nơi bản thân) được mở ra, đây là điều của Ngài Thân Loan đã nói.

Người "rõ biết" quốc độ của thế giới kia hầu như không nhận ra. Tất cả "thế giới nầy" là điều cần lý giải. Lại nữa "đời trước" (túc nghiệp) cũng chẳng thừa nhận (không lý giải được); cho nên "đời trước" hay "thế giới kia" là những ngôn từ để chỉ cho ý nghĩa sâu xa mà chẳng để ý.

Chẳng phải trước, cũng chẳng phải sau, điều có là trong "hiện tại" của quốc độ nầy, chỉ có thể suy nghĩ như vậy, mà kết quả về việc lý giải sâu xa về đời sống lại khá phức tạp chăng? Đây là điều nghi vấn. Hơn thế nữa, tính cách cố định là thấy được "quốc độ kia" tính cách thực thể, mà thấy "đời trước" là một chuyện hiểu sai lầm; nhưng Ngài Thân Loan đã nói đúng đối với nhận thức thích học hỏi về "quốc độ kia" (Tịnh Độ, Phật độ = thế giới chơn thật).

Liên quan về vấn đề Tịnh Độ là thước đo cổ xưa và là bài học về tín ngưỡng vĩnh viễn mới mẻ. Ngài Thân Loan đã dựa vào Kinh chơn thật (Đại Vô Lượng Thọ Kinh) để chỉ ra "sự tín thuận theo lời dạy của Đức Phật A Di Đà, lòng tin về lời dạy sanh về Tịnh Độ, là sự khó khăn trong những sự khó khăn". Đối với câu văn nầy Ngài Thân Loan đã chỉ cho thấy rằng: "Tín lạc = tín tâm, thọ trì, thật là khó khăn" (tín lạc thọ trì thậm dĩ nan, nan trung chi nan vô quá tư = vui tin thọ trì thật là khó, cái khó trong khó, khó tách rời ra).

(Theo Chánh Tín Niệm Phật kệ).

Như thế đó, vấn đề Tịnh Độ (vãng sanh) đây quyết chẳng phải là vấn đề của người đời nay, mà ngay cả ngày xưa cũng đã là vấn đề rồi. Người đời xưa "vô tri" chỉ đơn thuần tin là "cõi kia"; nhưng người đời nay dùng tính cách trí tánh, tính cách khoa học, nên đơn thuần họ không tin, những người như vậy không phải ít. Chắc chắn số đó không phải là ít. Đây chính là sự ngạo mạn của người đời nay. Vấn đề Tịnh Độ đối với người xưa và ngay cả vấn đề đối với thời đại ngày nay, đó chính là vấn đề của con người, theo tác giả nghĩ như vậy.

CHUNG QUANH VIỆC TRANH LUẬN VỀ TỊNH ĐỘ

Từ thời Minh Trị (Meiji) trở đi (1868) những người theo Phật giáo cũng như các học giả đã bàn về sự tồn tại của Tịnh Độ; trên thực tế đã thảo luận với nhau về việc nầy. Cuối cùng thì vấn đề cận đại tinh thần và tư tưởng Tịnh Độ đã được đào sâu thêm. Được thông báo cho mọi người biết đến một cách rộng rãi. Người niệm Phật là Thầy Kaneko Daiei (Kim Tử Đại Dinh) (1881-1976) đã viết về "quan niệm Tịnh Độ" (1925) và vấn đề được thấy là phủ định về thực tại của Tịnh Độ, vị nầy cũng đã trải qua Đại Học. Lại nữa cũng có vị Giáo sư về Tôn Giáo Học Nonomuracho Tairo (Giả Giả Thôn Trực Thái Lang) tại Đại Học Otani (Long Cốc) (1870-1946) đã phát hành quyển "Tịnh Độ Giáo Phê Phán" (1923) và thế giới của Chơn Tông (Tịnh Độ Chơn Tông) bị quấy nhiễu quá lớn. Vị Giáo Thọ nầy đã rời khỏi Đại Học và bị lấy Tăng Tịch là sự kiện nổi bật phát triển. Học vấn của Nishi Honganji (Tây Bổn Nguyện Tự) bị xâm nhập một cách tự do và rất nhiều Giáo Thọ đã từ nhiệm đã trở thành một sự kiện lớn.

Tác giả đã sẵn sàng viết trên một số báo của "Vũ Tạng Giả Nữ Tử Đại Học Kỷ Yếu" vào năm 1983 về "Nonomura đã từ bỏ giáo đoàn, Nonomura đã đề xuất chung quanh vấn đề cận đại đích tri tánh và thực tại Tịnh Độ, đã trải qua hằng 10 năm cho đến bây giờ vẫn còn sót lại chưa giải quyết". Sau đó thì nhà Sư Kaneko Daiei (Kim Tử Đại Dinh) của Đại Học và sự phục qui lại giáo đoàn, nên đã ảnh hưởng rất to lớn đến nhiều học giả.

Đi sâu vào vấn đề nầy, không thể chạy đi đâu được, mà phải quay về với "Thán Dị Sao".

Ở chương nầy Ngài Duy Viên đã tường thuật rằng: "Mọi người trong chúng ta do phiền não (tham, sân, si) đã trói vào thân, mà muốn thành Phật là điều khó có. Điều nầy với mọi người, để trở thành Phật với khả năng tánh dễ dàng như vậy nên đã phủ định. Con người với lực của chính mình (khí lượng, năng lực) thành Phật (căn nguyên đích tự giác giả), luận về khả năng tánh có tính cách hiện thật.

Ở đó, nói chẳng hết lời, Ngài Duy Viên đối với việc tồn tại tự thân của con người có một cái nhìn sâu lắng tỉnh thức hơn. Đối với con người, cho họ biết về lòng từ bi. Với nguyên thân nầy mà thành Phật (tức thân thành Phật) thì việc nầy chỉ dạy cho những vị của Chơn Ngôn Tông một cách bí mật, đặc biệt là những người tu hành đã được giác ngộ. Lại nữa tâm thân không còn lay động nữa, hướng dẫn con người (lục căn thanh tịnh) bắt đầu gọi là thành Phật như "Kinh Pháp Hoa" đã nói, nhưng những việc tu hành như thế là thế giới của những người có năng lực để phải bắt đầu.

Ngài Duy Viên đối với việc nầy cho là "nan hành thượng căn", kết cuộc việc nầy là để dạy cho người tinh nhuệ vượt khỏi sự tinh nhuệ. Phật Pháp ấy không phải để dạy cho người bình thường. Không phải mở ra phía trước cho tất cả mọi người. Ở đây có thể nói rằng đây là đặc chất của Chơn Tông Phật Pháp cũng nên.

Ngài Duy Viên nói rằng: Phật Pháp của chúng ta là "dị hành hạ căn" (ai cũng có thể vào, mở ra để dạy cho tất cả mọi người) "bất quản thiện ác" (cả người lành lẫn người dữ, cả người hiền lẫn người ngu, tất cả đều không có vấn đề). Đó chính là Pháp để dạy vậy. Với tác giả thì việc nầy không phải thế, mà tất cả con người vì dục vọng chưa đoạn trừ, với thân nầy thành Phật thì thật là khốn nạn, cho nên như trước những lời dạy của Chơn Ngôn và Pháp Hoa về cách sống của con người thì việc giác ngộ ở đời nầy thật là khó khăn vô cùng; nên dạy niệm Phật có nghĩa là cầu nguyện cho việc vãng sanh ở đời khác vậy (thuận thứ sanh, trở thành giác ngộ).

TỪ BÊN TRONG BƯỚC ĐẠP LÊN MỘT BƯỚC

Những vị thuộc Thiên Thai Tông thường nói rằng: "Triêu đề mục, dạ niệm Phật"; nghĩa là buổi sáng đề mục (tụng kinh) thì tụng "Nam Mô Diệu Pháp Liên Hoa Kinh" và buổi tối thì xưng danh hiệu niệm "Nam Mô A Di Đà Phật". Vậy thì Đề Mục và Niệm Phật giống nhau chăng? Đây cũng là vấn đề đem ra bàn cãi trước đây. Ngài Duy Viên thì cho rằng những người thượng căn (Phật Giáo nói đến căn tức nói đến tư chất, năng lực) và vì con người đến thành Phật thật là khó, huống hồ gì phiền não như chúng ta, thấy chỗ không hoàn bị của thân y nguyên như vậy mà thành Phật thì là điều chẳng thể, đã được nói rõ như vậy.

Như vậy thì kẻ niệm Phật sẽ thành Phật như thế nào đây? Ở nơi đây, hay ở quốc độ kia? Theo sự suy đoán của chúng ta thích kết duyên ở tại đây, hãy hướng về Ngài Duy Viên để lắng nghe. Ngài Duy Viên nói rằng nếu trì giữ giới luật một phần, nếu có người như chúng ta dầu không có sức lực trên đường tu hành Phật đạo thì Đức A Di Đà Phật với lòng từ bi rộng lớn được sanh về thế giới ấy (nguyện là thuyền tế độ, thế giới của Đức Phật là chiếc thuyền, đây là đặc trưng của Ngài Thân Loan vậy). Còn những người khổ nạn, đa phần thì việc sanh kia khó có được, sanh mệnh lâm chung nếu được đưa đến thế giới chơn thật (Tịnh Độ) thì sự phiền não của mọi người như mây, như sương mù và cuối cùng với dục vọng cùng tâm danh dự kia được giải phóng từ tâm kia. Đây được nói là thế giới giác ngộ.

Thế nhưng ở đó chưa phải là hết mà theo Ngài Duy Viên thì sanh về thế giới Satori kia đồng thời cũng nói là: "Tận thập phương quang minh chỉ một hương vị, vì sự lợi ích của tất cả chúng sanh, nên đã được giác ngộ". Điều nầy chính là cốt lõi của Chơn Ngôn Phật Pháp vậy. Satori có nghĩa là tự cứu lấy chính mình, không phải thành Phật với thế giới đầy ắp tự kỷ, mà phải vì người khác cứu độ dễ dàng đưa đến chỗ cuối cùng. Nghĩa là thế giới của Ngài Thân Loan. Ngài Duy Viên thì nắm chắc điều nầy và cắt đứt sự truyền thừa.

Một vài học giả mang kinh nghiệm đã trải qua như Machida Souhou (Đinh Điền Tông Phượng) đã tường thuật lại rằng: "Bên trong của con người xây dựng, chứa đầy tội lỗi, chính thân nầy đang mang theo tội nghiệp cảm không hạn định, việc sám hối thì rất là tối cần thiết. Tuy nhiên, đó là bộ phận tiền bán (nửa phía trước) của Tôn giáo, ở đó sẽ không đạt tới, từ đó đánh động lớn vào là điều cần thiết. Tuy nhiên, ở Phật giáo Nhật Bản bộ phận nầy rất là khiếm khuyết chăng?". Ông ta là học giả đã giảng dạy về Tôn giáo và Văn Hóa của Đại Học Quốc Lập Singapore (đồng thời Ông ta cũng là người nghiên cứu về Ngài Pháp Nhiên). Càng suy nghĩ về hình thức tự kỷ mãn túc và hình thức Tự Kỷ say sưa của Phật giáo ấy nếu không ra khỏi thì Phật Pháp sẽ không có ngày mai.

THẾ GIỚI NẦY DẪN TA ĐẾN SỰ HỌC HỎI

Ngài Thân Loan nói việc cứu độ ta là (vãng tướng), đồng thời ta được cứu độ là (hoàn tướng). Việc nầy theo tác giả nghĩ rằng đó là cách nói thích hợp của Ngài. Ngài Duy Viên thì nói rằng quốc độ kia của Đức Phật A Di Đà là trở thành một tâm, kẻ mê mờ bị khổ sở (chúng sanh), bắt đầu cứu những người như vậy và cũng có thể nói là được Satori. Nghĩa là việc nầy y hệt nhau như vậy.

Khi nghe nói hay xem qua "thân nầy nguyên vẹn như vậy không thể thành Phật và ở quốc độ nầy không thể giác ngộ" "với thân nầy" (phiền não cụ túc của ta) "đất nước nầy" (sai biệt, nơi tranh đấu loạn lạc, dục vọng và tâm danh dự, cảnh giới phủ đầy), nơi đó thành Phật khó thấy được. Vậy thì chơn ý của Đức Phật A Di Đà là gì vậy? Có phải đơn thuần là lời dạy nầy hiện thực phủ định chăng? "Thân nầy" chẳng thật tánh và "quốc độ nầy" cũng là thế giới hư giả tánh, vượt khỏi thế giới nầy là "Tịnh Độ" (báo độ của tự nhiên), gọi là cảnh giới vậy. Ngài Thân Loan thường gọi đây là "Tịnh Độ", tương đương với lời nói "chơn thật". Cực Lạc Tịnh Độ thì hầu như không sử dụng đến, mà nói là Chơn Thật Báo Độ. Với "thân nầy" biến đổi, "đất nước nầy" cũng biến đổi, chẳng phải là thế giới có tính cách yếm thế, chúng ta tự thân của mỗi người nhìn qua thế tục thế giới rồi ngộ nhận "quốc độ kia" (Tịnh Độ) và tự nghĩ rằng phải xác nhận lại một lần nữa đây là thế giới của Ngài Thân Loan đã nói.

"Thân nầy" và "quốc độ nầy" và "ngay bây giờ" ý nghĩa chơn thật được nhận thức ấy ngộ nhận và bây giờ là thời đại có thể nói rằng chẳng thể được chăng?

Tịnh Độ được hiểu là "Vô Lượng Quang Minh Độ". Từ đó, ở đây với con người cũng như thế tục hay hiểu lầm về việc nầy và tiếp tục chiếu đến khắp nơi, không có gì ngăn cản. Điều nầy chính là năng lực của câu Phật hiệu A Di Đà vậy. Dẫu cho bất cứ nơi đâu, sẽ vượt lên trên khỏi thế tục, sự chơn thật to lớn ấy không có giới hạn. Thân nầy cũng như thật tướng của quốc độ kia phải thông suốt. Với chúng ta thì tự kỷ là sự tuyệt đối hóa, với dân tộc là sự tuyệt đối hóa, với quốc gia cũng không có nguyên tắc, là sự tuyệt đối hóa, là những điều phạm phải sai lầm vậy. Việc làm nầy như trước đây đã rõ là thế giới của "sự đấu tranh" và "sự sai biệt".

Đức Phật A Di Đà với "thọ mệnh vô lượng" và "quang minh vô lượng" đối với bản chất là Phật có nghĩa là đời sống "thọ" không có hạn định, dẫu cho ở bất cứ nơi đâu cũng hướng đến phía sau sự chơn thật (tự ngã chấp trước) bao bọc con người chúng ta với ánh sáng không giới hạn (trí tuệ) và theo năng lực đó, mỗi người trong chúng ta được chơn thật hóa (giúp cho sự chiếu sáng), điều nầy để chỉ cho năng lực vậy.

"Với thân nầy y nguyên như vậy thì không thể thành Phật ở quốc độ kia" hãy tiếp tục tìm hiểu sâu xa về ý nghĩa nầy. Điều nầy nếu dùng ngôn ngữ khác đi thì để trở thành sự chơn thật (trí tuệ và ánh quang minh của Phật A Di Đà) được đứng trước đó là con người thì "ta" ấy là ngụy thật tướng đối với kia, thật tế là như vậy. Cho nên tự chính mình đặt tên là Ngu Ngốc Thân Loan.

Nếu tự mình trở thành vĩ đại thì chỉ tự mình thấy biết, không lọt vào mắt của người kia và ngôn ngữ cũng không lọt vào tai được, đúng ra là bị cô lập. Tuy nhiên, chính người đó cũng chẳng hay biết. Con người như vậy, há chẳng phải là sự nguy hiểm chăng? Con người như vậy đã đứng trên tổ chức là một bi kịch rất lớn. Không phải chỉ một mình mình mà nhiều người cũng phải hy sinh. Lập trường như vậy cũng đã có người cho rằng: với con người chỉ đi tìm cầu việc hư dối. Việc hư dối như vậy mà có rất nhiều người hướng dẫn thì thật ra người hư dối ấy không phải có được nhiều như thế.

MỌI NGƯỜI PHỦ ĐỊNH, THÁN DỊ SAO LÀ CỦA NGÀI DUY VIÊN

Ở phía trước đã đề cập đến lời nói của Ngài Daisetsu Suzuki (Linh Mộc Đại Chuyết) rằng: "Sách của mình viết, phải cảm ơn, sao lại không". Là một Thiền sư, tác giả thật là cảm kích về lời nói không thật (khiêm hư) khi bảo rằng thấy ông giác ngộ. Việc như vậy mà Ngài Đại Chuyết hoàn toàn không nhận ra.

Chung quanh chúng ta cũng có nhiều người tôn kính. Tất cả những người như vậy đều giống nhau với sự "sâu sắc" ấy. Chiều sâu kia theo tác giả nghĩ là sự thể hiện sự khiêm nhường trống rỗng của bổn vật. Tiếp đó sự sâu sắc và sự phong phú, sự ấm áp ấy mang đến cho chúng ta sự cảm nhận. Chúng ta nếu không quan tâm việc kia thì chuyện gì cũng làm được. Tuy nhiên, nếu việc kia không để ý thì không thành cái có thể của tự chính mình. Từ đây tánh khiêm hư (khiêm nhường với lời khen không đúng) và tánh tích cực được phát sanh.

Ở đây việc quan tâm ấy nếu không có thì cái gì cũng có thể thực hiện được, chỉ sự suy nghĩ ấy thâm nhập vào thì đời sống sang trọng sẽ bị phá vỡ, thực tế thì thế giới ấy tiếp tục là của ta và cũng có thể nói rằng đó là thế giới của Bổn Nguyện Tha Lực.

Tự lực có nghĩa là với chính thân nầy mở ra việc Satori ở ngay quốc độ nầy và là con đường khuyến khích cho con người tiếp tục siêng năng cố gắng. Tha lực có nghĩa là chỉ cần tiếp tục với thân thể nầy thì không thể thành Phật ở quốc độ đó, mà do trí tuệ và lòng từ bi của Đức Phật A Di Đà hướng dẫn sự bất hoàn toàn của ta nguyên vẹn như thế, để được sanh về như lửa đốt cháy trên con đường cho người đó. Ở trong đời nầy mở ra con đường Satori như thế sẽ không có được người như vậy, chỉ có Thế Tôn mới có thể cứu độ mọi người ở quốc độ ấy được. Ngài Duy Viên nói rằng: Với Tịnh Độ Chơn Tông nay được sanh là do tin nơi Bổn Nguyện, nước được nói ở kia việc Satori là điều khó có thể (lời dạy của Tịnh Độ Chơn Tông là ở trong đời nầy gặp được Đức Phật A Di Đà Chơn Thật, tôn trọng theo lời dạy với sinh mệnh mang đến đầy đủ thì đó là Tịnh Độ tự nhiên khai mở con đường đã được dạy đến).

Điều nầy Ngài Thân Loan đã nói như vậy và Ngài Duy Viên đã ghi lại ở cuối chương nầy. Thán Dị Sao chẳng phải do Ngài Thân Loan viết mà Ngài Thân Loan cũng đã chẳng nói đến thế giới Tịnh Độ trong đời mà Ông Yashida (Lâm Điền Mậu Hùng) viết rằng: "Thân Loan làm bẩn Thán Dị Sao". Ông Honda (Bổn Đa Hiển Ảnh) trong "Thán Dị Sao Nhập Môn" cũng viết giống như vậy. Việc nầy đã xảy ra cách đây hơn 40 năm về trước.

Đây đó tác giả đã viết trong vòng 30 năm hơn về những việc trọng yếu được đưa ra, là quyển sách rất cần thiết. Tác giả đã lý giải Thán Dị Sao bằng cách khác, nhưng cũng là một quyển sách hay, gây chú ý. Quyển sách nầy đã được nhiều người đọc. Tác giả cũng đã nghe đến sự lý giải về Ngài Thân Loan của hai Ông về những việc cốt lõi, một phần của sự lý giải cũng có nhiều. Điều giống nhau ở điểm là không khoe khoang về "Tịnh Độ" là một đại tiền đề, mà lời dạy của Thân Loan chính là được sửa đổi lại bởi Duy Viên để trở thành Thán Dị Sao của Ngài Thân Loan vậy. Gần đây Ông Yamatetsu (Sơn Chiết Triết Hùng) cũng đã viết về "cắt đi phía sau Thân Loan Thán Dị Sao" và quyển sách nầy nếu có dịp thuận tiện tác giả nghĩ rằng sẽ phê bình đến.

CHƯƠNG THỨ MƯỜI SÁU:
HỒI TÂM = PHƯƠNG HƯỚNG THAY ĐỔI CỦA CON NGƯỜI

TỪ CON NGƯỜI GƯƠNG MẪU ĐẾN CON NGƯỜI THỰC TẾ

Thường được hỏi rằng: "Trường của Ông thuộc trường Phật giáo, chắc là không có những học sinh không bình thường?".

Học sinh không bình thường là những học sinh như thế nào, không thể phê phán, nhưng khi gặp phát ngôn như thế nầy thì phải trả lời như thế nào đây? Thật là khó xử. Tuy nhiên việc muốn nói của người kia thì thường bị phê bình. Cuối cùng thì những học sinh nghe giảng về Phật giáo, làm việc xấu hay đối với những hành vi cực đoan xấu ác thì không có, muốn nói là như vậy.

Ở nơi đó, không có gì vui hơn là người học về Phật giáo lại xuất hiện, nói vậy để thấy về sự an ổn ở Phật giáo quan và tôn giáo quan vậy. Tuy nhiên, việc cũng chẳng phải đơn giản như thế. Những người phát ngôn như vậy hầu như là những người chẳng hay nghe về Phật giáo cũng như học về Phật giáo.

Chung quanh chúng ta thường hay nghe nói rằng: "Phật giáo tốt quá hả?", "Phật giáo là điều cần thiết", mà vì sự tự do, nên nhiều người đã chẳng nghe về Phật giáo hay học về Phật giáo. Cuối cùng thì đó là việc của người khác.

Dẫu cho là ít đi chăng nữa thì cũng nên nghe về Phật giáo và người có học về Phật giáo, thì những người như vậy sẽ trở thành những người gương mẫu, thấy được cách sống sai trái như thế nào, hay việc khốn khổ như thế nào cũng sẽ rõ biết được.

Nếu nói rằng sẽ không ngộ giải (hiểu và giải thích sai), Phật giáo không có chủ ý dạy cho con người gương mẫu vậy. Nghĩ rằng trở thành con người, việc dạy có chủ đích cũng có thể nói. Con người dạy cho con người, mà con người ấy trở thành lương thiện thì không phải dạy. Chủ đích của con người lương thiện là thế giới của đạo đức. Điều đó cũng là điều tôn trọng thế giới.

Con người với thế giới nghĩa là con người; làm lành chỗ nào hay đứng trên lập trường xấu ác chỗ nào, đó là việc quan trọng vận hành, mang vào nghi vấn chính mình rõ ràng tự quyết định đối với việc lành hay việc dữ.

"Con người thường là sự tồn tại ngược lại của nhân gian" như nhà triết học Tanikawa (Cốc Xuyên Triệt Tam) nói. Tác giả rất quý trọng với lời nói nầy. Con người nếu chỉ là con người được sanh ra, thì chẳng phải là con người; một nửa là động vật; nói như vậy cũng tốt vậy. Nếu không rõ biết được điều nầy thì ý nghĩa trở thành con người không được sanh ra. Đồng thời, nếu nhân gian chỉ thuần được sanh ra thì nhân gian ấy và sự tự biết không lầm lẫn sẽ trở thành bi kịch mất.

Sống trong thời đại bây giờ vấn đề của chúng ta là ở đây. Nói như vậy chắc cũng không quá lời. Con người trở thành con người là việc đương nhiên của nhân gian, nói như vậy cũng đúng. Đúng là con người, nói như thế có thể theo quan niệm kêu lên như vậy không biết có chấp nhận được chăng? Nếu nói bằng ngôn ngữ khác đi thì với con người dẫu cho tuyệt vời đi chăng nữa hay không ra gì hoặc hiền nhân, ngu ngốc, buồn thảm, hoan hỷ... tất cả đều có thể nhận biết hoàn toàn bởi chính tự thân của mình. Với tác giả cho đây chính là nhân gian vậy.

Tuy nhiên việc trở thành bởi chính mình đó, phải nói rằng việc nầy thật sự là rất khó khăn.

HIỂU SAI LẦM VỀ SỰ THỂ NGHIỆM BẤT LỢI CỦA VIỆC QUAY LẠI

Trọng tâm của chương nầy gọi là: "Hồi Tâm". Hồi Tâm nghĩa là xoay lại tâm mình. Kết cuộc điều nầy có nghĩa là làm cho tỉnh thức sự mê muội có tính cách tôn giáo. Điều nầy là sự biến đổi có tính cách căn bản về nhơn gian quan và giá trị quan. Đây là sự thuần túy có tính cách tôn giáo.

Tuy nhiên sự "Hồi Tâm" nầy đơn thuần chỉ là sự phản tỉnh của tự kỷ, dùng để chỉ cho ý nghĩa của việc phản tỉnh bên trong, cũng là tính cách trọng yếu của sự kinh nghiệm có tính cách tôn giáo, nhưng sự cực đoan thì sẽ bị bình thường hóa vậy. Việc nầy nếu hiểu sai, sẽ bị chỉ trích. Ở đây, chương nầy chỉ ra tính cách trọng đại của việc "Hồi Tâm" có tính cách tôn giáo.

Trong sự sinh hoạt có tính cách tôn giáo, người người đều có sự thể nghiệm. Cuối cùng thì đối với sự thể nghiệm tôn giáo ấy cũng là một việc tốt đẹp vậy. Tuy vậy sự thể nghiệm của tôn giáo chẳng phải là điều kiện để cứu độ có tính cách tôn giáo, đó cũng chính là lời nói của Ngài Thân Loan. Chung quanh ta luôn có nhiều người nói về sự được thể nghiệm tôn giáo có tính cách riêng của mình. Điều nầy đã trao qua gửi về, nhưng chắc rằng nhiều tôn giáo đã đưa đến phần thắng thế.

Tôn giáo thể nghiệm nghĩa là một sự vận hành có tính cách tôn giáo, không phải là tất cả. Nếu điều nầy hoàn toàn có khả năng thì tôn giáo đó có thể dễ trở thành nguy hiểm. Tác giả cũng đã gặp nhiều người khốn khổ về việc thấy linh hồn nơi cõi âm, hay nói chuyện cùng người chết, rồi nếu việc cúng dường không đầy đủ v.v...

Lại nữa, dẫu cho sự thể nghiệm có tính cách phi thường bao nhiêu đi chăng nữa, thì khi dùng lời xảo quyệt để nói và thường bảo rằng "như vậy sao?". Đồng thời nói "cái đó là cái gì vậy?" thường làm cho người kia phải lo ngại. Đức Phật đã từng dạy rằng: "Đúng thời đúng lúc thì hoa nở, quyết chẳng phải sợ điều gì cả. Khi đủ duyên thì hoa nở. Khi duyên tan đến thì hoa rơi".

Khởi đi từ thời tiết, một ngày hay có mây, thì ta nói là điều báo hiệu chẳng tốt và Đức Phật đánh bạt sự yếu đuối tâm hồn của những người chỉ lo cầu nguyện. Ông Sàng Nguyên Ảnh Quang của Um Chơn Thiên Giáo nói về sự thể nghiệm thân mật của mọi người, nói đến việc bay trên hư không và xưng đó là siêu năng lực cho mọi người thấy và đã có nhiều người trẻ hấp thụ điều kỳ lạ nầy. Đồng thời ở đạo tràng luôn cố gắng động viên những người trẻ về việc "không trung phù dương" (nói như Ông Sàng Nguyên thì đây là sự phù phép chẳng kém) và theo tác giả thì đây có thể nghĩ là sự nảy mầm vậy.

Phái thủ Pafon Mansu (Phiên âm theo tiếng Katakana) (sở tác) lôi kéo người. Ông Sàng Nguyên cũng như Pháp của Hoa Tam Pháp Hành của Phước Vĩnh Pháp Nguyên cũng có nữa, chúng ta phải học tập về việc nẩy.

Triết học gia Mitsuki (Tam Mộc Thanh) (1897-1945) đã nói rằng: "Với tôi xin cảm ơn Tịnh Độ Chơn Tông với tính cách bình dân, cũng có thể chết theo Tịnh Độ Chơn Tông nữa".

Người ta đã phát hiện ra ở nhà của tử tù một di cảo về Thân Loan (Trị an duy trì pháp vi phản). Rất lấy làm tiếc là viết chưa hoàn thành nhưng ở đó đã triển khai về Thân Loan luận của Tam Mộc Thanh với tính cách như là một nhà triết học. Thật là đường đột khi viết về chuyện của Tam Mộc Thanh, bởi lẽ Ông ta đã tường thuật sự thể nghiệm về tôn giáo.

Sự thể nghiệm cũng có nghĩa là thuộc về tính cách chủ quan của tự thân và ý nghĩa có tính cách tâm lý. Đồng thời sự thể nghiệm về tôn giáo là chủ nghĩa chủ quan, hãm hại chủ nghĩa tâm lý, Tôn giáo là chơn lý sẽ dễ mất đi nhận thức có tính cách căn bản. Chơn lý đúng là có tính cách thể nghiệm, có tính cách tâm lý, không có thể có tính cách chủ quan (theo Tam Mộc Thanh toàn tập, quyển thứ 18, nhà xuất bản Watanabe thơ điếm san).

Thể nghiệm chính là lãnh vực có tính cách cá nhân được qui định, tất cả tôn giáo đều có, nói về điều kiện cứu vớt có khả năng là điều ngộ nhận đã được ghi lại.

Cuối cùng thể nghiệm có tính cách chủ quan, khuynh hướng dễ bị rơi vào chủ nghĩa tâm lý, điều nầy chơn lý có tính cách Tôn giáo ấy có tính cách phổ biến, khép chặt lại vấn đề cá nhân, là điều ngộ nhận.

Với tác giả lúc ở lứa tuổi 20 thì cho rằng thế giới mới là điều cần thiết, còn "Tôn giáo chẳng phải là chủ nghĩa thể nghiệm". Chẳng có gì hơn thế nữa phải tìm cầu tư cách "chơn lý" có tính cách phổ thông để cùng sống với "chơn lý" ấy; bởi suy nghĩ kỹ thì tôn giáo là sự kinh doanh.

Nhiều người trong lúc trẻ ít có phê phán về Tôn giáo; nhưng khi tuổi càng chất chồng thì lại bàn tán, những người như vậy đã xuất hiện. Điều nầy theo tác giả nghĩ rằng nhơn sanh kinh nghiệm, sự thể nghiệm ấy kéo dài theo tuổi tác của con người, việc nầy có phải là sự ngộ nhận chăng? Chơn lý có tính cách Tôn giáo là điều mượn từ lời nói của Thân Loan mà trong chương thứ nhất đã nói về thế giới rằng: "Không cần lựa ra người già trẻ và thiện ác".

Tôn giáo là sự dẫn đến thể nghiệm đặc biệt của tự kỷ, mà các tín đồ đều đi tìm sự thể nghiệm đó, không thể đóng chặt lại. Theo tác giả nghĩ rằng: Cả tuổi tác lẫn tánh biệt (nam hay nữ) cũng như sự liên hệ về dân tộc cũng không nốt, phải suy nghĩ rằng đứng trước mọi người "chơn lý" đều phải được mở rộng ra.

HỒI TÂM LÀ CUỘC SỐNG ĐÃ MỘT LẦN NHƯ THẾ

Với chương nầy bắt đầu viết như sau: "Dạy cách sanh về cho người niệm Phật; nhưng chẳng phải khinh xuất, với tấm lòng, kể cả việc xấu, đồng thời khẩu luận (lý luận qua miệng) với những đồng sĩ (những người cùng) niệm Phật, chắc chắn phải hồi tâm (cải tâm), có người nói như vậy. Vì sao lại nói việc như thế? Người như vậy kết cuộc có thể dùng năng lực của chính mình để chừa bỏ việc ác và có thể cứu vớt để trở thành người tốt của nhơn gian chăng?".

Ở đây sự "Hồi tâm" cũng được gọi là "cải tâm" của chính mình, hối cải việc sai trái. Đó là sự phản tỉnh, sám hối tâm địa của mỗi người và được nói rằng: "Tội, làm cho tội khá hơn", việc nầy do văn nghệ bình luận gia, Ông Kamei (Qui Tỉnh Thắng Nhứt Lang) nói. Nghĩa khác với người đề xướng cũng giống việc nầy tự chính mình thức tỉnh bên trong về tâm địa, tự biết chính mình cũng không chừng. Đồng thời với người niệm Phật đối với Bổn Nguyện của Đức Phật A Di Đà không ngọt ngào, mà phải phục tùng theo. Niềm tin cũng có thể suy nghĩ rằng có tính cách luật pháp khi bị rơi vào chỗ tối tăm. Chơn diện mục (Hình ảnh thật) của người như thế có rất nhiều.

Ngài Duy Viên đối với việc ngộ giải nầy quyết nhiên nói toạt ra rằng: "Việc hồi tâm được gọi là một lần, người một lần" (việc tâm thay đổi để được sống chỉ một lần). Nói như vậy là một cách nói đoạn ngôn (lời nói dứt khoát) chăng? Hồi Tâm đơn thuần là việc bên trong cũng như sự phản tỉnh, cũng chẳng phải sự sám hối, sâu xa hơn mà Ngài Duy Viên muốn chỉ ra rằng là tính chất nhân tố để chuyển hoán vậy. Thật tế sẽ thuật lại ngôn từ đoan chắc về tánh cách của một lần hồi tâm như sau:

"Việc hồi tâm kia là thói quen của người rõ biết về Bổn Nguyện Tha Lực Chơn Tông, chung quanh trí tuệ của Đức Phật A Di Đà, thói quen của tâm ấy là chẳng được vãng sanh, nguyên là tâm thức ấy bị chối từ, mong mỏi nơi bổn nguyện để mang đến sự hồi tâm sâu dày". (Hồi tâm có nghĩa là sự tốt đẹp, lột trần tự ngã của tâm, trước tiên tìm thấy lời nói thay đổi, đuổi theo tìm cầu cái ta và lúc đó do lòng từ bi và trí tuệ của Đức Phật A Di Đà làm cho ta sanh về được nơi thế giới kia, hoàn cảnh chỉ quanh mình được sanh ở trước của cách sanh ra, biết được rõ ràng sự không có được hạnh phúc chơn thật. Đức Phật A Di Đà với Bổn Nguyện Chơn Thật, nương vào nơi sanh mệnh đó để sanh, đó là cách thức sinh hoạt của người niệm Phật).

Nói cách khác, đo lường tự lực không thể được (lực lượng của chính mình, năng lực không có đủ. Điều nầy là việc chẳng đủ khả năng, việc chẳng thể được, vì sự nỗ lực không đủ, nếu nói cực đoan là cảm giác như khi bị bịnh) để trống cho ta sanh về, tiếp tục lên cao với thế giới rộng lớn hơn và cũng có thể nói rằng sự hồi tâm do sự hóa sanh có tính cách tuyệt đối của chính mình.

Ngài Thân Loan đã nói và chỉ rõ về tự lực thế giới trong (Nhất Niệm Đa Niệm Chứng Văn) rằng: "Sự mong mỏi nơi thân của ta, sự mong mỏi nơi tâm của ta, gắng sức về năng lực của ta, mong mỏi căn lành ở mọi người chúng ta". Đây là những lời được rõ biết , còn tự lực với thân thể của chính ta, tâm hồn hay toàn thể năng lực được hướng đến hành vi thiện. Tuy nhiên, nếu việc nầy suy nghĩ về chính mình không đưa đến kết quả, không có được cảm xúc đầy đủ, sẽ rơi vào chỗ trầm cảm.

Mặt khác, tha lực (con đường Bổn Nguyện) dẫu cho ai đó có cố gắng cũng không thể nào đạt được kết quả và chính tự mình không thể vượt qua khỏi bởi chính mình, thì với tất cả việc suy nghĩ ấy là điều phản tỉnh lại đạo lý, cũng có thể nói rằng đó là sự tán đồng của thế giới cũng tốt thôi. Ở đó sẽ có sự sáng vô hạn định.

Về việc hồi tâm, Ngài Thân Loan đã chỉ rõ trong (Chánh Tín Sao Văn Ý) rằng: "Hồi tâm nghĩa là tâm tự lực của mình thay đổi". Nếu nói bằng ngôn từ khác là cách sanh ra từ trung tâm tự ngã (nhơn sanh) và "hồi tâm" chính là hoán chuyển phương hướng để hướng về cách sanh nơi tâm chơn thật của Đức Phật. Học lực, giáo dưỡng, tri thức, địa vị, tài sản, tiền bạc v.v... với cái nhìn tuyệt đối đang là, thì khi chuyển hoán phương hướng những diều nầy chỉ có tính cách tương đối mà thôi với cuộc sống ấy.

GIỐNG NHƯ SỰ NGỤY BIỆN

Cách sống mới lôi cuốn vào "Trí Tuệ của Di Đà" và Ngài Duy Viên đã nói. Cách nói nặng ký như vậy, nhưng từ cách sống là trung tâm của tự ngã đến Phật (đạo lý của sự chơn thật) là cách sống trung tâm dẫn đến sự thay đổi cách sống, là sự giải phóng cho cuộc đời của chúng ta.

Với chúng ta thường thì hay sống với cách suy nghĩ có tính cách nhị nguyên về người lành, người ác, người hiền, người ngu, người quý phái, người thấp hèn hợp chung vào như vậy. Với

thế giới của tôn giáo thì, khi suy nghĩ về Thánh và Tục cũng gồm chung trong đó. Tôn giáo đối với Thánh thì như thế, còn Tục thì ít nói đến, mà chỉ nói về những Thánh chức.

Tuy nhiên Ngài Thân Loan thì quyết định không suy nghĩ như vậy. Cả thiện lẫn ác, cả hiền lẫn ngu, cả thanh cao hay đê tiện tất cả đều là con người được tạo nên. Ngài đã đứng trên lập trường như vậy để nhận thức, không như ý nghĩa thuộc về bản chất. Chúng ta là những người như Giáo viên, giống như học sinh, giống như xã viên, giống như Trụ trì, giống như Phường thủ (người đàn bà lo vườn chùa)... bị trói chặt vào quan niệm như thế để sống. Kết quả của việc nầy là tốt đẹp chăng? Mới nhìn thì tuyệt vời, nhưng bị trói buộc giới hạn, chưa phải thật sự là cách sống vậy.

Những người có niềm tin, không mắc cỡ khi tôn kính cách sống của những người tu hành, vì suy nghĩ rằng, đại để những người thuộc về tôn giáo là một thói quen, cũng như tuy sống theo tín ngưỡng nhưng cũng có người nói rằng: "Làm cái gì mà kỳ cục vậy?", nói với sự ý thức như vậy cũng có nhiều người. Ở đây tín ngưỡng (những người theo tôn giáo) rất tuyệt diệu, còn người thế tục (thế gian) thì xem nhẹ; nói như vậy chẳng phải là không có sao?

Từ việc nầy giới hạn trong sự mất tự do, việc dạy dỗ của Ngài Thân Loan thì vĩnh viễn không phê phán được, Ngài Duy Viên đã nói như vậy.

Với tác giả có một câu chuyện mà không thể nào quên được khi nghĩ đến như sau. Có một xí nghiệp của Radio đã loan tin trên đường đi dự lễ Vu Lan về và hỏi trong máy rằng: "Có ai nghe thấy một người đã chạy đi trên xa lộ khiến cho xe bị ngừng lại cả mấy tiếng đồng hồ rồi và bây giờ đang chạy ở đâu vậy?".

"Bây giờ ở đâu? Ở đâu?

"Đang ở đó chăng? Xe càng đọng lại nhiều hơn nữa"

"Chẳng phải, bình thường ở gia đình và những câu chuyện như vậy chẳng hề xảy ra, ngưng trệ cũng là việc tốt vậy, bởi vì có thể nói chậm lại".

"Vậy sao? Ông giống như là một nhà tôn giáo phải không?". Đó là một câu chuyện trao đổi. Cuối cùng thì tôn giáo gia quyết định ngưng lại dòng chảy ra sao, không còn giữ lại nơi bụng nữa, mà phải an nhiên tự tại (Thái nhiên tự nhược). Ở đây có thể nói là quan niệm tôn giáo và quan niệm về người của tôn giáo có tính cách bình quân của người Nhật Bản.

Giống như tác giả, người dừng lại sự nóng nảy thì cũng mất tư cách của một người có tôn giáo. Ở chương nầy có thể thấy được điều đó. Nếu phạm vào việc ác, thì phải phản tỉnh. Việc hối tâm ấy quyết chắc rằng việc ác của tự kỷ được phản tỉnh; chẳng phải để trở thành người lành của thế gian, mà hối tâm chính là đối với sự chấp trước của tự ngã (tự lực của tâm hồn) đã được hoán đổi và đây chính là cách sống đối với thân mình một cách chân thật của Đức Phật A Di Đà.

Ở đây, đứng ở cõi lòng, cũng có thể khóc lên được, nhưng lúc ấy sự suy nghĩ bị cắt đứt ở cõi lòng, nghĩ rằng cắt đứt dòng nước mắt chảy thì tốt. Với hành vi như vậy, nó cũng chẳng phải là cách sống đối với tôn giáo, mà sự suy nghĩ như vậy có thực sự dấy lên sự ngã mạn (đời sống cao cả) chăng?

Thực tế thì thế giới nầy khó dẹp đi cái tự ngã là điều bình thường, nhưng là thế giới của niệm Phật Bổn Nguyện vậy. Nơi bụng, nước mắt chảy trong đó cũng có thể gặp được sự niệm Phật chơn thật. Đúng là như hoa sen sống trong bùn nhơ, nhưng vẫn nở tỏa ra được mùi thơm tinh khiết diệu kỳ.

TÔI LÀ CÁI TÔI TỐT

Cho thấy cái thiện, cho thấy cái hiền là sự yếu đuối. Thường thì ở những nơi đó ta được đánh thức với câu Nam Mô A Di

Đà Phật, là trí tuệ của Đức Phật A Di Đà vậy. Khi trí tuệ nầy được ban cho, ta sẽ sanh ra cách khác mới hơn. Ta sẽ được hưởng trong cuộc đời với việc sanh, là chơn nhơn (kẻ niệm Phật) được thay đổi sự sinh ra vậy. Lúc đứng trên lập trường nầy, cái thiện có tính cách nhân gian, gồm có cả từ cái ác thành sự tự do và trong sự tự do đó con người được sinh ra thân nầy. Con người nầy không nên so sánh với người kia được, kẻ nầy sẽ bước đi trên con đường vô ngại.

Thân Loan đã khuynh đảo sâu sắc nhà triết học Kawaumi (Xuyên Thượng Thanh Kiết) (1906-1959) kẻ tìm cầu đạo và tường thuật lại trong "Xuyên Thượng Thanh Kiết toàn tập -quyển thượng" rằng: "Chính việc mang theo sự khiêm hư (khiêm tốn, hư ảo) đã không phê phán Ngài; ngoài ra còn nhắm mắt lại như chẳng quan tâm về lỗ hổng ấy. Tên gọi khiêm hư ấy mang theo sự đánh động mạnh, khiếp sợ, dễ đưa đến sự phủ định của tự kỷ. Chủ trương ấy là chủ trương khắp nơi, mà trong đó không quên đi sự phê phán về tự kỷ. Sự phê phán là việc phê phán khắp nơi, chẳng thuần không rơi vào chỗ thấy của tự kỷ. Điều nầy hầu như là bên ngoài của sự giới hạn về trí tánh".

Ở đó người niệm Phật có ý thức về việc nầy, khiêm hư như vậy sẽ giữ lại cái hư của con người, mà phần âm ấy bị đánh bạt ra chỗ thấy nghe cao ngạo. Nói cách khác Ngài Thân Loan đã cùng bước đi với những người niệm Phật, tất cả lành hay dữ hoàn toàn không phải là điều tất yếu và chính tự thân cũng không cần phải giữ lại việc tất yếu gì cả, là việc như vậy. Trí tuệ của Đức Phật A Di Đà đã ban cho người lời nói, mà lời nói ấy theo tác giả nghĩ rất trọng yếu. Ngài Duy Viên đã chỉ cho ta thấy rằng: "Tự mình khó thấy được sự vãng sanh, thật ra đó là do nhờ vào ân đức sâu dày của Đức Phật A Di Đà, thường thì rất thâm sâu, để khiến người niệm Phật, là điều tự nhiên vậy" (được sanh ra tốt, khi chết đi được sanh ra làm người thông minh, không phải với tâm như vậy, mà tự ngã vượt lên trên sự rộng rãi và phong phú hơn để sanh ra nơi thế giới của Đức Phật A Di Đà là điều tốt vậy. Từ đó tự nhiên phải cảm tạ câu Nam Mô A Di Đà Phật) và giải phóng ra khỏi (người thông thái) ấy. Điều nầy là vô ngại (tự tại) theo cách sanh ra, với một kiếp nhân sinh tươi sáng.

CHƯƠNG THỨ MƯỜI BẢY:
TRƯỜNG HỢP TÁI SANH LÀM NGƯỜI - PHƯƠNG TIỆN CỦA TỊNH ĐỘ

CÁCH SỐNG VƯƠNG GIẢ CỦA NGƯỜI PHẬT GIÁO

Tác giả chưa hề quên một lần nói chuyện với người bạn. Cuộc nói chuyện ấy là thời gian tập hội nghiên cứu, mà thời gian đã qua hơn 30 năm rồi, bây giờ chỉ là sự hồi tưởng mà thôi.

Lúc ấy có nhiều Tăng sĩ đã cùng tham gia với Hội Nghiên Cứu. Khi đang hăng say nghị luận thì có người bạn (đồng cấp sanh) hướng về tác giả và nói rằng:

"Anh không có tín tâm (người chưa tin) cho nên không được. Vì vậy làm sao mà nói về việc như thế?". Cả hội trường đều yên lặng. Tại sao lại yên lặng thì tác giả đã chẳng hiểu, nhưng bởi đó là một sự đường đột, nên rất là ngạc nhiên. Hơn thế nữa cách nói của hắn ta thì ai cũng đã biết, nhưng sửa đổi lại sự ngạc nhiên kia cũng chẳng có và tác giả đã nói thẳng rằng: "Bạn lúc nào chẳng nói là như vậy, nhưng tín tâm của người khác có hay không thì bạn căn cứ vào đâu vậy? Vậy bạn đã có được tín tâm chưa?". Phát ngôn nầy là lúc tác giả ngoài 20 tuổi.

Nơi thảo luận về Phật Pháp thường cũng hay gặp cách phát ngôn như vậy, mà cũng chẳng phải nữa. Dẫu cho bạn kia không phát ngôn như thế thì người suy nghĩ như vậy cũng nhiều. Việc nầy giống như năng lực hoạt động về Phật Pháp không còn nữa. Rồi để xuất khởi lên việc nghi vấn về tín tâm, đối với những người không có khả năng để lãnh hội về lời dạy thì được tường thuật lại và bảo rằng "không có tín tâm" nên bị cắt bỏ, phải thành thật mà nói là một thế giới vô cùng khổ tâm.

Tác giả tiếp tục nói với bạn kia: "Vậy anh có tín tâm chăng? Trên thực tế thì tín tâm ấy như thế nào?". Người ấy với nét mặt rạng rỡ trả lời rằng: "Tôi có tín tâm". Cứ nghĩ mãi làm sao lại có chuyện phức tạp như vậy mà không thể nói được. Sự thật thì Ngài Thân Loan đã không đứng trên lập trường của kẻ có lòng tin, cho nên sự suy nghĩ ấy đối với tác giả trở nên phức tạp. Những người có tín ngưỡng giống nhau thỉnh thoảng giữa họ cũng có những việc xảy ra như vậy.

Nói với bạn kia rằng: "Kẻ có tín tâm giống như bạn thì đặc biệt không có sự nghi ngờ. Ngài Thân Loan đã nói Bổn Nguyện của Đức A Di Đà nguyên là như vậy, đón nhận toàn là những điều tốt đẹp. Còn những kẻ chưa tin thì cũng nên động viên để được tín tâm của tự kỷ cũng được mà". Nói như vậy và việc nầy cũng chẳng phải là chỉ có bạn kia. Sự thật thì có rất nhiều đối với niềm tin như thế nầy thì hoàn toàn bị đóng khung của tự kỷ và có tính cách bế tỏa tự kỷ.

Ngài Thân Loan đã nói trong (Giáo Hạnh Tín Chứng – quyển thuộc về niềm tin) rằng: "Thỉnh thoảng những nghi vấn lại đến, phải minh chứng cho được" (chuyện không hiểu rõ, chuyện không hiểu ấy tiếp tục hỏi và lần đầu được giải đáp rất là tuyệt vời). Ngài Rennyo (Liên Như) cũng đã nói trong (Ngự nhứt đợi ký văn thơ) rằng: "Lúc đàm luận hòa hợp về Phật Pháp, chẳng nói về việc nầy và việc đó được soi xét thì phi thường. Nói được việc và có thể ngưỡng vọng sự dò xét".

Người nói về vật, nếu nói về chứng cứ không có thì không có lòng tin, không rõ biết, sẽ đưa đến tánh nóng nảy chăng? Tác giả đã nói với anh ta rằng:

"Chỉ có bạn mới có lòng tin chính mình nên nói vậy, nhưng điều nầy không chừng bạn cũng có cảm giác bị trói buộc bởi tự thân. Đối với lòng tin của chính mình có và sai khi nghĩ rằng người khác không có lòng tin. Được hỏi với sự tự mãn sai như vậy, nhưng niềm tin nó không phải là một công việc làm chăng? Niềm tin giống như của bạn đã lý giải thì Ngài Thân Loan đã nói rồi; còn tác giả thì đối với Ngài Thân Loan chẳng có cảm giác mị lực mấy. Ngài nói rằng: "Đệ Tử một người cũng không mang theo, không phải là một người đứng trên lập trường của người chỉ đạo, Ngài Thân Loan cũng đã chẳng phán xét thế giới với người kia, mà chỉ nên sửa đổi lại một ít. Từ điểm nầy với lời dạy của Ngài Thân Loan nhiều người chỉ muốn trở thành một món đồ". Thế nhưng hắn ta thì chẳng nói một lời nào cả, chỉ còn sót lại nơi chỗ ngồi với chuyện "Kẻ chưa tin và đối với sự nghị luận cũng không im lặng".

HỎI VỀ TÚC NGUYÊN (NGUYÊN DO ĐỜI TRƯỚC) CỦA CHÍNH MÌNH

Xin vui lòng hãy đừng hiểu sai! Tự nhiên ghi lại câu chuyện đường đột như thế nầy, chẳng phải chỉ vì sự tỵ nạn của hắn ta, mà vì sự sống còn của Phật Pháp, trong những người luận tranh đó, có để cập đến "người có niềm tin", "người chưa có niềm tin" (người kỳ cục) v.v... những người trong nhơn gian như vậy, không thấy được sự thật vẫn còn đang có nhiều người. Tiếp đó, điều nầy thật ra bản thân của những người như vậy đối với Phật Pháp có tâm phản lại một cách nhiệt tình, do vậy tác giả nghĩ rằng có nhiều người đã lìa xa Phật Pháp và sự thật thì cũng nên dùng mắt để hướng về việc nầy vậy. Chúng ta đều bình đẳng trước sự ngộ nhận bị vùi lấp như vậy.

Người Tây phương thường có lời nói rằng: "Để tiến triển về việc học, thường thì chính mình phải có lập trường nghiêm khắc để tự vấn bởi chính mình". Giống như vậy đối với tự thân của mỗi người, mà chẳng nương vào chính mình để có chỗ tự vấn nghiêm khắc thì chẳng được, mà theo tác giả nếu quên đi tín ngưỡng là điều nguy hiểm, với tác giả đây là điều tâm huyết vậy.

Tác giả thường hay đi giảng đó đây và hay nghe nói rằng: "Những người tập trung ở đây đa phần là những người không có tín tâm, hãy xin vui lòng nói những câu chuyện dễ dãi", "Bây giờ thì con trẻ hầu như chẳng có tâm nghĩ đến. Xin hãy để cập về việc nầy" nhiều người đã để nghị như vậy.

Với tác giả, đôi khi có cảm giác khá phức tạp như khi nghe đến câu: "Bản thân của Thầy thì như thế nào?", "tôi là người có niềm tin" còn anh thì "chưa có niềm tin" hay "tôi đang thể hiện niềm tin" đã xâm nhập vào như vậy, không thể vượt qua khỏi.

Tác giả chẳng biết nên đứng giới hạn ở lập trường nào, để có thể mang Phật Pháp đến cho mọi người, là điều chẳng phải dễ.

Lời nầy thường hay nghe rằng: "Cùng khổ, cùng nghe (lời dạy) cùng sinh sống"; nhưng trên thực tế chữ "cùng với" nầy thật là rất khó. Bây giờ nói: "Cùng sanh ra trong một thời đại". Về căn cứ có tính cách tư tưởng nầy là do Ketsuso (Xán Tăng) và Shio Benkyo (Truy Vĩ Biện Khuông) (1876-1971) của Tịnh Độ Tông đã nói và lời nói "cộng sanh" đã lưu hành, nhưng thời gian trôi qua đã lan tràn quá độ. Chữ "cộng sanh" ấy đơn thuần là ngôn ngữ lưu hành, mà theo tác giả thì không nên.

Thế giới của Đức Phật A Di Đà, thế giới của Niệm Phật Bổn Nguyện, vượt lên trên biên giới của quốc gia, cũng như vượt qua khỏi dân tộc, việc đầu tiên cũng như khóa đề (đề tài thảo luận bàn cãi) của sau cùng là con đường theo Phật, mà chúng ta phải tự xác nhận lấy. Nếu chúng ta có một lần nào đó bị chìm nổi, mà chung quanh ta chẳng thấy có ai cả. Ngay cả người có tín ngưỡng hay ngay cả những người hoạt động xã hội đi nữa thì điều nầy đều giống nhau.

Với tác giả lúc còn là sinh viên (Đại Học sinh) ở Nigata (Tân Tích) xảy ra địa chấn (động đất), tác giả lúc ấy đang học tại Otani (Long Cốc) Đại Học thuộc bộ truyền đạo (cầu đạo cho tự thân và học truyền đạo theo nhóm của lớp). Nơi xa xôi như ở trước tiệm buôn tại Tứ Điều Hà Nguyên Đinh, Tokyo có các cán bộ đứng đó để vận động tiền bạc, khoảng một tuần lễ như vậy, đứng trên đường phố, hai chân cứng đơ giống như cây gậy.

Những người đến với việc xin tiền bạc, hoàn toàn là những người chẳng quan tâm, mọi người đều như vậy. Đầu tiên thì mỉm cười kêu gọi trên đường phố, nhưng qua thời gian đứng đó, người chẳng quan tâm đã chẳng đáp ứng gì cả. Cuối cùng là chúng tôi đã hy sinh thời giờ học ở trường, tuy có nhiều nỗ lực như vậy, nhưng tại sao người ta lại chẳng quan tâm, tại sao chỉ có 10 Yen mà cũng chẳng bỏ vào thùng được, chúng tôi một nửa đã suy nghĩ như vậy và những người đang vận động (cứu trợ động đất ở Nigata) nghĩ rằng: "Hôm nay là việc của người khác, nhưng ngày mai sẽ là việc của ta".

Khi suy nghĩ lại việc nầy thì tự thấy rằng thật là ngạo mạn quá chừng. Tuy nhiên, ngày ấy chúng tôi hoàn toàn chẳng để ý gì về việc nầy. Cuối cùng có nghĩa là trước việc thiện, đầu lại cúi xuống. Bây giờ suy nghĩ lại về việc thiện hay lúc nghĩ đến việc thiện cũng có thể hiểu rằng đó là điều nguy hiểm với con người chăng? Ngược lại nếu chẳng khoa trương với người khác thì khi người làm việc xấu cũng có thể hiểu là kém tính cách nhơn gian chăng? Những việc như vậy bản thân tác giả đã học được từ Ngài Thân Loan.

KẺ CÓ HỌC LÀ KẺ CÓ CHỖ ĐỨNG

Chương nầy nói về việc đặc biệt. Đó là thế giới có tính cách Tôn giáo của Ngài Thân Loan, việc cứu độ sâu xa con người; nhưng dẫu cho có nói lên tất cả sự thật đi chăng nữa thì cũng tốt thôi, như điều tác giả nghĩ. Tuy nhiên bộ phận ở phần mở đầu có học giả đã nói rằng: "Người được vãng sanh về biên địa thì sẽ bị rơi vào địa ngục". (Cảnh giới chân thật của Đức Phật A Di Đà; Chơn thật Tịnh Độ là không thể; ngược lại với Tịnh Độ "phương tiện hóa độ" và những người sanh như thế, kết cuộc sẽ rơi vào địa ngục). Điều nầy đừng bao giờ ngộ giải. Một việc như vậy, trên thực tế đã có kinh điển nào nói ra điều nầy chăng? Hiểu sai lời dạy như thế, mà là một học giả ở giữa mọi người đã nói như vậy, sự thật thì rất là buồn. Bây giờ chúng ta nên đi vào kinh điển và những sách chú thích để đọc xem.

Lời dạy về niệm Phật dẫu là một nhân duyên đi nữa thì sự chơn thật của Đức Phật A Di Đà mọi người chúng ta cũng chẳng với đến được, mà dẫu cho có giải thích như thế nào đi chăng nữa thì lời dạy ấy qua sự trôi nổi của tự kỷ cũng có thể phạm vào sự ngộ nhận việc chậm sanh về "Tịnh Độ của sự giả lập (biên địa); ở đó theo lời dạy chơn thật thì sẽ sớm được sanh ra nơi Tịnh Độ chơn thật".

"Hành giả có tín tâm, nhưng còn nghi ngờ nơi Bổn Nguyện thì sẽ sanh về biên địa, cho đến khi nào việc nghi ngờ không còn nữa thì cửa Satori ở Báo Độ sẽ được mở ra để bao bọc đón nhận lấy". Ở đây có đề cập đến "Hành giả có tín tâm" và "nghi ngờ nơi Bổn Nguyện" cũng có thể nói rằng việc "sanh về biên địa" và "sự nghi ngờ lần lần sẽ được đền bù".

Nếu dùng chữ để nói lại cách khác thì hành giả mang theo lòng tin, cho đến nơi đâu thì cũng không mang theo tự ngã; còn người lấy tự ngã làm trung tâm để suy nghĩ, thì cách sanh ấy bị luân chuyển trở lại, bởi lẽ chính người ấy chẳng thể thừa nhận thế giới bên ngoài của tự ngã được. Ở trong lớp bọc bên ngoài hẹp, tả vãng hữu vãng khổ tâm, ngột ngạt. Việc nầy giữ nguyên như vậy và nghe theo lời dạy về Bổn Nguyện của Đức Phật A Di Đà là con đường lớn, một thế giới rộng rãi chưa hề rõ biết, bởi chỉ biết đến sự tuyệt đối hóa của tự ngã và điều nầy biểu hiện cho "sự nắm bắt". Nếu nói thử bằng cách khác có thể là con người trở thành bạn có tính cách nguyên bản của tội "tự ngã" vậy.

Nói về tội cũng như chủ quan cố chấp của con người chúng ta thì có người niệm Phật thời trước là Thầy Yasuda Rijin (An Điền Lý Thâm), cuối cùng bị trói buộc và hiểu sai về tánh cách tuyệt đối của tự ngã tự thân. Tác giả đã nói về việc "chủ quan cố chấp" nầy là bị trói buộc, chấp chặt, trói buộc người khác, trói buộc địa vị, trói buộc bởi tiền bạc là điều nguy hiểm, nên đã viết về những việc nầy.

Những việc chấp trước như vậy mà những người không buông bỏ được thì sẽ được sanh về Giả Tướng Tịnh Độ (Phương Tiện Hóa Độ), biên địa; bên cạnh của Tịnh Độ. Ở đó sẽ tỉnh giác, sáng tỏ ra điều đã ngộ giải, đồng thời sẽ được sanh về cảnh giới Tịnh Độ Chơn Thật.

Ngài Thân Loan nói về Tịnh Độ có chia ra hai loại, đó là Giả Tướng Tịnh Độ và Chơn Thật Tịnh Độ. Việc phân chia nầy có thể tìm thấy trong các kinh điển, nhưng để minh xác cho hai loại Tịnh Độ được chia ra nầy và để chỉ rõ chỗ có tánh cách đặc thù, mà Ngài Thân Loan đã đặc biệt ghi lại. Nói như vậy cũng là điều đáng nói vậy.

NGƯỜI SANH VỀ TỊNH ĐỘ GIẢ (TƯỚNG) THÌ NHƯ THẾ NÀO?

Ngài Thân Loan đã nói về những người sanh về cõi Chơn Thật thì sẽ sinh ra nơi Tịnh Độ Chơn Thật; còn những người vẫn vương vấn với Tự Ngã, kẻ đó không thể thoát khỏi việc sanh lấy tự ngã làm trung tâm, sẽ sanh ra nơi Tịnh Độ Giả Lập, kế tiếp tỉnh thức với tín tâm chơn thật, cuối cùng có thể sẽ được sinh ra nơi Tịnh Độ Chơn Thật. Ý nghĩa của việc nầy thật là thâm sâu vậy.

Điều nầy đối với kẻ không thật, chắc chắn sẽ được cứu độ là việc biểu minh. Nếu nói kỹ hơn thì những người không được cứu ở thế giới nầy thì một người cũng không có.

Tiếp đến việc nầy cũng có nghĩa là sự vượt lên trên tự ngã, để chỉ cho hai loại tánh được tôn trọng bởi tánh cách thuần thục của tín tâm. Đối với tác giả, thì người có chơn thật tín tâm, nếu được cứu độ thì nhiều người sẽ không được cứu. Vì sao vậy? Vì kẻ sinh ra với chơn thật tín tâm rất ít; còn kẻ không thật được sanh ra thì nhiều (kẻ lấy tự ngã làm trung tâm). Nghĩa là đây chính là điều hiện thật của chúng ta. Tịnh Độ Phương Tiện (Giả) được gọi là: nghi thành, thai cung, biên địa, cảnh giới dãi mạn (dễ dãi và khinh mạn). Tác giả sẽ lần lượt giải thích như sau:

Nghi thành nghĩa là lấy tự ngã làm trung tâm, xác nhận thế giới tự ngã. Không chấp nhận thế giới khác.

Thai cung nghĩa là thế giới ở bên ngoài, hoàn toàn không liên hệ, là thế giới bế tỏa, thế giới tối tăm, không có ánh sáng chiếu đến.

Biên địa nghĩa là ai cũng chẳng liên quan, thế giới cô lập, thế giới chẳng gặp ai.

Dãi mạn nghĩa là tánh hướng thượng hoàn toàn không thấy, thế giới của sự mãn túc về tự kỷ, là thế giới biếng lười thượng hạng.

Những điều nầy liên đới với nhau, cũng thay đổi gốc rễ của con người về tâm thức của tự ngã. Bởi lẽ tâm hồn tự ngã khó thấy được sự chơn thật. Ngoài ra với tự ngã nầy là người khó có thể vượt lên; nên chỉ có thể đến được thế giới phương tiện hóa độ là thế giới giả hợp.

"Tín tâm của hành giả ít ỏi; nên sanh về cảnh Hóa Độ, trở thành rỗng không rồi, đối với Như Lai không còn sự hư vọng nữa" (Bởi lẽ người niệm Phật được chơn thật tín tâm thì rất ít, nên đầu tiên có nhiều người khoe khoang, sẽ sanh về Hóa Độ nơi tâm của Đức Phật A Di Đà; việc nầy là sự ngộ giải, kẻ sanh về Hóa Độ cũng nói là sanh về địa ngục là đối lại với sự ngược lại, Đức Phật A Di Đà sẽ tiếp sức).

Ngài Thân Loan đầu tiên đã không nói về sự vãng sanh ở Hóa Độ (Phương Tiện). Hóa Độ có nghĩa là thế giới "giả", không thể ngộ giải được. Bây giờ ở đây một người cũng như nhiều người bị thôi thúc để thấy được thế giới chơn thật của Đức Phật A Di Đà (Tín tâm hoạch đắc). Chơn thật rõ biết, sanh về nơi chơn thật, với sự chơn thật ấy cùng với việc chết; gọi là thế giới tự kỷ, gọi là tâm thức thuận theo rất cần thiết, lời nói thật tuyệt vời; đó là thế giới của Ngài Thân Loan.

Cũng chẳng thay đổi, chúng ta thường dựa lưng vào việc chơn thật, tìm cầu cái chẳng thật để được sanh về. Tiền bạc, địa vị, danh dự, sức khỏe được xem là hạnh phúc, mọi người đều đặt ra mục tiêu ấn tượng để trói buộc như vậy. Phương Tiện Hóa Độ (Thế Giới giả) là nơi hiện thực mà chúng ta phải đi đến. Đây là một điểm đọng lại cần phải xem xét.

SỰ TỰ TIN Ở CHÍNH MÌNH VÀ SỰ NGHI NGỜ VỀ PHẬT TRÍ

"Tín đồ của Báo Độ thì đếm số nhiều-hành giả của Hóa Độ, thì nhiều-Bồ Đề của tự lực nếu nhiều-lưu chuyển từ nhiều kiếp xa xôi" (theo Chánh, Tượng, Mạt, Hòa Tán). Thế giới của sự chơn thật vãng sanh về đó quyết là không nhiều. Không gọi là chơn thật, thế giới "giả" vãng sanh về đó rất nhiều. Tại sao vậy? Bởi lẽ chính tự lực của mình muốn trở thành Phật là việc rất khó, thời gian dài lâu, bởi phải đi lạc đường).

Người có chơn thật tín tâm rất ít, còn người không tin thì nhiều, đó là hiện thực của chúng ta vậy. Hiện thực nầy là lỗ hổng, để cứu độ người không tin, nên đã nói việc vãng sanh về (Hóa Độ). Điều nầy trên thực tế thì do ý chí và từ bi tâm mạnh mẽ qua sự cứu tế nhơn gian của Đức Phật A Di Đà hiện ra, chứ ngoài ra không có gì khác cả. Đồng thời cũng hiện ra "Hóa Độ" thế giới để người vãng sanh về; vĩnh viễn kẻ không thể cứu, gọi là người bị rơi vào địa ngục thì ngộ giải một cách đáng sợ chăng? Nghĩa là ở chương nầy là chương nhãn mục (mắt thấy) vậy. Sự ngộ nhận từ xưa đến nay được gọi là "sự dị đoan của biên địa địa ngục".

Những người ngộ giải về vấn đề nầy, thực thể theo kinh điển chăng? Hay nghe theo lời dạy của Ngài Thân Loan còn sót lại nơi sách vở (Chánh Giáo) thì sẽ giải thích như thế nào đây? thật chẳng phải là việc như vậy. Đó là sự thuật lại đầy ngữ khí. Đúng với việc nầy là những học giả đã làm cho gãy gọn nên nhiều người kinh ngạc, làm cho nhiều người lệ thuộc về mình để thể hiện việc dị nghĩa và được thấy như là điều cấm cản mạnh đối với những người kia.

Dị nghĩa của Thán Dị Sao rung lắc sự học, với lời dạy kia phụ thuộc vào sự dị đoan. Đối với tôn giáo ngộ nhận cái gốc gác ấy phụ thuộc vào đây vậy. Phải lắng nghe suy nghĩ, theo tác giả nghĩ như vậy.

Lời dạy ấy tùy theo hoàn cảnh thích hợp, nghe cho kỹ, việc giải thích, là những việc bình thường như trà phạn (trà cơm) vậy. Lại nữa, theo lời dạy mà vì dục vọng (lòng tham) của chính mình dẫn dắt, để đưa chúng ta đến sự sai quấy. Con người như thế của tự ngã, hay ngã chấp về dị nghĩa để đề xuất ra như vậy. Thực tế thì căn cội dị nghĩa của Thán Dị Sao, là sự sẩy chân của nhân gian, chẳng phải của những người niệm Phật của 800 năm về trước, mà ngay cả chúng ta ngày nay cũng là vấn đề của những người được sinh ra, nên cần phải học hỏi.

Con người được nhìn là đứng lên trên tất cả.

Vừa nói "Đệ tử một người cũng không có", đây chỉ là vấn đề ngôn ngữ, còn nếu lắng nghe câu chuyện của tự thân thì chính mình có người tiếp nối, mà đã chờ đợi đệ tử cùng sự trấn át sự hiểu biết mất . Ngược lại đối với cái ý của chính mình thì chẳng noi theo người xa lạ chẳng ra gì. Điều nầy là tánh sai biệt, là tánh có tính cách căn bản của con người bị che lấp, cần phải học hỏi, nhưng tuy là con đường Phật thì việc kia dẫn đến sự tổn thương ở một hướng không được thấy.

Sự thật muốn cứu độ nhơn gian, cho nên phải hiện ra (Hóa Độ) (Thế giới của sự giả tạm). Ngài Thân Loan hơn ai hết về tánh tích cực và phương tiện Tịnh Độ đã tuyên thuyết một cách nhiệt tình; đó chính là lý do, cho nên phải tự tin và đã nói rằng:

Xưng danh của việc định tán tự lực

Trở về với kết quả gần

Tự nhiên với lời dạy

Sẽ chuyển nhập vào cửa chơn như.

(Ngay cả với những người dùng chính tự lực của mình để tin vào việc niệm Phật, thì chắc chắn được Đức Phật A Di Đà cứu độ với tùy theo ánh sáng, để trở thành niệm Phật tha lực xưng tán tự thân và cuối cùng được đến nơi vãng sanh).

Thế giới của Phương Tiện Hóa Độ, điều đó, dẫn đến không có tự ngã, trung tâm tự ngã của chúng ta một lần vãng sanh về nơi "giả" và ở đó được dạy cho sự chơn thật để giác ngộ, cảnh giới vĩnh viễn, đến được Tịnh Độ Tự Nhiên, nhơn gian tái sanh, cũng có thể nói là nơi tái xuất phát cũng tốt vậy.

Quyết định rằng Chơn Thật Báo Độ (Tịnh Độ) cũng như Phương Tiện Hóa Độ đều có tính cách cố định, suy nghĩ với tính cách thật thể và cũng có thể nghĩ rằng không thể nắm lấy được. Tịnh Độ nghĩa là nơi có ánh quang minh chơn thật; còn thế giới của Biên Địa (Hóa Độ) là nơi "còn nghi ngờ". Sự chơn thật của Đức Phật mà còn nghi ngờ thì bất cứ đến đâu cũng chỉ tin vào tự thân, tự kỷ của chính mình. Cuối cùng thì học lịch của tự kỷ, giáo dưỡng, địa vị v.v... đứng đó và việc sanh kia còn nghi ngờ về căn cứ, đó là vấn đề. Điều nầy Ngài Thân Loan đã nói về thế giới của "sự nghi ngờ đối với Phật Trí", mà đi đến đâu ta cũng tiếp tục ngẩng cao đầu, qua ánh sáng của câu Nam Mô A Di Đà Phật (Phật Trí).

Việc "Tôi tin tưởng" và gọi là "nghi ngờ về Phật Trí" cũng đều giống nhau như vậy.

CHƯƠNG THỨ MƯỜI TÁM:
TIỀN BẠC (CÚNG DƯỜNG, BỐ THÍ) DÙNG ĐỂ MUA SỰ LỢI ÍCH LÀ VIỆC HIỂU SAI

VIỆC BỐ THÍ ÍT NHIỀU, HẠNH PHÚC CÓ SAI KHÁC

Nói về Um Chơn Lý Giáo, Ông Sàng Nguyên Ảnh Dục nói đối với Tín Đồ Xuất Gia ông đã gọi là Mantora (phiên âm theo tiếng Katakana) của việc "Hãy bố thí nhiều đi".

Đồng thời, người xuất gia tất cả vật tư đều thuộc về đoàn thể. Từ xe hơi cho đến điện thoại, các loại gia cụ đều tập hợp hết lại. Có người nói rằng: Người tu hành như ở làng Thượng Cửu Nhứt Sắc; ở một nơi như thế mà cũng lấy tiền bãi đậu xe.

Người xuất gia theo kinh điển (Đại Vô Lượng Thọ Kinh) "là người xả bỏ gia đình của thế tục, hành hạnh Sa Môn"; cho nên sở hữu vật riêng cho chính mình; đối với vật sở hữu là sự chấp trước, nên phải xả bỏ. Xả bỏ kinh thành, xả bỏ vợ con để xuất gia chính là Ngài Gotama Buddha vậy.

Khi tác giả nghe đến câu Mantora "Hãy bố thí nhiều đi!" thì liền nghĩ đến chương nầy của Thán Dị Sao. Ở chương nầy sẽ chỉ rõ ra việc nầy.

Những đạo tràng của Phật Pháp cũng như ở rất nhiều chùa được cúng dường (ký phó) nhiều vào thì sẽ thành Phật lớn và người cúng dường ít thì thành vị Phật nhỏ; có người nói như vậy, nhưng điều nầy chẳng phải như thế, đây là một sự ngộ nhận lớn. Việc nầy chẳng có căn cứ gì cả. Đại để là đối với chân lý để thành Phật lớn hay nhỏ qua sự suy nghĩ của tự thân là một sự ngộ giải lớn.

Nửa phần sau của Thán Dị Sao đã chỉ ra việc nầy, có sự khác biệt (dị nghĩa) là tùy theo từng người. Theo cách dạy về niệm Phật được lấy từ tánh cách quan niệm về dị nghĩa và suy nghĩ không kém về việc có tính cách pháp luật, nên mới sinh ra dị nghĩa như vậy.

Nhưng ở chương nầy có một ít phương hướng sai khác. Về việc bố thí nhiều ít để được thành Phật lớn là điều sai. Cuối cùng có thể nói rằng nội dung của việc giác ngộ sẽ sai đi. Ngài Duy Viên phủ định việc nầy rằng: "Chẳng phải việc nầy là ngu ngốc sao?". Việc nầy "trở thành bất khả thuyết, bất khả thuyết, việc so sánh lạ lùng". Ông Umehara Takeshi (Mai Nguyên Mãnh) đã dịch từ Thán Dị Sao (Giảng đàm xã văn khố) thì bảo rằng: "Qui định kỳ diệu, có thể nói là điều bất hợp lý".

Ở Thán Dị Sao phần cuối cùng vấn đề nầy được đưa ra, đặc biệt nên để ý. Nghĩa là việc thuần túy do pháp niệm Phật để sanh, đồng thời cũng nói với những người đồng hành niệm Phật tiếp theo đời sống trong thời gian sinh sống 90 năm, với người niệm Phật là Ngài Thân Loan được giới thiệu và được ngưỡng vọng là một vị Tổ. Chính Ngài là một vị Thầy, lại nữa việc yêu cầu bố thí mạnh mẽ là điều mà triệt để không có sự đồng tình.

Sự cạnh tranh về đệ tử "ta chẳng có một người đệ tử nào" mà những người niệm Phật đã ăn hiếp rằng: "Việc như vậy mà cũng chẳng biết sao? sẽ không được cứu độ". Thầy trò liên hệ cấu thành những người cùng niệm Phật. Điều nầy là việc tối cần, chẳng phải nói về "dục tâm của thế gian".

Nói về dị nghĩ bề sâu cũng như bề ngang, đa số là màu đen, bởi vì có thể nói là chỉ theo "dục vọng". Như phía trước đã tường thuật, nhưng danh văn (muốn nổi danh) lợi dưỡng (tiền bạc thích vào tay mình), thắng tha (hơn người khác về học vấn); đây chính là "dục tâm" và có thể nói không quá lời là dị nghĩa căn đệ (gốc rễ) vậy.

SỰ ĐỌA LẠC CỦA CÁC ĐOÀN THỂ TÔN GIÁO

Con người với "dục tâm", điều nầy chẳng phải là sự khổ công. Khi tác giả nghe được từ Matora về từ "Hãy bố thí thật nhiều đi!" thì tác giả liền suy nghĩ về chương nầy, nhưng điều nầy đối với tôn giáo, một mặt khác sẽ mang theo sự tổn thương không chừng.

Tôn giáo dễ nối kết với "lợi" là tiền bạc. Điều nầy kể từ xa xưa cho đến ngày nay cũng chẳng thay đổi mấy. Xem nơi bảng yết thị của tôn giáo thì việc kêu gọi tiền bạc một cách cuồng nhiệt, sau đó thì chẳng thấy gì. Điều nầy thật ra đã làm cho dục tâm của nhân gian trở thành vấn đề. Ngài Duy Viên đã cho rằng việc nầy thật nguy hiểm và mẫn cảm.

Cũng có việc tỉnh ngộ với đạo lý chơn thật, nên trở thành thế giới của Phật; đối với tiền bạc mà xét theo đẳng cấp thì là một ngôn ngữ bất nhơn (ngôn ngữ đạo đoạn), chẳng đúng sao? Mà Ngài Duy Viên đã truyền đạt lại một cách buồn thảm chẳng vui. Đối với tôn giáo phải phân biệt rõ là tôn giáo Chánh Thống và tôn giáo dối trá. Người tôn kính Phật giáo như Ông Luật Sư Viễn Đằng Thành đã viết nhiều sách phê bình về những người bị bịnh và về các chùa viện. Trong một quyển sách Ông đã viết rằng: Đối với tôn giáo chân chánh không có gì, nhưng cần phải phân biệt để thấy rõ và sau đây là câu chuyện được tường thuật lại.

"Cán bộ của Giáo đoàn sống một cách cao cấp. Giáo nghĩa thì biến đổi không thứ tự, ra khỏi hội thì chẳng được tự do" đã nói về tôn giáo như vậy là điều quan yếu cần chú ý đến. Bao quát về tôn giáo, nhưng chung quanh chúng ta thì có nhiều loại như vậy. Chúng ta sẽ không thấy được tiền bạc trong một năm, số lên cả hàng triệu... và tiền ấy tập trung lại trong nhiều năm tháng như vậy và việc sử dụng bằng cách nào thì tín đồ hầu như chẳng phê phán gì đến tôn giáo, Giáo đoàn đó cả, đồng thời cũng chẳng phải nộp thuế. Lại nữa, mặc dầu những người rời khỏi hội cũng rất là đứng đắn, nhưng nhân cách của người đó vừa chẳng quan tâm, tập đoàn của nhơn quyền cũng đã chẳng ngăn cản danh dự của tôn giáo, giáo đoàn, số nầy tính không hết được.

Dầu cũ hay mới chẳng cần hỏi đến tôn giáo ấy, nhưng là điều quá nguy hiểm, cho nên sự duệ mẫn (tinh nhuệ) ấy bị đọa lạc và tìm cách chạy trốn bằng cách tự tịnh tác dụng (tự làm cho mình được yên ổn), nên phải tìm cầu qua lời dạy; nhưng ở nhiều tôn giáo, các Giáo đoàn tác dụng ấy đã bị thất bại. Ngài Duy Viên thường đã quan sát và rõ biết việc nầy. Tôn giáo tùy theo người mà truyền đạt, đối với Giáo đoàn cũng truyền đạt việc nầy.

Tuy nhiên, Giáo đoàn đã bị chế độ hóa, không có ngoại lệ về hình hài đã thoái hóa ấy. Đặc biệt là về trường hợp của Giáo đoàn Phật giáo. Trưởng Lão chi phối của tôn giáo đó làm cho Giáo đoàn sa đọa một cách trầm trọng. Người đi trước và việc phủ định Trưởng Lão chi phối đó thì bị khinh xuất chẳng sai. Những bậc Niên trưởng đó của Phật giáo cũng có nhiều người rất tuyệt vời. Tuy nhiên những người như vậy hầu như không thay đổi được chính trị (Tông Chính) của Giáo đoàn. Hình thức đông đảo như vậy là đúng hay như thế nào có thể phân biệt cho rõ về việc nầy, bởi vì sự đọa lạc của Giáo đoàn là việc đang ở trước mắt. Cho nên đối với việc nầy phải nên cự tuyệt chăng?

Người bạn Trụ Trì (của tác giả) là Ngài Iba Teigo (Y Đình Trinh Cương) được dẫn chứng theo tự thân với lòng tin của mình và lúc 57 tuổi đã không còn Trụ Trì nữa và cho rằng: "Từ sự thất bại của người trẻ, các bậc Trưởng lão lúc nào cũng ngồi yên và việc tai hại của người ta rất to lớn". Ngài Thân Loan ngày xưa đã buồn bã than lên rằng: "Việc buồn thảm trong lúc nầy là nước của chúng ta Đạo, Tục đều như nhau", "Là chuyện buồn của Đạo Tục" (Buồn việc gì vậy? Mà bây giờ những người theo Phật Pháp thì chẳng còn người nào).

Điều nầy vừa là người theo Phật Pháp, mà Phật Pháp thì bị thế tục quên mất, đã chôn vùi rồi. Trưởng lão Đại Bản Sơn, Tăng lữ, mọi người đều buồn giận đối với việc nầy.

Trên đây có 16 đoạn, mà việc nầy thuật lại trong chỗ ngu ngốc của Thân Loan về việc buồn thảm. Bổn tự, bổn sơn trong đời nầy ý nghĩa về Tăng là như vậy. Pháp Sư cũng trở thành như thế (bên trên là Hòa Tán của 16 đoạn về thơ với ta, buồn thảm của ngu ngốc Thân Loan, thán lên như vậy và đã thuật lại với tấm lòng trung thực chánh trực như thế. Trong đời nầy ngay cả những Đại Bản Sơn, Đại Tự có những vị Tăng lữ tuyệt vời và nói chung các Tăng lữ cũng vậy đã quên đi Phật Pháp. Sự thật ấy lấy làm đáng tiếc vậy".

"Chánh, Tượng, Mạt, Hòa Tán" (Hòa tán về thời kỳ Chánh Pháp, Tượng Pháp và Mạt Pháp) đã được viết vào lúc Ngài Thân Loan 85 tuổi, như là một áo thơ (quyển sách mẫu) để giới thiệu với người cầu đạo và ngôn ngữ nầy cũng để dùng cho người niệm Phật có thể là của Ngài Thân Loan đã viết. Với tác giả những ngôn từ như thế nầy, tác giả luôn luôn giữ gần gũi bên mình. Ở trong đời nầy những vị Tăng của chùa viện, Bổn Sơn hay Pháp Sư như là những chức tước danh dự; nhưng với hiện tại thì việc sanh ra theo thời gian sau Ngài Thân Loan, chúng ta là những hành giả niệm Phật của Chơn Tông, đối với khái niệm mà phê phán đối tượng được rõ ràng như vậy.

Giáo đoàn (Tổ chức) bị đọa lạc, hình hài hóa về phương hướng thường hay mang theo như vậy. Điều nầy cũng có thể nói rằng chính đó là bản tính của nhân gian nguyên thủy vậy; vì thế từ đó cần phải có tự giới (tự gìn giữ giới luật) là điều tất yếu. Nếu viết thành văn thì Ngài Duy Viên đã khám phá ra về hình thức bố thí ít nhiều để thành Phật lớn, nhỏ mà trong đó có dị nghĩa, viết về con người với những việc đọa lạc, mà trước đây Ngài Thân Loan cũng đã chẳng khởi lên ý tưởng và có lời nói rằng "buồn thay về việc đó" cũng không biết chừng nữa.

ĐỨC PHẬT LỚN HAY NHỎ LÀ PHƯƠNG TIỆN

Tác giả thường hay dùng từ ngữ "Thân Loan thích mà Giáo đoàn không theo". Những người như vậy thật ra có rất nhiều. Nếu nói khác hơn thì gọi như thế nầy cũng được: "Thân Loan thích, chùa chiền thì không ưa". Điều nầy nói không bao giờ cho cùng, đối với Ngài Thân Loan thật đã mê hoặc, nhưng chùa viện cũng như Giáo đoàn thì cả là một vấn đề. Nhìn chung việc thiết lập xây dựng các hội trường để diễn giảng thì tràn ngập người. Tuy nhiên chùa viện thì chẳng có bao nhiêu người đến. Tại sao vậy? Tác giả đã hỏi xem thử nhiều người thì ở đó theo xã hội hiện đại nên họ đã phê phán về Tăng lữ, đề phòng, nếu không phải là tín đồ thì không được vào. Nếu đến chùa không ưa thích thì chắc rằng sẽ ồn ào, cho nên phải nói ra. Chỉ thay đổi vấn đề thật là sâu sắc mới được.

Khu được cải cách của nhơn gian cũng có tự viện uy nghi và hầu như xa rời (cái cũ), chỉ làm theo chùa hiện đại. Phật giáo tái sanh, hồi phục. Điều nầy là cách sửa đổi chùa viện, theo tác giả nghĩ như vậy. Ít ra thì nhiều chùa như thế cũng đẹp mắt. Bây giờ quay lại nói về đề tài chính. Liên quan đến bố thí nhiều ít, trở thành Phật lớn, Phật nhỏ, hoàn toàn là việc kỳ cục. Đại để Đức Phật (Giác giả) thì không có chuyện lớn nhỏ, ở kinh sách có nói về Đức Phật vĩ đại. Đó là (Quán Vô Lượng Thọ Kinh), là kinh điển có nói về Đức Phật lớn. Vị nầy chính là ánh sáng to lớn về lòng từ bi và trí tuệ của Đức Phật A Di Đà, có tánh không giới hạn, ai ai cũng có thể đã hiểu về điều đó, nên đã được chỉ rõ như vậy, đó là phương tiện để dụ dỗ việc sanh vào (cảnh giới) chơn thật của Phật A Di Đà.

Ngài Thân Loan đã chỉ ra việc nầy qua (Duy Tín Sao Văn Ý) "không có màu sắc, hình tướng cũng vậy. Nếu chiếu sáng thì tận đến tâm cang, ngôn ngữ cũng sâu sắc". Điều nầy biểu thị về sự chiếu sáng vô hạng cực lớn (dùng để cứu độ người) về lòng từ bi và trí tuệ của Đức Phật A Di Đà. Ở Thán Dị Sao thì nói rằng: "Sự chiếu sáng đó không có dài, ngắn, vuông, tròn; màu sắc xanh, vàng, đỏ, trắng, đen cũng lìa khỏi, chẳng có cái gì ở đó quyết định là lớn hay nhỏ cả". (Đối với Đức Phật dài hay ngắn, chung quanh là hình tứ giác cũng không. Lại nữa, màu xanh, màu vàng, màu đỏ, trắng, đen cũng đã xa rời thế giới như vậy. Tại sao lại nói lớn nhỏ để làm gì?).

Nếu nói Phật lớn ở chỗ tối cao thì ở Nara (Nại Lương), chùa Todaiji (Đông Đại tự) có Phật lớn (Tỳ Lô Xá Na Phật) mà bên phải chẳng có gì hết. Đức Phật lớn của Nara mà theo "Hoa Nghiêm Kinh" là hình tượng hóa về thế giới. Sự to lớn ấy không phải là sự khoa trương. Điều nầy cũng chính là vô hạn hóa của chân lý; ngoài ra chẳng có gì khác. Đó là thế giới phương tiện vậy.

Ở đây tiền bạc có thể dùng để mua được niềm tin. Ngài Pháp Nhiên có viết về "Tuyển Trạch Bổn Nguyện Niệm Phật tập" và ở trong đó có chỉ rõ ra rằng: "Nếu mang tâm tạo tượng, khởi tháp thì cũng chẳng phải là Bổn Nguyện của Đức Phật A Di Đà; đối với kẻ bần cùng khốn phạp (nghèo nàn khốn khổ), mong muốn được vãng sanh là chuyện đa đoan". (Nếu dùng tiền bạc để trả giá, rồi cúng tượng Phật vào, tạo ra tháp miếu (đồ kiến trúc) để cứu được con đường đạo thì người nghèo khốn ngày lại qua ngày, chứng tỏ cho sự sanh của người kia, thì phải cứu như thế nào đây?

Đúng ra thì phải nói việc chánh luận của con đường theo Phật vậy. Tuy nhiên, giống như điều nầy mà chánh luận thì không thông dụng; giống như là việc của thế tục. Dẫu cho có đến đâu đi chăng nữa thì việc lý giải về Phật Pháp cũng giới hạn theo giá trị quan của thế tục. Vĩnh viễn chẳng thể có khả năng để lý giải; nhưng theo sự suy nghĩ thì đây là thế giới của Phật Pháp. Nói như thế cũng tốt thôi.

Đối với Ngài Pháp Nhiên thì cái rốt ráo của Phật Đạo là kẻ nghèo, người ít trí tuệ, tùy theo giới luật, nhưng không có khả năng để bước đi trên con đường Phật, cuối cùng là những người nghèo cùng khốn khó đó, hay đối với người hạ trí phá giới cũng phải mở một cánh cửa cho họ; đúng ra đó là một chí niệm (ý chí và sự nhớ nghĩ). Gặp nhau ở thế giới nầy, khuynh đảo sâu xa chính là Ngài Thân Loan. Ngài Thân Loan đối với tương lai thì "Người tốt tin tưởng, ngoài ra không có sự tử tế nào khác" và Ngài Pháp Nhiên thì hâm mộ "Nếu người trên trao cho ta nơi ấy, đồng thời cũng là ác đạo" (Huệ Tín Ni Văn Sao); nói với bối cảnh mà phía trước Ngài Pháp Nhiên đã nói đến bối cảnh về Phật Đạo quan, chưa bao giờ chấm dứt.

Sự bẻ gãy về khế cơ của Phật giáo Tỉ Duệ sơn, Ngài Thân Loan là kết quả sanh ra cái mới nầy. Nếu không gặp Ngài Pháp Nhiên thì Chơn Tông Phật Pháp cũng không có. Đồng thời Thán Dị Sao cũng không thể tồn tại được. Nói một cách khuyếch đại thì Phật giáo Nhật Bản đại để đã phải thay đổi nội dung. Với ý nghĩa nầy đối với Phật giáo Nhật Bản, sự xuất hiện của Ngài Pháp Nhiên là một bức họa có tính cách tân kỳ.

VẤN ĐỀ QUAN TRỌNG TRÊN THỰC TẾ LÀ GÌ VẬY?

Người niệm Phật là kẻ sẽ quán khi niệm Phật; ở "Đại Tập Nguyệt Tạng Kinh" có chỉ cho biết về ý nghĩa nầy rằng: "Niệm lớn thì thấy Phật lớn, niệm nhỏ thì thấy Phật nhỏ". Đúng như vậy, cho nên nhiều người đã hiểu rằng kẻ bố thí nhiều thì sẽ thành Phật lớn và kẻ bố thí ít thì thành Phật nhỏ là chung quanh về việc nầy. Điều nầy đối với người theo Phật Pháp là một sự lầm lẫn (ngộ mậu) thật là buồn.

Chủ đề của chương nầy nói về "cúng ít nhiều đồ vào" là vấn đề mà sự thật vẫn còn là việc mới mẻ, nhưng ngày hôm nay cũng có việc quyết đoán cho vấn đề nầy. Không nên nghĩ rằng nếu bố thí nhiều thì sẽ được công đức lớn (lợi phước). Bố thí và hạnh phúc tùy theo mỗi tấm lòng, việc ấy chúng ta không có được sao?

Có nhiều người động viên rằng tế đàn thật nổi bật cho nghi lễ tống táng thì kết quả là người chết sẽ được hạnh phúc; việc nầy chẳng phải là như vậy. Người ta cũng ngạc nhiên về việc xây dựng những ngôi mộ to lớn để được an tâm. Đây không phải là quan niệm của Phật giáo. Những việc như thế, ở chương nầy sẽ hỏi lại chúng ta một cách khốc liệt. Chắc chắn việc nầy sẽ bị chỉ trích.

Cúng bao nhiêu ở trước bàn Phật, đối với Thầy Tổ cũng vậy, nếu không có lòng tin thì việc nầy cũng không giải thích được (Nếu cúng thí thật nhiều những đồ vật giá trị, quý trọng để dâng lên trước bàn Phật và ngay cả Thầy Tổ mình cũng cúng dường đầy đủ như thế, nhưng ở tâm mình thiếu niềm tin thì những việc như vậy sẽ chẳng ra một điều gì cả. Phải nói rằng điều nầy hoàn toàn không có ý nghĩa gì cả).

"Nếu không có niềm tin, không giải thích việc nầy được" nghĩa là ngôn từ nầy quá rõ ràng rồi phải không? Để cứu giúp con người thì chẳng phải dùng đến tiền bạc cũng như học lịch hay địa vị trong xã hội, mà kết quả thì cũng chẳng được gì. Sự chơn thật đối với Đức Phật A Di Đà với tâm thức thuận theo thế giới ấy, chính là thế giới Phật Pháp vậy.

Rõ biết như vậy rồi, (câu chuyện về) Ngài Nhất Hưu (1394-1481) là một phong cuồng Thiền giả; như mọi người đều biết ở vào thời kỳ của Edo (Giang Hộ) hay nói những dật thoại (những câu chuyện bí ẩn) sẽ tóm lược lại; nhưng nhiều người đã rất gần gũi với vị Tăng nầy. Có lúc nhân việc pháp sự của một gia đình đã mời, nên đến nhà, vừa mở cửa ra thì đã thấy Ngài Nhất Hưu ăn mặc rách rưới và (người nhà) đã bảo rằng: "Đây là ông sư ăn xin. Hãy về đi, hãy về đi".

Lúc về lại chùa, Nhất Hưu vận y phục đẹp vào mình và lại một lần nữa đi đến nhà kia để làm Pháp sự (tụng kinh). Sau đó thì được đãi đằng linh đình (với Phật giáo, sau những Phật sự thường có đãi ăn uống như vậy) và mang (đồ cúng, đồ ăn ấy) đến trước mặt ngài Nhất Hưu. Ông ta thoạt nhiên cởi y ra và cứ như thế ở trước đồ ăn đã làm lễ cúng dường. Cuối cùng thì được bảo rằng: "Xin cảm ơn tất cả quý vị, dẫu cho có là Phật Pháp, cũng chẳng phải là tôi, với Cà Sa đẹp được mặc vào, nên mới cho ăn uống cúng dường đầy đủ như vậy". Đó thật là một câu chuyện đau lòng, nhưng có thể nghĩ rằng đã có một thời như vậy.

Ngày xưa cũng như bây giờ chẳng có khác nhau bao nhiêu, con người của chúng ta ở sự tận cùng nào đó đều ẩn chứa những cái không tốt, không hay là những câu chuyện được đề cập đến. Với chúng ta cùng với nhau chỉ thấy về học lịch của người đó, cũng như địa vị, giáo dưỡng, có lúc là y phục, chỗ ở và lời nói tùy theo đó mà phán đoán nhơn vật. Cuối cùng thì chỉ nhìn phía bên ngoài để phán đoán thì không thể không ngộ nhận về điều kia được. Ở đây có nhiều sự hiểu lầm to lớn.

Tiếp theo là việc nói đến cũng không nên, nhưng như câu chuyện của Ngài Nhất Hưu là một. Ngài Nhất Hưu nhận được tin của một người đã mất, Ngài đến chỗ người mất kia, đột nhiên lấy tiền ra và đánh vào đầu người mất hai ba lần và tiếp nói, rồi đi liền rằng: "Chết nè, ta chẳng dùng đến". Đó là lời nói bạo loạn, nhưng đó là những lời đúng với ý nghĩa của Phật Pháp. Những thời điểm như vậy, đối với chung quanh chúng ta ngày nay hầu như Phật Pháp đã xa rời rồi. Khiếm khuyết về sự xa rời đó. Đơn giản chỉ là những lời nói vui vẻ, nhưng với tác giả thì nghĩ rằng lời nói của Ngài Nhất Hưu so với Phật giáo bây giờ thì cự ly ấy nên chôn chặt bằng sự nỗ lực là điều cần thiết.

NGƯỜI CÓ NIỀM TIN, TIN MỘT CÁCH NGUY HẠI KHÔNG TRONG SẠCH

Căn cứ theo việc bố thí ít nhiều và trình độ cứu độ không phải để trở nên sự sai biệt (thành Phật lớn nhỏ) và sự thật thì đã có nhiều người nói về việc nầy và chúng ta phải suy nghĩ về việc nầy của mọi người. Dẫu cho là trong hiện tại cũng là việc hiến kim (tặng tiền) và được bảo là càng nhiều càng tốt và sự lợi ích cũng nhiều. Việc nầy luôn được nhắc nhở như vậy. Lợi ích to lớn là vì hạnh phúc sẽ vào tay, cố gắng tích chứa tài vụ (hành vi ký phụ = việc làm cúng dường) giống như một cấu đồ (hình thức tổ chức cơ cấu), mà thời đại của Thán Dị Sao, cũng không phải, cả trước thời kỳ ấy nữa và mãi cho đến ngày nay cũng chẳng hề có sự thay đổi nào cả. Trên thực tế vấn đề cội gốc là "vì theo dục tâm của thế gian tăng tốc, những đồng bằng (bạn hữu đồng tu) va chạm với nhau" gọi đó là thế giới. Cuối cùng thì việc lợi dụng tín ngưỡng để được đầy đủ cho bản thân, nên thế gian nầy càng ngày càng hỗn loạn và trở nên ô trược. Việc nầy Ngài Duy Viên đã thốt lên như thế.

Điều nầy đối với kẻ muốn tiếng tăm vì niềm tin, trước sau cũng chẳng tốt đẹp gì, là chuyện đáng buồn. Việc xấu tệ kia, trong trường hợp rõ biết việc làm xấu đó, cũng còn có cách cứu vớt. Tuy nhiên, nếu việc xấu mà cũng chẳng biết mình xấu, những hành vi như vậy là những trường hợp được khắc sâu về những sự thái như thế, thì cái ác trở thành chánh đáng và từ việc làm thiện kia, trước sau sẽ trở thành sự xấu ác. Tội ấy càng sâu dần, phải nói như vậy.

"Một tờ rưỡi tiền, không thể cúng cho Phật Pháp" (một tờ tiền, dầu nhỏ nhưng cũng không bố thí được đi nữa) thì đối với lời dạy của Đức Phật A Di Đà về sự chơn thật, có những người dùng tâm thức để tín thuận theo thì sẽ gần đến với tâm của Đức Phật A Di Đà. Đó là những tín đồ chơn thật của Phật Pháp.

Thế giới của niềm tin, đơn thuần rõ ràng, nhanh lẹ. Điều nầy đối với tự thân của người có niềm tin đã bị nhiễm ô vậy.

LÒNG TIN CỦA BẤT CỨ AI CŨNG ĐỀU GIỐNG NHAU PHẦN 1 CỦA LỜI CUỐI NHỮNG Ý NGHĨA KHÁC ĐƯỢC BIỂU HIỆN CHÍNH XÁC

Quyển sách nầy, thường thì ở 10 chương phía nửa trước (lời nói của Ngài Thân Loan) lấy làm trung tâm. Nửa phía sau chúng ta có thể nghĩ rằng trong đó có 2 ý nghĩa khác nhau của bộ phận thán lên về lời dạy khác của Ngài Duy Viên.

Phần tác giả, đa phần đã viết ở phía trước của quyển "Thán Dị Sao" nầy, nhưng 10 chương ở phía trước đó là sự lý giải của tác giả được thuật lại. Kể từ lúc đó trở đi 8 chương sau vì muốn viết nhiều hơn, nên đã tốn đến 10 năm như thế. Ở trong sự bận rộn như vậy với tác giả những việc nầy lúc nào cũng không rời xa cái đầu (sự suy tư) của mình.

Trước đây 3 năm tạp chí "Đại Pháp Luân" đã nhờ tác giả chấp bút viết về "Thán Dị Sao", nên theo tác giả đây là cơ hội, xin chân thành cảm ơn. Đương thời phải đi làm việc ở trường học như là một giáo chức, chẳng biết thời gian như thế nào, nên đã cố gắng rất nhiều. Thế nhưng nếu cái duyên ấy trôi qua, về dị nghĩa của Thán Dị Sao phải suy nghĩ, nhưng chẳng đủ khả năng và nhờ bộ phận biên tập đã nhiệt tâm sửa chữa lại dùm, nên đã được tiếp nhận mở ra.

Cuối cùng việc viết về dị nghĩa của Thán Dị Sao, phải suy nghĩ về những vấn đề của nhân gian, vả lại phải suy nghĩ về xã hội trong hiện đại nữa. Với tác giả trong nhiều năm dài phải cảm tạ việc nầy vậy. Với Tác giả một bài học tu cho cuộc đời mình là sự bảo bọc của "việc nghiên cứu về nhân gian đối với Ngài Thân Loan", mà Thán Dị Sao ở nửa phần dị nghĩa phía sau là vấn đề của nhân gian, thật là những việc đầy thú vị.

Nhơn gian đối với Phật Pháp thì không tiên liệu được. Tác giả thường hay nói rằng nếu nhân gian không có thì Phật Pháp cũng đã chẳng được hình thành. Đối với ý nghĩa của Phật Pháp thì nhơn gian học, có thể suy nghĩ là cái học hạnh phúc của nhân gian. Với ngay cả ý nghĩa ấy thì nửa sau của Thán Dị Sao về phần dị nghĩa thì chung quanh con người có sự quan tâm sâu xa ở bản tâm.

Bây giờ sau khi thuật lại dị nghĩa của nửa phần sau rồi, Ngài Duy Viên đã nối kết với ngôn ngữ đã được ghi lại. Điều ấy thật là cảm thán sâu xa, mà con người của Ngài Thân Loan đã chỉ ra việc như thật về lòng tin đối với Đức Phật A Di Đà, với tác giả là điều rất cần thiết. Đúng với mọi người là "Thán Dị Sao" đã đọc ở phần phía sau vậy.

Ở phần mở đầu đã ghi lại những câu chuyện có tính cách kịch tính. Thế giới của tôn giáo, thật là điều khó hiểu. Một điều khó hiểu là tôn giáo cùng đạo đức và giá trị quan của thế tục nhiều chỗ phong phú quá nhiều.

Thế giới của tôn giáo dẫu sao đi nữa thì cũng nằm trong thế tục, mà thế tục theo tác giả nghĩ, lại vượt ra ngoài (đạo đức, luân lý, chính trị, kinh tế, pháp luật, gọi là thế giới). Điều đó có phải chăng tôn giáo hầu như phải đi đầu là quan trọng chăng? Chẳng biết điều nào có ý nghĩa tốt hơn. Thắng lợi hay yếu kém chẳng phải là vấn đề, mà phạm vi của những vấn đề thì luôn luôn khác nhau.

Đạo đức, luân lý thì đối với nhân gian là con đường thực tiễn. Chính trị là sự thực hiện phương pháp "tối đại đa số của tối đại hạnh phúc". Kinh tế là "kinh thế tế dân" được nói đến để chỉ cho điều kiện của kinh tế được chỉnh đốn cho nhơn gian có đời sống vật chất phong phú, chính là con đường. Còn pháp luật chính là việc giải quyết những vấn đề hiện thật tối cần thiết ở từng cấp độ. Nói như vậy về những việc nầy là đối với nhơn gian là những việc cần yếu nhất.

Với chúng ta đạo đức, luân lý, chính trị, kinh tế, pháp luật v.v.. những nhận thức có tính cách trọng yếu, nhưng ở mặt khác khi tôn giáo trở thành vấn đề thì những lãnh vực kia hoàn toàn khác biệt có tính cách đặc thù và cái thấy đặc biệt đó chấm dứt. Đồng thời tôn giáo cũng đã thay đổi con người đặc biệt bằng mắt thấy, nhân gian là những con người quá nguy hiểm, có rất nhiều. Tác giả thường tiếp xúc với nhiều học sinh và có bạn của trường khác nói rằng: "Khi nghe giảng về Phật giáo khái quát thì tất cả chẳng có sao, và nói việc nầy với vẻ mặt ngờ vực".

NIỀM TIN ĐƯỢC BAN PHÁT

Tôn giáo đối với người Nhật Bản (hiện tại) thì cho rằng có nguy hại. Trong những người nghĩ là nguy hại đó đã mạnh dạn phê phán như: "Khả nghi hôi hám", "đáng lo ngại", "lừa dối". Những điều nầy Um Chơn Lý Giáo và Pháp của Hoa Tam Pháp Hành khi đăng trường (khi vào việc) thì tốc độ càng tăng lên thêm.

Thế nhưng, chẳng phải chỉ có Um, mà đối với tôn giáo "đáng lo ngại" là khuynh hướng dễ dàng thấy được. Đặc biệt với những Giáo đoàn tôn giáo có tính cách đóng khung (bế tỏa). Điều nầy rất dễ dàng thấy biết được. Tôn giáo đối với quốc gia, điều nầy cho đến bây giờ đặc biệt thấy được, chúng là điều không có chăng? Ngoài ra tôn giáo đối với sự sinh hoạt hằng ngày của chúng ta, chắc phải nghĩ rằng đó là việc bình thường, nhưng thời gian còn thay đổi nhiều nữa.

Điều kiện sinh hoạt đầy đủ như tiền bạc, địa vị trong xã hội, sức khỏe v.v... là những điều không thể thiếu. Áo quần, ăn uống, nhà cửa là những điều kiện đầy đủ. Tuy nhiên, chúng ta không phải chỉ có sinh sống với những điều kiện sinh sống như vậy. Đối với đời sống, điều kiện của đời sống được sung túc thì khuynh hướng tâm thức phải bị chi phối. Nếu nói cách khác thì giới hạn sự sống của con người cũng có thể suy nghĩ để nói rằng tôn giáo là điều tất yếu không thể thiếu, nói như thế cũng chẳng phải quá lời.

Tôn giáo nghĩa là sự hữu hạn tánh của con người (già, bệnh, chết v.v...) tự biết trước mắt, tác giả thấy được sự giới hạn của tấm thân đã trải qua, lại muốn sanh về nơi vĩnh viễn (đời sống vô hạn, để sống, chết thì sanh về thế giới chơn thật) là điều tốt vậy. Gặp được những lời dạy tốt đẹp như tác giả, là con người nhiều khổ não, chẳng thà rằng sống tốt hơn, để mà chết (việc sống chơn thật) và với tác giả luôn nói điều như vậy.

Bây giờ bắt đầu viết lời sau của Thán Dị Sao thấy thích thú để ghi lại từng phần. Có lúc giữa Thầy trò Ngài Pháp Nhiên Thượng Nhơn và Ngài Thân Loan Thánh Nhơn với tín tâm của Ân sư Pháp Nhiên Thượng Nhơn đối với Thân Loan giống nhau, nhưng cũng có nhiều lần bàn cãi và được nói rằng: "Thiện Tín (Thân Loan) có niềm tin cũng như Thánh Nhơn (Pháp Nhiên Thượng Nhơn), tín tâm ấy là một" (Tín tâm của Thiện Tín Phòng Thân Loan cùng với tín tâm của Ân sư Pháp Nhiên Phòng Nguyên Không Thượng Nhơn hoàn toàn giống nhau). Từ điểm nầy cũng có thể nói là điều nầy do Thân Loan phát ngôn vậy.

Đối với sự phát ngôn nầy thì những người niệm Phật như Thế Quan Phòng Nguyên Trí, niệm Phật phòng thì còn hơn thế nữa. Chẳng biết làm sao mà Ân sư Pháp Nhiên Thượng Nhơn và Thiện Tín phòng (Thân Loan) lại có cùng một tín tâm được? Khí sắc hiện ra như vậy.

Lúc ấy Ngài Thân Loan nói rằng: "Nếu trí tuệ của Pháp Nhiên Thượng Nhơn và tài năng v.v... cùng giống với chính mình thì điều nầy chẳng phải là điều hiểu sai chăng? Đối với tín tâm mà chúng ta được cứu độ, hoàn toàn không có gì khác biệt hết", một bước cũng không phê phán gì cả.

Tuy nhiên đối với những người niệm Phật khác thì không chấp nhận được. Chẳng còn cách nào khác là dùng đến cuộc nói chuyện có tính cách nghị luận với Pháp Nhiên Thượng Nhơn và cuối cùng thì tánh cách quyết đoán được ngưỡng vọng. Lúc ấy Pháp Nhiên Thượng Nhơn đã xác minh bằng lời nói rằng:

"Nguyên Không nầy có tín tâm cũng từ chung quanh Đức Như Lai mà có tín tâm, tín tâm của Thiện Tín phòng cũng có được từ chung quanh Đức Như Lai mới có tín tâm ấy, chung quy chỉ là một. Còn người có tín tâm khác biệt; riêng Nguyên Không hướng đến Tịnh Độ để vãng sanh, những người khác không tin thì không thể" (Tín tâm nầy của Ngài Pháp Nhiên là từ Đức A Di Đà Như Lai dẫn Ngài đến và ban cho tín tâm ấy và tín tâm của Thiện Tín phòng (Thân Loan) cũng từ Đức A Di Đà Như Lai ban cho tín tâm ấy. Đồng thời, tín tâm ấy hoàn toàn giống nhau, hoàn toàn không có gì khác. Chỉ những người có niềm tin khác đi thì việc vãng sanh Tịnh Độ như ta, chắc hẳn rằng khó thể được".

ĐỨC A DI ĐÀ NHƯ LAI LÀ TÀI NĂNG (CÔNG ĐỨC) CHÂN THẬT

Ngài Thân Loan nói rằng Ngài Pháp Nhiên Phòng là trí tuệ đệ nhất, cao đức như Ngài Pháp Nhiên Thượng Nhơn thì tự mình hoàn toàn chưa bao giờ nghĩ là giống nhau. Với tính cách nhơn gian về tư chất có sự sai biệt giữa bùn và mây (vân nê) về nhận thức ở nhiều phần, nhưng tín tâm thì hoàn toàn giống nhau và nói dứt khoát như vậy. Ở nơi đó từ Đức A Di Đà Như Lai hồi hướng (ban cho thế giới) tín tâm khác nhau để thành lập sự cứu độ tiếng nói cao ngất của việc niệm danh hiệu của Chơn Tông niệm Phật.

Sự tin tưởng hồi hướng (hướng về Chơn Thật), tập hội lại để sanh về, là đồng bằng (cùng là bằng hữu, bạn đạo), là những người trong tập đoàn cùng đồng hành. Có những nhận thức xác thật như vậy. Ở thế tục thì Ân sư Pháp Nhiên Thượng Nhơn và ta chẳng thể nói là Đồng Bằng (cùng là bằng hữu), đồng hành. Nhưng kẻ được ban cho trí tuệ của Phật, đầu tiên có thể nói về thế giới, tất cả những việc cốt cán đều bình đẳng bước đi trên mặt đất, là thế giới của Phật vậy. Qua lời nầy sẽ chiếu sáng được điều ấy. "Riêng đối với người có tín tâm khác biệt; còn Nguyên Không (Pháp Nhiên) nầy cầu sanh về Tịnh Độ như ta, thì khó có thể được".

Tùy theo việc hồi hướng về tín tâm thì sanh về thế giới bình đẳng một vị (một hương vị) của những kẻ chuyên tu niệm Phật, mà đối với người niệm Phật theo giai cấp là có sự ngộ giải rồi. Cuối cùng thì ở vị trí bên trên làm Thầy, là Ngài Pháp Nhiên và nhận thức về môn hạ sanh là ở dưới.

Ở đây việc chính mình ngộ giải đều có tính cách căn bản, niềm tin cần thiết để hồi hướng, quan trọng và cường điệu, nhưng Ngài Thân Loan đã là người như vậy. (Cháu của Ngài Thân Loan là Ngài Giác Như cũng được truyền ký ở "Ngự Truyện Sao" và điều nầy đã được nói rõ tận tường như thế.

Thán Dị Sao ở chương thứ 6 có nói rằng: "Thân Loan không mang theo một người đệ tử nào cả". Lý do là: "Nhờ Đức Di Đà ban cho người niệm Phật và đệ tử ta cũng thế, sẽ trở thành sự hoang lương (bỏ hoang, dang dở, tin giúp) (nghĩa là từ sự phóng quang của Đức Phật A Di Đà được ban cho -hồi hướng-xưng danh niệm Phật, qua lời dạy của Đức A Di Đà người người được sanh về, nên đệ tử riêng của mình nói rằng không mang theo ai cả).

Hồi hướng nghĩa là sự lôi cuốn của Đức Phật A Di Đà "sự mời gọi của Phật A Di Đà". Dẫu cho có đến nơi đâu đi chăng nữa thì bản thân của chính mình cũng được đẩy lên để tiến đến con đường tự lực của Phật đạo. Đây là con đường tuyệt vời của con người. Con đường Phật của hiền giả. Mặt khác, cái tánh tội nghiệp của tự kỷ, tánh của phiền não thâm sâu được giác ngộ, rõ biết, đẩy cái tự kỷ ấy để trở thành thế giới Phật có nghĩa là hoàn toàn dị chất (biến đổi khác đi), sự lôi cuốn của Đức A Di Đà Như Lai hướng dẫn cho; nhưng kẻ phàm phu nguyên vẹn đời sống như vậy, hoàn toàn bước đi trên con đường đạo sáng chói ấy. Con đường của kẻ ngu. Điều nầy có thể nói là tôn giáo của sự hồi hướng theo thế giới của Chơn Tông Niệm Phật.

Việc hồi hướng nầy được gọi là: "Tha lực hồi hướng", "Như Lai hồi hướng", "nguyện lực hồi hướng", từ năng lực của Đức Phật A Di Đà để trở thành chơn thật hóa. Ngài Thân Loan đã dẫn dụ bằng ngôn từ cảm kích sâu xa qua "Kinh Niết Bàn" trong quyển "Giáo Hạnh Tín Chứng" là (Như Lai trở thành chơn thật; chơn thật trở thành Như Lai). Cuối cùng Đức A Di Đà Như Lai là điều chơn thật; sự chơn thật ấy bao gồm cả sự bất thật trong đó; nên nói là chơn thật hóa (năng lực, việc làm) đối với thế giới (tha lực hồi hướng).

Trong (tha lực hồi hướng) có chữ "tha" nầy chẳng phải đơn thuần là người kia mà ở đây nói về gồm cả con người chẳng thật, gốc rễ phàm phu sâu xa rỗng không, bao nhiếp để chỉ cho sự chơn thật hóa (việc làm, năng lực hóa độ) là căn nguyên của "tha" kia; có tính cách cụ thể về sức mạnh, nên gọi là "lực" cũng tốt vậy. Toàn thể là nói về "Đức A Di Đà Như Lai". Bây giờ ta còn gọi A Di Đà Phật là trở thành sự chơn thật của "năng lực, việc làm". Trong nầy bao gồm cả việc chẳng thật; nên nói là muốn trở thành chơn thật hóa.

Nếu mượn ngôn ngữ của Ngài Thân Loan để nói thì có nghĩa là: "Nhiếp thủ (chơn thật là lúc nào cũng hướng về người phía sau để dẫn tới) không bỏ, Đức Phật A Di Đà trở thành vị Thánh". (Theo Tịnh Độ Hòa Tán) (tác giả chú thích). Chữ "nhiếp thủ" có nghĩa là: "thường cứu giúp người, không bỏ; trôi chảy không ngừng". Cuối cùng chữ "bất thật" có nghĩa là Đức Như Lai A Di Đà đối với nhơn gian rỗng tuếch, bao bọc nhiếp lấy, để dẫn đến sự chơn thật hóa (năng lực, công đức).

SỐNG VỚI NIỀM TIN - KHÔNG CẦN ĐẾN MỘT VIỆC GÌ GIỚI HẠN THIẾT YẾU HẾT

Tôn giáo của Ngài Thân Loan hay nói đến "Tôn giáo của sự hồi hướng". Chung chung hồi hướng có nghĩa là hành vi có tính cách thuộc về thân thể của ta (thân nghiệp), hành vi của miệng (khẩu nghiệp), hành vi của tâm thức gọi là (ý nghiệp) mà tất cả đều là những việc để tu hành cùng học tập, cùng giữ giới luật để tạo nên công đức (công tích, hành tích v.v...) để xướng lên cúng dường sự chơn thật (Phật) có tính cách tôn giáo. Thế giới nầy thông thường nói là tự lực hồi hướng; nhưng hồi hướng có nghĩa là điều nầy thuộc về hình thức cơ bản vậy. Dẫu cho không nói là tự lực hồi hướng đi nữa thì hồi hướng có nghĩa là tự lực của mình vậy. Hồi hướng nghĩa là từ chính ta đến Đức Phật, nhưng với Ngài Thân Loan thì hồi hướng có nghĩa là từ Phật ban phát cho ta, đã triển khai lời dạy về ý mới nầy rồi. Ở nơi đó người ta vượt lên khỏi sự mê mờ, giải phóng chơn thật, để được cứu độ, trở thành chơn thật, từ Như Lai ban phát tín tâm cho, ngoài ra không có cái gì khác, suy nghĩ mạnh mẽ như vậy. Nói cũng chẳng hết lời là đối với căn bản ấy sâu xa mà con người thì khổ lụy với tánh tội nghiệp, tánh phàm phu giác ngộ được nỗi đau ấy. Đơn giản để chỉ về:

Hình thái của sự hồi hướng:

1) Phật (giác giả) đối với ta là tự lực hồi hướng (thiện căn, công đức v.v... để phụng sự cho Phật).

2) Phật (Giác giả) đối với tha lực hồi hướng (cứu độ để thành lập tín tâm, nhưng gửi đến ta).

Như đã viết trước đây, Ngài Pháp Nhiên Thượng Nhơn đã nói rằng: "Từ Như Lai ban cho niềm tin". "Ban cho niềm tin" là người sanh ở trong cuộc đời nẩy trên dưới, không có sự quý tiện (cao quý hay hạ tiện). Đây là một trong những sự tôn kính của tôn giáo. Với tác giả nghĩ rằng tất cả chúng ta đều bình đẳng giống nhau đứng ở chỗ chơn thật để tìm cầu sự tuyệt diệu. Sự chơn thật ở phía trước, cả tánh biệt, cũng như chức nghiệp, hay học lịch, cùng sự giáo dưỡng và địa vị hoàn toàn chẳng có sự liên quan gì cả. Việc gặp nhau mà Ngài Thân Loan đã nói về thế giới là "phi tục" (thường thì hoàn toàn khác với thế gian, có thể đã mở ra cho mọi người ở phía trước).

Người được sanh ra do "ban cho niềm tin" là sự trang sức của chính mình, ngay cả việc ngụy đi nữa thì cũng không phải cố gắng. Việc cần thiết hoàn toàn không là gì cả. Tuy thế với chúng ta thì ngược lại, khi nào cũng giới hạn bởi chính mình, ngụy tạo bởi chính mình và cứ phải cố gắng thêm lên nơi sức mạnh ở đôi vai. Người cố gắng là người vĩ đại, không có lý do về quan niệm bị trói buộc tù tội , khi nào cũng chẳng mỏi mệt.

Với tác giả, việc của người như vậy thật là không thể nói được; thế nhưng khi nào cũng cố gắng. Đồng thời nỗ lực để sống. Thế giới của tự lực là thế giới của sự cố gắng. Với sự vô trí của chính mình đã đập vào ta và dẫu cho sự cố gắng đến đâu đi chăng nữa, thì cũng chẳng biết thế giới sẽ như thế nào. Trên tuyến đường lâu dài đó là thế giới có thể thấy được Satori của Đức Phật. Toàn thân hướng vọng về Đức Phật một cách mãnh liệt là con đường sùng bái cao độ vậy. Bởi vậy Phật đạo của tự lực là sự khao khát của nhiều người, cho nên sự mộ tập lớn của Bổn Sơn là sự hy vọng của Tăng lữ về việc thi cử của nhiều người, nên đã tập hợp lại.

Với tác giả, người cố gắng là người vĩ đại và đôi khi cũng suy nghĩ về người không chịu cố gắng là người chẳng ra gì, nhưng cũng xin hiểu cho tính cách vô ý thức đó. Điều nầy dẫu cho nói rằng chính mình có cố gắng đi chăng nữa và người kia là người chẳng cố gắng, không ra gì đi nữa thì đã bị đẩy vào vết nung nấu ấy rồi. Con người mà khi nào cũng cố gắng, khi nào cũng là người năng động thì cũng có một loại tuyệt vời, nhưng lại là một sự sẩy chân. Việc cố gắng có nghĩa là lúc nào cũng nỗ lực đối với sự vấp phải.

Tốt hơn là sống với tự nhiên thể hay với tâm bình thường, nhưng điều đó rất là khó khăn và việc khó khăn đó, phủ định tự ngã của mình (phủ định chính ta) là điều phải trải qua sự khó khăn đó.

ĐỜI SỐNG NẦY ĐƯỢC BAN TẶNG

"Ban cho niềm tin" để sanh về thế giới chẳng phải là điều vô lý. Tại sao vậy? Cái vĩ đại của chính mình, cho thấy cái to lớn, không là điều cần thiết, bởi chính bản thân mình tự sinh sống như vậy. Tại vì sao? Con người của chúng ta lúc nào cũng tự trang sức bởi chính mình, cho thấy sự quý phái, khổ tâm lắm. Cái thật tướng của con người như vậy thật là rỗng tuếch. Ở đó sự giải phóng gốc rễ của con người chưa được thấy một cách tích cực. Chơn thật trí ấy là Bản Thể của Đức A Di Đà Như Lai, nhưng lời dạy về Nam Mô A Di Đà Phật thì đối với con người sẽ đạt đến trí tuệ. Ngài Thân Loan đối với việc nầy cho rằng tín tâm là "trí tuệ"; cho nên tín tâm có nghĩa là hiện thực và với ta thì còn nghi thấy sâu xa; thân nầy của chính mình thọ nạp như vậy để sống, nên không thể sanh về thế giới kia được.

Gọi là "ban cho niềm tin" nghĩa là ở một phương diện nào đó, cũng có thể biết rằng đó là hình ảnh có tính cách tiêu cực không chừng, nhưng theo tác giả nghĩ không phải là như vậy. Tất cả đều do chính mình tự tạo ra, nếu không theo mình thì sẽ không được, đó là cái thấy về một thế giới, mạnh mẽ, thấy tuyệt vời. Từ đó chính mình có thể nói rằng không có sự giới hạn chăng? Thế giới ấy "nếu quan tâm thì chẳng thể không có khả năng". "Thế giới chỉ toàn là bất khả năng, cũng nên nhận biết", tác giả nghĩ rằng có nhiều điều sai khác.

Đối với nhơn gian việc khả năng và bất khả năng cùng ở chung. Chấp nhận sự thật đó để đi đến sự dung nạp, chẳng thể nói là từ đó thế giới ấy rộng rãi hơn chăng? Nếu nói có tính cách Phật giáo thì đối với tuổi trẻ nầy cũng như sức khỏe, sự sinh sống vui vẻ cũng chẳng phải là một sự tự do của ta. Thân nầy, tâm hồn một phần của chính ta không phải chỉ được tạo ra, cũng chẳng phải sự suy nghĩ của chính mình. Từ đó sự khổ tâm bắt đầu sanh ra. Đối với việc nầy Đức Phật (Thế Tôn) đã nói rằng "nhơn sanh là khổ"; nhưng với việc nầy theo tác giả nghĩ rằng cuộc sống của con người, đây là ngôn ngữ để nói về sự dự khán (dự định) có tính cách tuyệt đối.

Cuối cùng thì lúc nào cũng muốn mình trẻ, muốn mạnh khỏe, thích sống theo sự mong ước, nhưng trên thật tế thì chẳng phải vậy. Những dự khán (dự định) như vậy đối với nguyện vọng của con người và sự thật của cuộc sống có sự cách biệt nhau; nên nói: "nhân sinh là khổ lụy". Bản thân tác giả lúc còn trẻ thì cho rằng cuộc sống rất tuyệt diệu, giống như hoa hồng v.v... là những từ mà hay nghe nhắc đến. Vượt qua nhiều khổ sở để kiến tạo một cuộc sống tuyệt vời là cách sống mà tác giả đã biết rất nhiều.

Thế nhưng cuộc đời của con người chẳng phải chỉ có cái đẹp, cũng chẳng phải là hoa hồng như đã nói, mà có nhiều việc chẳng phải là không có trách nhiệm sao? Cuộc đời tươi mát cũng không phải là không có người như thế, mà mọi người đối với sự khổ não đã thấy được ở trước mắt, dễ chấp nhận, điều nầy đã vượt lên trên con đường (lời dạy) mà thế giới đã mang đến cho người nầy và Tác giả đã suy nghĩ như vậy. Tất cả đều là ý chí của ta, còn tâm hồn của đời sống như thế chẳng phải là việc đơn thuần. Tôn giáo thì chẳng phải có nguy hiểm như vậy, theo lời dạy mà chuyển hoán phương hướng của cuộc sống.

Một ít đường đột, nhưng tìm lại ngôn ngữ cầu nguyện của Thiên Chúa giáo ngày xưa thì: "Thần (Chúa) sẽ thay đổi những gì có thể thay đổi được, rồi mang dũng khí đến cho ta, những việc gì mà không thể thay đổi thì chỉ đón nhận một cách yên lặng (lãnh tịnh) cho chúng ta. Lúc tuổi 20 Tác giả đã đọc tạp chí "Readers Daijesuto" và tiếp nhận từ đó đến nay, nên đã suy nghĩ như vậy.

"Việc có thể thay đổi được" là việc gì vậy? Ví dụ việc xã hội không đứng đắn hay những điều thường thức trói buộc chúng ta cũng có thể đúng chăng? Điều nầy chẳng biết nữa. "Việc chẳng thể thay đổi" nghĩa là có thể nói thuộc về tính cách bản chất như già, bệnh, chết. Điều hiểu lầm làm cho đúng lại, là việc cần thiết. Ở đó sự thành thật của con người cũng là điều có thể nói được không chừng. Mặt khác sự lừa dối mang đến thân nầy một cách dễ dàng đánh bạt đi "lãnh tịnh". Sự yên lặng nầy chính là trí tuệ vậy. Nhà văn học Kamei (Qui Tỉnh Thắng Nhứt Lang) biểu hiện "tín tâm" nầy qua "trí tánh có tính cách minh triết".

"Ban cho niềm tin" nghĩa là với trí huệ như thế, "tri tánh minh triết" như vậy thúc giục đến với sự sống của thế giới và Ngài Thân Loan đối với việc nầy chỉ rõ ra là: "Như Lai hồi hướng". "Ban cho niềm tin" không phải là của người sinh ra ở thế giới nầy, giữa Thầy và đệ tử, cung cách sai biệt của con người không được thừa nhận rộng rãi vô cùng, dẫu cho đến đâu cũng cứ mở toang ra, làm cho phong phú mềm dẻo của thế giới.

NƯỚC MẮT CHẢY DÀI KHI CẦM BÚT VIẾT LỜI NẦY LỜI CUỐI (PHẦN 2) HƠN THUA VỀ VIỆC LÝ GIẢI CÁCH NIỆM PHẬT HOÀNH HÀNH ĐÂY ĐÓ

Khi viết sách là lúc có mục đích, nhưng nếu chỉ có việc nầy không, thì chẳng thể truyền đạt được. Việc nầy muốn viết thử xem, suy nghĩ như vậy nên viết, thế nhưng điều nầy đối với người đọc hầu như việc truyền đạt không đến được. Ở đó việc viết sách là điều rất khó.

"Thán Dị Sao" lúc Ngài Duy Viên tóm lược lại và kết quả với tấm lòng ấy như thế nào khi đã được viết ra? Việc nầy đã được thuật lại, nhưng ở bộ phận (lời cuối) về hậu từ đã chỉ rõ ra việc nầy. Quyển sách nầy, qua lời dạy của Ngài Thân Loan và nói ra lời dạy khác biệt đối với mọi người thật là buồn thảm; nên việc than lên mới được sinh ra.

Việc nầy là những lời được chỉ rõ thông qua "mọi người mang tín tâm, đã phát khởi chăng?". Từ Đức A Di Đà Như Lai đã ban cho có "tín tâm", tùy theo hoàn cảnh tốt của tự thân, việc lý giải sanh ra nghi ngờ và hỗn loạn nên Thán Dị Sao mới được sinh ra. Tiếp đến, phần mở đầu của "lời cuối", qua lời dạy của Đức A Di Đà Như Lai với người được sanh là mọi người được sanh ra với một tín tâm, nên điều tín tâm nầy của Ngài Pháp Nhiên Thượng Nhơn cũng như tín tâm của Ngài Thân Loan, ai cũng đều có tín tâm và tất cả mọi người đều giống nhau, đã được thuật lại. Đây có thể gọi là: "Niềm tin của nhứt vị bình đẳng".

Ngài Duy Viên theo tác giả, đầu tiên xác nhận một cách dứt khoát về việc nầy. Từ Thầy đến đệ tử nối kết nhau với "tín tâm" và sự khác nhau từ Đức A Di Đà Như Lai, đến với từng người "tín tâm", nên "hồi hướng" (việc thí cho) của lòng tin được đề cập đến và nói là sự ban cho niềm tin.

Với Ngài Thân Loan thì nói rằng Phật đạo của tự lực là hình thức ngay thẳng của Phật Pháp. Tha lực Phật Đạo là hình Phật Pháp chiều ngang. Hình ngay thẳng là mỗi bước, mỗi bước Phật là tìm cầu con đường Satori. Ở đó tùy theo năng lực của con người, được sắp theo trật tự. Người có năng lực trác tuyệt (trác việt) mang theo để tìm cầu Phật đạo, nếu là người chẳng phải vậy, việc học Phật Pháp có sai biệt như vân nê (mây và bùn), nên nếu nói rằng ở đó có thể nói rất là nghiêm khắc đối với Phật đạo của sự tự lực.

Ở đó trải qua thời gian giữa Thầy và đệ tử vừa có sự quan hệ mật thiết, Sư và đệ tử tôn trọng lẫn nhau, đệ tử đối với Sư trung thành tiết tháo tận tụy. Sự liên hệ giữa Thầy trò nghiêm khắc như vậy trở thành con đường (Đạo) để bước đi đến Phật đạo của tự lực. Mặt khác từ Đức A Di Đà Như Lai ban cho "niềm tin" mọi người đều bình đẳng để bước đi trên đường đạo, nhưng là tha lực Phật đạo. Điều nầy bên nào thắng thế hơn? Hay là yếu kém hơn, thì ở đây không có vấn đề. Tùy theo nhân duyên, mà bước đi trên con đường đạo chỉ có sự khác biệt, tác giả suy nghĩ cũng nên nói đến.

Như trên việc ban cho niềm tin để sinh ra trong sự chơn thật của người niệm Phật, mỗi người lại sinh ra khác nghĩa với nhau. Điều nầy ở phía trước đã thuật lại rồi. Tùy theo hoàn cảnh của mỗi người mà dạy dỗ, giải thích là điều tốt. Lại nữa vì từ người khác được tôn kính, rõ biết mang đến, dẫu cho từ tri thức dẫn đến thì cũng là khởi lên sự dị nghĩa vậy.

TỰ ĐÁNH VÀO THÂN MÌNH KHI GIÀ LÀ THƯỚC ĐO

Ngài Duy Viên với lý do viết Thán Dị Sao được chỉ ra như sau đây:

"Ta (Ngài Duy Viên) tuổi đã cao cũng giống như giọt sương mai còn sót lại rất ít đối với đời sống nầy, giống như cây cỏ đã khô cằn, đã trở thành người già cả. Tuy thế trong khi còn sinh mệnh cũng giống như những lời dạy niệm Phật đối với người có nghi vấn về việc sanh ra mà ta đã nhận được, nắm bắt được việc dạy dỗ trực tiếp về việc dạy niệm Phật của Ngài Thân Loan và cũng đã có thể thưa chuyện trực tiếp được. Tuy nhiên cuộc sống chồng lên cuộc sống, làm cho nhiều người ngộ giải, suy nghĩ rằng như thế dị nghĩa sẽ hoành hành đây đó, nên ở đây ghi lại lời dạy ấy một cách cần kiếp để lại. Thế nào đây? Nghĩa chính của lời dạy mà mất đi và lúc đó sự ngộ nhận giải sai kỳ cục và hãy nên đọc kỹ những thơ vật (Thánh thơ) nầy của Phật Pháp do Ngài Thân Loan đã để lại vậy".

Tác giả xem những ngôn từ trong Thán Dị Sao và được biết đây là động cơ của sự chế tác. Đã cảm nhận được sự bi mẫn và sự dễ dãi của Ngài Duy Viên từ những ngôn từ nầy. Những ngôn từ nầy lập tức ở phía sau sẽ được ghi lại một cách cẩn thận. Điều nầy đối với sự tường thuật về Thánh Giáo (sách vở viết về Phật giáo v.v...) cho thấy rằng đây là sự chơn thật thọ nhận gom góp lại. Kẻ nầy người kia đã dùng thủ pháp (viết bằng tay) để chỉ cho sự chơn thật, hợp chung lại lời dạy phương tiện ấy. Điều đó đúng với việc phân chia ra lời dạy chánh đáng, hướng dẫn lời dạy phong phú đó để sinh ra sự chơn thật; nhưng bởi đó là lời mong mỏi của Ngài Thân Loan, nên đã vô cùng chú ý. Ở đây giữa Chơn Thật và Phương Tiện (lời dạy về sự giả hợp) đừng nên lầm lẫn. Đó chính là lời của Ngài Duy Viên.

Bây giờ ở đây sẽ trích dẫn những lời lẽ ấy trước mắt rằng: "Ngay cả chứng văn quan trọng cũng có những điểm thiếu sót, để ở dưới mắt quyển sách nầy đặt chung ở đó" (suy nghĩ về những lời dạy cần kiếp, cũng có ít nhiều sai thiếu. Vì sống nương vào nơi đó, nên sách nầy cần được cho thêm vào). Kết quả là sách "Chứng Văn cần thiết" nầy, với ý nghĩa như thế nào đây, mà từ trước đến nay những nhà nghiên cứu thường hay chú ý đến. Theo "Chứng Văn cần thiết" nầy thì có 3 điểm cần suy nghĩ như sau:

1) Lời lẽ của Ngài Thân Loan chỉ cho 10 chương ở phía trước.

2) "Chứng Văn" là lời nói được minh thị như: "Việc thường ngày của Thánh Nhơn" (ngôn từ đặc biệt mà lúc nào Thân Loan hay nói ra) dùng để chỉ cho những việc nầy.

3) Bây giờ Ngài đã mất rồi, nhưng lời dạy của Thân Loan tập trung lại rất là cần thiết.

Nói ngay việc kết luận thì rất khó, nhưng theo văn chương thông suốt nầy về "Chứng Văn cần thiết" và lời nói sẽ được biểu thị như phía dưới. Theo tác giả nghĩ rằng Thân Loan có hai điều thuật hoài (thuật lại nơi bổn tâm) mang những ý nghĩa trọng yếu như vậy.

CÁCH NIỆM NAM MÔ A DI ĐÀ PHẬT CỦA TÔI (TÁC GIẢ)

Ghi lại đầu tiên rằng: "Nếu an ổn với lời nguyện của năm kiếp tư duy của Di Đà thì một loại như vậy Thân Loan nầy một người sẽ vì đó mà trở thành" (Từ Đức Phật A Di Đà cứu độ nhơn gian để thành lập, nên tốn rất nhiều thời gian và sự khó nhọc; nhưng kết cuộc với ta chỉ một người, vì một người như Thân Loan được hạnh phúc; nói như vậy cũng tốt thôi). Sự cứu tế nhơn gian của Đức A Di Đà Như Lai và tuy cùng với nhiều người được cứu, tại sao? Có phải chỉ để nói cho một mình ta chăng? Câu nói nầy ở phần sau, đó là do Thân Loan tôn kính Ngài (Yendo) Thiện Đạo Đại Sư (613-681) người Trung Quốc là thế giới có tính cách tôn giáo. Ngài Duy Viên dùng ngôn từ để thuật lại rằng: "Bản thân ta dẫu cho có dẫn đến sự phản nghịch thì đối với tội và ác kia đã thấy được tự ngã ngu ngốc tồn tại. Những việc như vậy đối với tự thân được Satori là điều vĩnh viễn bất khả năng". Từ lập trường như vậy, việc hồi tưởng để thuật lại được sản sinh ra và minh chứng về "Thân Loan vì một người".

Suy nghĩ để xem thì vì tất cả mọi người mà chỉ bảo, vậy vì ta là một người thì việc nầy như thế nào đây? Tác giả suy nghĩ rằng ở đó là hình dáng có tính cách tôn giáo của Ngài Thân Loan được thấy. Nếu thay đổi cách nói thì tôn giáo, thế giới của tín tâm, nói cách nào đi chăng nữa thì là thế giới của người được xưng là một người. Cuối cùng sẽ trở thành như thế nào? Khi "bây giờ, ở đây, ta", được gọi là thế giới. Thế giới của tín tâm đơn thuần lý luận, chẳng phải là thế giới của quan niệm.

Lập trường của Ngài Thân Loan thường thì "đối với Thân Loan" (Chương thứ 2) gọi như vậy. Ai đã ở trong lúc đó, được cứu ở đâu v.v... bây giờ, ở đây đối với ta nếu không được cứu, không phải có ý nghĩa như vậy. Điều nầy với ngôn từ "đối với Thân Loan", chữ "vì Thân Loan một người" gọi là thế giới. Tín tâm có nghĩa là dẫu cho có đến đâu đi chăng nữa thì cũng là thế giới có tính cách chủ thể như việc nầy.

Chúng ta không thể lý luận một cách dễ dàng được, lý luận không thể trải qua lý luận được. Tùy theo việc dạy và nói đối với tự mình, trở thành vấn đề, chỗ được hỏi đối với sự dạy bảo, với tác giả đã thông suốt sự chơn thật. Người vĩ đại thì nói lời dạy ấy chẳng có tuyệt vời mấy, nhưng cũng có số đông không thể đếm hết cho rằng sự dạy dỗ ấy không thể nói là từ bổn vật. Điều trọng yếu là, với việc nầy sẽ như thế nào về việc hiện thực sanh ra mà nơi ta nương tựa vào? Để đời sống nầy được tưới tẩm vào đó? Đó là việc đáng nói vậy. Cuộc đời của người giàu có chết được ấm cúng (sự chết được đầy đủ) có thể khiến sự chết theo con đường (đạo) được chăng? Xác nhận việc như vậy, tác giả suy nghĩ rằng đó là sự vận hành, mà sự vận hành ấy có tính cách tôn giáo.

Có ông Thầy giáo đã giới thiệu cách nói như sau: "Thánh Giáo dẫu cho có bị chia rẽ, văn học sẽ không thấy, chỉ có ngôn ngữ âm hưởng đến việc nghe" (lời của Giáo sư Kaneko = Kim Tử Đại Dinh). Cuối cùng Phật Pháp là việc để học, để nghe dạy, ngay cả đơn giản khi lý giải cũng như chẳng thể thấy được tâm hồn khi chú thích; ngôn ngữ ấy đón nhận như là "một tiếng vang dội".

Đó là hiểu được sự lý giải của việc dạy vậy. Cũng có thể nói rằng trường hợp giới hạn ấy là tốt chăng?

Việc dạy và đón nhận nương theo "nghe âm hưởng" và chính ta sẽ bắt đầu biến đổi. Căn cứ từ việc dạy, chính mình thay đổi và cách nói ấy cũng tốt không chừng. Niềm tin, cuộc đời (ta) chuyển hoán phương hướng lôi cuốn. Đây là việc được tái sanh vào một thế giới.

MÔN HỌC VỀ PHẬT GIÁO THỊNH HÀNH, PHẬT PHÁP THÌ YẾU KÉM

Nếu suy nghĩ thì chúng ta đã dạy nhiều về sự lý giải từ xa xưa trở lại. Trên thực tế thì việc gần gũi của ta tuy có đó. Phật giáo cũng đã lìa khỏi Đức Thế Tôn, đầy đủ là được học vấn hóa. Phật giáo là sự nghiên cứu có tính cách học vấn là một điều tất yếu. Tuy nhiên, điều nầy dẫu sao đi chăng nữa thì nói cũng không quá lời là chỉ trên vấn đề học vấn. Phật giáo với việc kia chắc hẳn một điều là không thể nói đồng nhất được. Với học vấn thì Phật giáo có lập trường cũng có thể nghĩ là tốt, nhưng việc học vấn hóa về Phật giáo thì hầu như chẳng có ý nghĩa gì cả và việc nầy đối với tác giả mong muốn được xác nhận phải nên cải cách. Ngài Thân Loan là người có một phần mẫn cảm về việc nầy. Lời dạy rõ ràng của Chơn Tông Niệm Phật, như điều nầy, tùy theo thời gian bị học vấn hóa, điều đó có thể nghĩ rằng chính là tánh ưu tú của Chơn Tông được bảo chứng. Được nghe Ngài Thân Loan bảo rằng: "Buồn thảm".

Tác giả khi làm việc ở Đại Học đã diễn giảng trước mọi người về: "Thân Loan là người như thế nào?". Cái Serie (loại) nầy nhan đề là: "Hãy học thần tượng của Phật giáo Nhật Bản-Thánh Đức Thái Tử (Shotoku Taishi), Tối Trừng, Không Hải, Pháp Nhiên, Thân Loan". Học về cách sống của những vị nầy, đã chuẩn bị như vậy đã có rất nhiều người tham gia và nhận được nhiều những câu hỏi liên quan. Với tác giả diễn giảng trong câu hỏi "Lập trường có tính cách nghiên cứu về Thân Loan rất muốn nghe, nhưng rất lấy làm tiếc, chỉ muốn nghe Pháp thoại, nhưng chẳng còn có cách nào khác hơn".

Đó là lời nói của bậc niên bối (người có tuổi đi trước). Tác giả đã suy nghĩ về việc nầy và sự chờ đợi của vị nầy bị cắt ngang; nhưng hội ấy chẳng phải là hội giảng diễn học thuật, nên tác giả, bây giờ, tại sao lại là Ngài Thân Loan? Minh thị Ngài Thân Loan bằng lời dạy, nhưng đối với chúng ta là con người có mang theo bao nhiêu ý nghĩa chăng? Nói như thế rồi chấm dứt. Tuy nhiên nội dung kia là với hai chữ "Pháp Thoại" được bày ra ở đó; một ít lấy làm tiếc; nhưng cũng đã trở thành buổi giảng của tác giả về sau nầy.

Ngay cả dị nghĩa trong Thán Dị Sao, đã bị học vấn hóa để lý giải về Phật Pháp, tiếp tục trở thành ngộ giải nhiều, đã sẵn sàng thuật lại. Tiếp đến việc nầy lần lượt, bây giờ, ở đây có, tác giả, gọi là lập trường đã rời xa tính cách quan niệm. Quan niệm có nghĩa là như trước đã được tường thuật, nhưng với tự thân của tác giả (thân ta) gọi là việc chẳng thông suốt được. Lời dạy ấy không thông suốt qua tự thân của mình và trở thành quan niệm. Đơn thuần là lời nói ấy đã là việc đùa giỡn. Đối với Tôn giáo thì việc như vậy chẳng có nguy hiểm gì cả. Thán Dị Sao là quyển sách thì điều nầy là vấn đề. Cái nầy phải không? Cái nầy phải không?Để chỉ cho quyển sách tuyệt vời. Nếu chẳng tiếp xúc với tấm lòng để đọc Thán Dị Sao thì cũng chẳng thể hiểu Thán Dị Sao là gì. Giống như việc nầy là ngu dại, phải than lên như vậy.

VỚI TÔI (TÁC GIẢ) VIỆC LÀNH DỮ THẤY CHẲNG THÔNG

Lần thứ hai nhớ lại, đây cũng là ngôn từ nặng ký bắt đầu. Sự chơn thật của Thánh Nhơn, cả hai việc thiện và ác, gọp chung lại, không rõ biết gì cả qua lời nói: Sự chơn thật của Đức A Di Đà Như Lai dẫu cho có nói rằng thấy và gặp được, cái gì đó không sai là nhất thể của thiện chăng? Hay là việc ác mà ta không thể nào hiểu rõ?

Giữa việc thiện và việc ác không thể phán đoán được. Như vậy là việc như thế nào? Đại khái con người mọi việc thiện và ác đều mang đến cơ chuẩn của sự phán đoán. Tiếp theo, điều nầy hay lặp lại. Có lúc thì sự phê phán đó đã chẳng đẩy người kia tới chăng? Đó là việc tốt, cái nầy là việc xấu, người kia là người tốt, người nầy là người xấu v.v... Tuy nhiên việc kia quả thật là đúng chăng? Chẳng có sự nghi vấn cơ bản nào về sự phê phán đó cả. Đây chính là việc chỉ ra sự nghi vấn to lớn ấy đã bao trùm lên, như lời nói phía trước đã có.

Có lời nói rằng: "Việc thiện chưa hẳn đã là thiện, việc ác chưa hẳn đã là ác". Người được gọi là thiện đó, tự nhiên có một ngày nào đó trở nên làm việc ác. Ngược lại, người được gọi là ác kia lại chẳng làm gì cả để nói rằng hành vi kia thấy dễ mến. Nhưng việc như thế đấy ở chung quanh chúng ta có rất nhiều việc như vậy.

Ngài Thân Loan đã nói rằng: "Thiện ác cả hai đều không rõ biết". Bởi lẽ cái lành và cái dữ của con người thật là sâu xa khó hiểu hết. Ngộ giải từ việc lành và việc dữ cũng không biết, theo tác giả nghĩ rằng người mà biết rõ được sự ngộ giải thì đã xa lìa cái tội rồi.

Đối với cuộc sống của chúng ta, giống như việc nầy, từ việc ngộ giải việc chẳng biết, mà rõ biết được rồi của người đã vấp phải, nhưng vấn đề từ bỏ đó chẳng thể nói được. Có rõ biết được chăng? Hay chẳng biết gì hết là vấn đề chẳng phải to lớn sao? Việc quan trọng ít hơn cần phải nghĩ đến là rõ biết như thế nào?

Tiếp theo lý do đó Ngài Thân Loan đã nói rằng: "Với ta thiện ác chẳng rõ biết", để rõ biết một cách chơn thật và sự chơn thật đó là thể đắc như Đức A Di Đà Như Lai, nếu chúng ta là những người thấy biết việc thiện ác không sai, qua năng lực thì đối với sự lành dữ kia có thể phê phán việc đúng được. Tuy nhiên, giống như chúng ta, bình thường bị tự ngã và chấp trước (chi phối), nếu nhìn tất cả mọi việc không có sự ngộ giải và kẻ không có năng lực để thấy ra, thì không thể kiểm soát được sự thấy về việc lành và việc dữ mà không ngộ nhận.

Tuy nhiên hiện thực về sự sinh sống của chúng ta là ở trong thế giới "hỏa trạch vô thường" (Ngài Thân Loan nói rằng cách gọi giả danh về việc sống trong nhà lửa), chẳng biết khi nào và ở đâu cái gì sẽ xảy ra một cách lạ lùng, chúng ta sẽ không xác định được). Chúng ta đang sinh sống với hiện thực như vậy, thêm nữa với tâm hồn dơ uế bởi thân nầy không hạn định, mang đến đầy phiền não. Như thế chúng ta đang sinh sống, như vậy có thể nói như thế nào đây về cách suy nghĩ để đưa đến kết quả chân thật? Cho nên cứ tiến tới, tiến tới, Đức Phật A Di Đà sẽ hiển thị rộng rãi về Bổn Nguyện Niệm Phật, làm cho phong phú thế giới qua sự hướng dẫn, để sanh về và ngoài ra thì chẳng còn có con đường nào khác để sanh cả.

Chẳng thể hiểu rõ hết được ý nghĩa ngôn ngữ của Ngài Thân Loan; thật ra ở đây tác giả muốn ghi lại nguyên văn như vậy. Ngôn ngữ nầy là ngôn ngữ theo tác giả nghĩ rằng của Ngài Thân Loan lúc 90 tuổi về nhơn sanh và toàn bộ tín ngưỡng.

Phiền não cụ túc của phàm phu, thế giới của hỏa trạch vô thường là việc vạn lần mà mọi người đang có, sự dối trá gần kề, đều sẽ mất đi, chỉ phụ thêm vào đó việc niệm Phật thiếu thốn.

Nếu nói một cách chính xác là thân nầy của ta được thấy là phiền não. Hiện thực là hỏa trạch vô thường (giống như lửa mạnh đang thiêu đốt các nơi, chung quanh đều nguy hiểm). Tuy nhiên đối với sự thật kia cũng không tỉnh thức được sự lôi kéo. Từ nơi đó phải được thoát khỏi, nói đến lời dạy của Đức Phật A Di Đà là một sự thật rất thiết thực.

Ý NGHĨA CỦA "VIỆC NIỆM PHẬT CHO NGƯỜI KHÁC"

Khi tác giả ngồi trên ghế của Hội Nghiên Cứu thì nhận được câu hỏi như thế nầy. "Đối với thế giới nầy có phải là hỏa trạch vô thường không? Việc ở đó, lời nói đần độn, việc có, và việc hầu như chẳng có v.v... kẻ không nói thì chẳng phải tốt sao? Huống gì là nói đến chuyện của niệm Phật và chẳng phải không ngộ giải sao?".

Cuối cùng thì đó là việc có tính cách yếm thế. Có phải như vậy chẳng? Đối với chỉ việc phát ngôn của Tăng Lữ Chơn Tông, mà tác giả đã chẳng cho thêm vào. Chúng ta, kết quả là ở trong đời nầy (việc dối trá, sự đần độn) phải nghĩ đến chăng? Hay ngược lại, không có chăng? Kết cuộc thì cuộc đời nầy vui chăng, nên phải tìm cầu đến sự sung sướng. Nếu gặp được niềm an lạc, để sinh sống suy nghĩ đó là điều tốt, nhưng sau đó việc khổ tâm lại đến, cũng chẳng nghĩ đến sao?

Huống chi "hỏa trạch vô thường" ở trong đời nầy chẳng nghĩ là ít ỏi. Lúc Phản Thần Đạm Lộ đại chấn tai (cơn hỏa hoạn tại Đạm Lộ thuộc Osaka và Kobe) phải nói thật là sự kinh dị khủng khiếp. Sự suy đoán của chúng ta không dứt về sự băng hoại và có đến hơn 6.000 người bị hy sinh. Hoảng hốt, buồn thương; đó là ngày 17 tháng 1 năm 1995. Nói lạc đề một chút vì tác giả nghĩ đến ngôn ngữ (hỏa trạch vô thường) ngăn cách với chúng ta.

Điều ấy đã làm cho tiếng than nghe được chỗ nầy chỗ kia về "Tại sao, tại sao lại có việc thê thảm như thế?". Rồi những cơ quan kiến trúc công học đã tập trung lại để thiết kế thi công đường cao tốc, bên cạnh những tòa nhà cao lớn đã bị băng hoại.

Tác giả, đơn thuần tự nhiên đối với sức mạnh khủng bố (hủy hoại) chẳng nói được lời nào. Đó là sự hiện thật của chúng ta, nhưng giống như là chẳng phải sự thật, vì đã quên đi tánh "hỏa trạch vô thường" rồi. Sự sẩy chân của con người, nghĩ rằng nên xác nhận việc gãy đổ ấy.

"Phiền não cụ túc phàm phu" hay là "hỏa trạch vô thường", "sự đần độn, dối trá" là những ngôn từ, nhưng đơn thuần không có tính cách bi quan và yếm thế. Đối với một việc như thế, sự ngoại lệ không phải được thừa nhận, tấm thân của ta là sự thực và sự hiện thực của chúng ta có đó. "Niệm Phật không có ý nghĩa" gọi là thế giới; tất cả chẳng phải là sự phủ định. Đối với thế tục hay phủ định, nhưng chúng ta thì không ngộ giải tiếp tục việc nầy. Tùy theo sự niệm Phật chơn thật được ban cho (đến với) để đầu tiên thấy ra được thế giới nhưng "phiền não cụ túc" hay "hỏa trạch vô thường" là một hiện thực.

Bây giờ chúng ta trở lại vấn đề là điều nầy là tánh của "phiền não cụ túc" và là tánh của "hỏa trạch vô thường", chúng ta phải nên suy nghĩ để rõ biết việc nầy một cách sâu xa hơn. Trong khi hoạt động cứu trợ bằng cách đưa tay ra giúp những người đã hiến thân (hy sinh) bị tai nạn bởi Kanto daishinyai (Quan Đông đại chấn tai) thì có một vị là hành giả niệm Phật ở tuổi 42 là Cửu Điều Vũ Tử, liên quan việc đại chấn tai nầy đã ngâm vịnh rằng: "Hàng vạn lần tất cả dối trá, bên cạnh những đổ nát, lời dạy đúng quanh mình chìm vào đêm tối". Vừa ở vào cuối thế kỷ đã vừa được nói đến để khép lại thế kỷ thứ 20 nầy.

Thế kỷ thứ 20 được cho là thế kỷ của khoa học, lại cũng là thế kỷ của chiến tranh, nói như vậy chắc không sai. Thời gian 100 năm đó thế giới các địa vực đều có sự phân tranh, các cuộc chiến vượt lên khỏi trên 300 loại, phải kể đến một ức năm ngàn vạn (tương đương với 150.000.000) người bị chết và mất tích.

Vết thương ấy chẳng thể biểu hiện được bằng lời nói về sự bi thảm kia. Chiến tranh tôn giáo, tịnh hóa dân tộc (gọi là gì với sự vượt trội nầy?); nhưng nguyên nhân của chiến tranh, kết cuộc là con người vì ngã dục ra chẳng có gì cả. Dẫu cho có trang sức lời nói về chiến tranh đi nữa thì chiến tranh ấy vẫn là những việc chẳng nên làm của đa số nhân loại, tội nghiệp ấy không thể hoán đổi được. Càng hơn thế nữa là thù tạc về tội ác. Đó chính là chiến tranh vậy. Nó chẳng phải là Thánh chiến hay nghĩa chiến gì cả.

Lời dạy vàng ngọc của Đức Phật là: "Không được giết hại, không được chỉ cho cách giết hại, không được chấp nhận việc giết hại". Đây chính là đạo đức của người theo Phật giáo. "Thánh Thơ" (Cựu Ước) phần thứ 6 của giới thứ 10 chỉ rõ rằng: "Hãy đừng giết kia".

Cái khó khăn của sự học, cũng như không có hành vi, thích mượn tay của người khác để giết hại rồi bỏ chạy; điều nầy với ta là những người lo về Phật Pháp lấy đó làm chỗ đứng (lập cước địa). Đồng thời đây cũng là của Ngài Thân Loan nói về "Hãy làm cho cuộc đời an ổn, hoằng dương Phật Pháp" (theo Tiêu Tức Tập) gọi đây là tinh thần đuổi theo thể nghiệm; cho nên theo tác giả suy nghĩ như vậy. Nguyện vọng của Ngài Duy Viên là chẳng phải gặp gỡ được ở nơi đây sao?

"Khóc lên, thấm vào. Gọi tên là Thán Dị Sao". Ngài Duy Viên đã buồn bã sâu sắc, vừa suy nghĩ giới hạn đến như vậy. Ngoài ra cũng mong rằng Thán Dị Sao, từ cả chương học về cuộc đời và khóa đề (diễn giảng) là điều cũng nên, là điều tác giả mong ước. Cuối cùng có viết rằng: "Đừng cho người ngoài xem thấy" (sách nầy đừng cho người ngoài xem biết). Không ai hơn Ngài Duy Viên đã rõ biết về sự nguy hại sâu xa của tôn giáo. Ở đây xin tóm gọn bằng tấm lòng bởi lời nói nầy.

VỚI NHỮNG NGƯỜI GẶP ĐƯỢC "THÁN DỊ SAO" VẠN HƯỚNG CHUYỂN HOÁN CỦA CON NGƯỜI GẶP PHẢI

Diễn giảng tại Kobe (Thần Hộ) và ngày trở lại, đi thăm Bổn Nguyện Tự Biệt Viện tại đó, thay vì gọi Bổn Nguyện Tự (Tây) nhưng tên hay gọi thông thường là "chùa hiện đại". Ở đó có Hội trường và chủ quản hội trường là của những thanh niên Tăng Lữ, tỉnh lỵ Hyogoken (Binh Khố Huyện). Liên tục đã có 8 lần công khai diễn giảng và tất cả đề tài đều nói về: "Sự gặp gỡ nhau, đến gặp nhau, đến với nhau". Bởi tác giả chính là người đưa ra đề nghị về đề tài nầy, nên đã có rất nhiều suy nghĩ. Đồng thời đã gọi điện thoại để nói về đề tài được đưa ra là: "Cuộc gặp gỡ trong tỉnh thức".

Mọi người chung chung khi: "Đến gặp gỡ, đến với nhau" chỉ nghĩ rằng mang ý nghĩa gặp nhau. Chúng tôi đã gặp với nhiều người như thế. Từ trong sự gặp gỡ đó đã học được rất nhiều điều từ nhiều người khác nhau. Cũng nên suy nghĩ rằng sự gặp nhau đối với con người là sự dưỡng thành. Đức Phật đã nói rằng: "Gặp người tốt, đó là điều trong cuộc đời hoàn hảo vậy". Ngài Thân Loan như đã biết về việc tán thán Pháp Niên Thượng Nhơn qua Thán Dị Sao ở chương thứ 2 rằng: "Ngưỡng vọng về người tốt, ngoài việc tin tưởng ra, đặc biệt còn nhận được sự tử tế nữa".

Bản thân tác giả của chính mình về cuộc sống đôi khi cũng nghĩ về những người nào đã được gặp. Thật là có rất nhiều người đã được gặp và học hỏi được rất nhiều. Gặp được người tốt thật là mở mắt (giác tỉnh = rõ biết sự sai lầm), mở mắt, cho đến bây giờ vẫn chẳng để ý đến thế giới sai lầm, chẳng rõ biết thế giới thì được rõ biết, thế giới đã được mở ra. Cuộc gặp gỡ tỉnh thức sâu xa và cùng lúc cũng để chỉ cho sự mở mắt thật sâu đậm. Nói như vậy cũng chẳng quá lời chút nào cả.

Ngài Thân Loan dùng đến ngôn ngữ: "Gặp nhau, gặp gỡ, tao ngộ, gặp nhau trong tỉnh thức"; nhưng đặc biệt từ "tao ngộ" và "gặp nhau trong tỉnh thức" là ngôn ngữ có thể thấy được chỗ trọng yếu vậy. Ngài Thân Loan đã nói ý nghĩa của các chữ "tao ngộ", "gặp nhau trong tỉnh thức"; đơn giản chẳng phải là ý nghĩa chỉ gặp nhau, mà hướng dẫn đến sự gặp gỡ ấy. Ngài Thân Loan gọi đây là: sự gặp nhau trong Pháp chơn thật; nên gọi là: "tao ngộ" và nói là: "gặp nhau trong tỉnh thức". "Sư Thích" (sách nói về Pháp Niệm Phật của Sư v.v...), "hoằng thệ" là gặp nhau với (Bổn Nguyện chơn thật của Đức Phật A Di Đà) để biểu hiện sự "tao ngộ" đó. Với tác giả việc nầy đã đưa đến sự chuyển hoán phương hướng và việc quan trọng trong sự gặp nhau là "tao ngộ" và "gặp nhau trong tỉnh thức"; nên gọi đó là thế giới vậy.

Bây giờ, đúng tại nơi đây tác giả nghĩ rằng sẽ cho biết kết quả người nào và bao nhiêu người đã đến học Thán Dị Sao và việc "tao ngộ". Khi tiếp xúc với Thán Dị Sao, những người đón nhận ảnh hưởng mạnh mẽ rất là nhiều. Thán Dị Sao là quyển sách duy nhất vậy. Trên thực tế mọi người đối với sự nhiệt tình chú ý theo dõi để đón nhận Thán Dị Sao là vậy. Lời dạy của Chơn Tông nói chẳng hết lời về việc sinh sống của con người và đã viết nên nhiều tác phẩm đặc biệt quan tâm đến sự lưu hành rộng rãi đến với mọi người như các tư tưởng gia, triết học giả, văn học giả, tôn giáo giả v.v...

Thán Dị Sao đối với những người bình thường trước những sự giải thích về sự kiêng kỵ, phải nói đến bậc đi trước về niệm Phật là Ngài Kyozawa Manshi (Thanh Trạch Mãn Chi) (1863-1903) không thể thiếu sót được. Thế nhưng Thán Dị Sao ở trong Giáo Đoàn của Chơn Tông chắc hẳn một điều không phải là quyển sách của sự cấm kỵ áp đảo. Bản cổ xưa nhất viết tay của Liên Như đã nói rằng: "bất cứ ai, chẳng riêng gì quyển sách nầy, mù quáng để cho xem thì không được". Vì đây là quyển sách căn bản của Ngài Liên Như và cũng có thể suy nghĩ rằng ở trước tất cả mọi người, chắc hẳn đã không đưa ra quyển sách nầy, nhưng trên thực tế thì chưa hẳn đã là như vậy.

Chỉ từ thời cận đại đến nay có nhiều người quan tâm đến, nếu không có sự quan tâm kia thì chẳng nên mệt nhọc như vậy. Mục lục của thời đại Edo (Giang Hộ) về Thán Dị Sao cũng có thể xem được và ngay cả việc giảng nghĩa cũng đã được ghi lại. Đồng thời nói là cấm thơ (sách cấm) như Thán Dị Sao mà ở thời đầu của Meiji (Minh Trị) Ông Kyozawa Manshi (Thanh Trạch Mãn Chi) đã giải thích điều nghiêm cấm nầy, là người cần suy nghĩ đến; với tác giả thì có một ít nghi vấn về việc nầy. Tuy vậy ảnh hưởng to lớn của Kyozawa Manshi (Thanh Trạch Mãn Chi) đối với Thán Dị Sao đã có rất nhiều người quan tâm đến; tác giả nghĩ rằng bánh xe quay ấy càng ngày càng lan rộng mãi ra, là một sự thật.

TA CHÍNH LÀ TA

Đối với bối cảnh kia, thời Minh Trị, Đại Chánh là thời đại không thể gọi là dân chủ được. Đối với sự lý giải về niệm Phật có tánh cách truyền thống chủ nghĩa, đa phần đối với triết học có tính cách màu sắc đã được Kyozawa Manchi nối kết với sự niệm Phật lý giải và cũng đã đánh động vào tâm thức của nhiều người về tha lực lý giải. Phía trước cũng đã viết; nhưng phần sâu sắc là việc lý giải về Thán Dị Sao của Kyozawa Manchi; nhưng cũng chẳng phải là có nhiều người xem đến. Rõ biết như Kyoyawa Manchi, là người có tâm nương vào niệm Phật Chơn Tông đối với "ba kinh Tịnh Độ" và cũng đã hát phá (thẩm phá) rằng: "Trong ba bộ kinh, A Hàm Kinh, tin tức về ngữ lục, Thán Dị Sao", chung quanh thấy rất là ngạc nhiên. Điều đúng thật nầy là chỉ riêng của Manchi lý giải về tín ngưỡng. Nhưng với tánh độc tự (riêng mình) đó; sự thật đã làm cho nhiều người mê hoặc bởi sự suy nghĩ có tính cách triết học của Ông ta.

Điều đó đã khác biệt với sự lý giải về niệm Phật lâu nay. Đó là một trong những sự sống động đã trở nên mị lực như tác giả đã nghĩ . Ví dụ đối với "tha lực" Ông ta đã chỉ rõ ra như sau: "tự kỷ thì không có kia. Sự diệu hữu của sự tuyệt đối vô hạn là bước vào sự phó thác với nhiệm vận của Pháp nhĩ. Cảnh ngộ của hiện tiền nầy là chìm vào hiện tại, tức là như vậy" (tự kỷ chính là có một thực thể chăng? Không có cái kia. Dâng hết đến năng lực vô hạn to lớn ấy, sẽ sanh về như vậy theo đạo lý. Ở đây chỉ có tự kỷ, ngoài ra chẳng còn gì hết cả) (theo Kyozawa Manchi toàn tập ở chương thứ 49, quyển thứ 6). Với lời nầy thì trong cái vỏ bọc ngoài của tự ngã, chúng ta đang khổ sở; nhưng được sanh về thế giới to lớn của Đức Phật A Di Đà, mà theo Ngài Thân Loan đã minh thị thì đó là thế giới của "tha lực".

Đặc biệt với tác giả, điều đánh động vào tâm thức là (tha lực cứu tế), đã dùng như loại văn chương đơn giản thanh khiết đã được hiển thị. "Ta, khi ta niệm đến tha lực cứu tế, ta đã khai mở con đường vào nơi đời nầy, ta sẽ còn ít hơn về sự mê mờ của vật dục ta, khi ta quên đi tha lực cứu tế, ta, thì ta sẽ bị mê mờ bởi vật dục nhiều rồi. Ta, khi ta nhớ nghĩ đến tha lực cứu tế, ta sẽ ở nơi quang minh được chiếu sáng, ta, khi ta quên đi tha lực cứu tế, chính là lúc ta bị rơi vào chỗ tối tăm mờ mịt". (Toàn tập, chương thứ 58, quyển thứ 6).

Khi con người niệm đến sự chơn thật của Phật thì sinh mệnh (nhơn sanh) lại mở ra. Cũng có nơi nói rằng: lúc quên đi thì đời sống đóng chặt lại khắp chốn. Việc nầy làm sáng tỏ Phật cùng với chúng ta đang sống trên một con đường. Sự chơn thật của Phật mà làm quên mất thì cuộc sống lại tối tăm; điều nầy đã hiển thị rõ như vậy. Ở đây được gọi là một thế giới hoàn hảo của Thán Dị Sao khi đề cập rằng: "Chỉ niệm Phật sẽ được Đức A Di Đà cứu vớt". Việc "chỉ niệm Phật" có nghĩa là cùng với việc niệm Phật trong cuộc sống, trí tuệ của sự niệm Phật sẽ được ban cho cuộc sống để sống, ngoài ra chẳng có gì khác. Tuy nhiên nó không phải là ý nghĩa của âm thanh câu Phật hiệu Nam Mô A Di Đà Phật; điều nầy nói chẳng có cái tận cùng.

TRÀN NGẬP PHẬT PHÁP BỞI CÁ TÁNH

Ảnh hưởng của Kyozawa Manchi rất tuyệt đối. Gia Hạ của Tam Vũ Điểu đã nói như vậy. Takamitsu Daisen (Cao Quang Đại Thuyền) (1879-1951); Akegarasu Haya (Hiểu Điểu Mẫn) (1877-1954), Fujiwara Tetsujyo (Đằng Nguyên Thiết Thừa) (1879-1975) là những vị Sư nói không hết lời và rất nhiều người chịu ảnh hưởng to lớn ấy. Đối với cá tánh của ba vị Sư nầy về việc niệm Phật thì cũng có thể nói rằng họ là những người trong hiện tại có tính cách đại biểu cho Chơn Tông (Đông Bổn Nguyện Tự). Tác giả từ thời thanh niên rất thích đọc sách của ba vị Sư nầy, nhưng trên thực tế thì đối với điểm chung của ba Sư đều có cá tính riêng biệt. Họ đã là sức hấp dẫn bao trùm lên những người cầu đạo. Mọi người đều gặp gỡ Thán Dị Sao. Kết quả là mọi người đều gặp được tấm lòng của Ngài Thân Loan. Ba người ba vẻ khác nhau. Họ là những người đối với việc truyền đạo can đảm, rất nổi tiếng về câu chuyện được truyền lại rằng: Khi Sư Cao Quang Đại Thuyền đang thuyết giảng thì có người ngủ gục, đoạn quát to lên nghiêm nghị; Sư Hiểu Điểu Mai thì thích thú rồi bảo rằng có ai ngủ gục đâu; còn Sư Đằng Nguyên Thiết Thừa bảo rằng sau khi ngủ dậy, nghe cũng tốt thôi.

Với tác giả thời còn thanh niên rất thích đọc sách của Sư Cao Quang Đại Thuyền về "mục túc của thời đại". Sư đơn giản hầu như hoàn toàn không giải thích Phật Pháp, nhưng đương nhiên ở đó về Phật Pháp quan thì đã được đong đầy. Tác giả là một trong những người cầu đạo với tính cách mị lực đó. Khi được sinh ra cũng chẳng thấy cảm động; nên sống hay nên chết, chúng ta thường hay phê phán đến. Lúc nào cũng đề cập đến việc được, mất và hằng ngày chúng ta cũng hay chôn vùi sự thích thú hay chẳng ưa đối với con người. Sư thường nói rằng: "Súng cối giết người, nhưng Phật Pháp làm cho con người sống". Con người được tái sanh là nhờ vào Phật Pháp vậy.

Sư Hiểu Điểu Mẫn thì cho rằng đời sống bị hỗn loạn là do người cầu đạo quá nhiệt tình. Khi còn trẻ thì Sư đã nói rằng: "Quyển sách như Thán Dị Sao, đã làm cho con người ta bị đọa lạc" (Theo ác nhơn chánh cơ thuyết); nhưng khi về già thì Sư bảo rằng: Nếu không có Thán Dị Sao thì không sống được, tâm say mê thay đổi như vậy. Về già hầu như chẳng mất thị lực, dùng tiền quyên góp được mang lên cho Tổng Trưởng của Đông Bổn Nguyện Tự đang tựu nhiệm và nói rằng: "Nếu bánh xe pháp không chuyển, không nên chuyển bánh xe ăn uống" (Nếu hoạt động cho Phật Pháp thì đương nhiên sẽ sống được) đó là tâm tình với chức vụ tiến xa hơn với Sư Hiểu Điểu Mẫn.

Khi còn sanh tiền đi thuyết pháp khắp nước đã làm cho nhiều người được ảnh hưởng. Lượng người đọc sách và lượng trước tác ngang nhau. Đặc biệt quyển sách viết nổi tiếng của Sư là: "Thán Dị Sao giảng thoại", mà mãi đến bây giờ vẫn còn tiếp tục được đọc rộng rãi.

Có người tham gia Pháp Thoại Hội đã nói rằng: "Người chánh trực thấy thật là ngu ngốc (mã lộc), Sư chẳng bỏ lỡ cơ hội nói xen thêm vào rằng: "Kẻ chánh trực nếu có thì xin xuất hiện". Sư thường hay nói rằng: "Chơn Ngôn của ta là chẳng phải nơi của hiện đời và sự giao thiệp, mà sự sanh hoạt của hiện thật là trên hết mà tôn giáo của ta có được". Lại nữa Sư cũng nói rằng: "Việc có được tín tâm là phương hướng của tinh thần được chuyển hoán, đối với người hướng đến nhân gian thì nên hướng đến Phật. Nếu được như vậy thì người đối với chính mình không có, thì chính mình đối với thế gian cũng không luôn. Mọi người, điều đó chính tự ở trong mình có thể cảm nhận được mùi vị. Ngoài ra còn lý giải về tâm lý hơn thế nữa, cũng có lúc nói về chiến tranh và sự sai biệt v.v... đã thâu nhận vào có tính cách toàn diện, nên bị ngộ nhận, là việc có tính cách nguy hiểm.

Sư đứng trên lập trường về sự lý giải ấy rằng: "Người lành thì vãng sanh dễ hơn" (Chương thứ ba) và đối với thế giới thì "tín ngưỡng của luân lý dĩ thượng". Xưa nay thế giới của tín ngưỡng (tín tâm) là sự siêu việt lên trên thế tục. Thế nhưng tín ngưỡng của Sư, chiến tranh hạ (dưới kế sách chiến tranh) là hơn hết; rất lấy làm tiếc, quốc gia (hoàng quốc) và tất cả đều có tính cách một lòng (nhất thể hóa); đối với quốc gia sự lý giải việc niệm Phật lệ thuộc trước sau là điều mà ai cũng biết khá rộng rãi. Người cầu đạo hoàn hảo có thể nói thật nhiệt tình có lẽ là nhà Sư Hiểu Điểu Mẫn. Vấn đề nầy tuy Sư chẳng phải một mình, mà dưới thời chiến tranh đối với người có tín ngưỡng là gồm tất cả mọi vấn đề. Nói chẳng đến tận cùng.

Sư Đằng Nguyên Thiết Thừa theo tác giả là vị Thầy cầu đạo thật là yên tỉnh. Tác giả ở vào thời kỳ học trung học, Sư đã được thỉnh đến chùa của tác giả để nói Pháp Thoại. Nội dung của Pháp Thoại chẳng có gì để bàn cãi, nhưng lời dạy thì nhạt nhẽo, nhìn thân hình sư gầy ốm tác giả cũng não lòng, nóng ruột. "Tùy Duyên Tập" của Sư viết theo Tác giả thì chẳng được biết đến rộng rãi, nhưng với tác giả là một quyển sách viết rất hay. Bất cứ ở đâu cũng nói về Pháp một cách khốc liệt là Sư Cao Quang Đại Thuyền, thật là hay; tỉ mỉ nói chuyện thì có Sư Hiểu Điểu Mai; yên ắng nhạt nhạt khi nói pháp là Sư Đằng Nguyên Thiết Thừa. Cả ba vị đều có ba vẻ riêng. Tuy nhiên bây giờ người thực hành Phật Pháp có tính cách cá tánh như vậy cũng chẳng có ai kể lại được, đó chắc cũng là một sự thật chăng?

MỌI NGƯỜI CHUNG QUANH "THÁN DỊ SAO"

Tác giả đã nói chuyện với nhiều bậc đàn anh thì nhiều người trong đó, đối với việc gặp gỡ Ngài Thân Loan thì có Kurata Hyakuzou (Sáng Điền Bách Tam) (1891-1943) về tác phẩm "xuất gia và đệ tử" đã được đưa ra. Tiếp đến Yoshikawa Eiji (Kiết Xuyên Anh Trị) (1892-1962) trong đó có tên ngài "Thân Loan" xuất hiện. Mọi người thật là dễ thương khi nói về Ngài Thân Loan. Bối cảnh của những tác phẩm nầy nói không có chỗ cùng là Thán Dị Sao, điều ấy không sai chút nào. Tác giả người Pháp Roman Roran đã ca ngợi tuyệt tác về: "Đỉnh tối cao của văn học tôn giáo" mà Kurata Hyakujou trong tác phẩm "xuất gia và đệ tử" được thấy chỗ "cầu nguyện" thì đa phần đều chỉ trích là có tính cách Thiên Chúa giáo. Tuy nhiên tác giả nghĩ điều nầy cũng có thể hiểu rằng nó chẳng có liên quan gì đến Giáo hội cố hương Araians trong sự sinh hoạt bị thất ý (mất đi ý chí) đối với việc bỏ học, kết hạch (kết quả mầm mống) và thất tình của hắn ta.

Trong Nhứt Đăng Viên, Sư (Nishida Tenkou - Tây Điền Thiên Hương) được gửi vào đó để sinh hoạt tu hành, Naritasan (Thành Điền Sơn) và Byorinji (Bình Lâm Tự) khi tu hành thì Ông ta tư tưởng bị sai lệch chồng lên nhau. Kết cuộc thì tính cách tư tưởng của ông ta đã đến đâu, không thể phê phán được. Bất cứ chuyện gì đi nữa thì ông ta dẫu cho đa phần có tính cách Thiên Chúa giáo đi nữa, nên đã viết về "Thân Loan" và "xuất gia cùng đệ tử", nhưng điều nầy Kurata Hyakujou cũng đã đọc "Thân Loan" và "Thán Dị Sao" cũng không biết chừng.

Với Thán Dị Sao mỗi người ở một góc độ, một lập trường và từ đó tiếp tục đọc vậy. Lập trường có tính cách học thuật, lập trường có tính cách triết học, lập trường có tính cách văn học, lập trường có tính cách tín ngưỡng; nói như vậy cũng nên. Việc nghiên cứu về Thán Dị Sao thập phần phát triển. Rất nhiều nhóm đã đến với Thán Dị Sao. Việc nầy chính tự thân cũng vui mừng không chừng. Tuy vậy chiều sâu về tâm thức của Thán Dị Sao, khi người người tiếp xúc về bản chất có được bao nhiêu? Thì vấn đề nầy lại có chuyện khác nhau.

Về việc nghiên cứu của ông Hạ Khắc Bằng về Thán Dị Sao thì rất là tuyệt vời, nhưng kết cuộc cũng bị chỉ trích là mang tính cách văn học của Thán Dị Sao cùng tâm thức tánh văn học của Ngài Duy Viên để đánh bóng; chẳng thể nói được như thế chăng? Trên 30 năm về trước cũng là chuyện đã qua; nhưng ở lòng tác giả vẫn còn sót lại lời nói như đã viết phía trước; nhưng vì sanh nhai, bịnh khổ cùng với việc nghiên cứu về Lương Khoan; đối với Lương Khoan là người ca hát hiền thục của Yoshino (Kiết Giả Tú Hùng) đã nói rằng: "Trên cả sự sống không thể không có sách Thán Dị Sao. Sách nầy là của Ngài Thân Loan chăng? Hay của Ngài Duy Viên? Những nghị luận như vậy thật là tốt. Với ta thì chẳng theo nghĩa lý đó về Ngài Thân Loan; với ta thì Duy Viên Tông, Thán Dị Sao Tông cũng được" (thủ ý) thật là loạn động; nhưng đó là bổn tâm của Ông Yoshino vậy.

Đối với bối cảnh của sự phát ngôn nầy Sư Nagai (Trường Tỉnh Chơn Cầm) đã viết một luận văn về: "Phê phán nghiêm chỉnh về Thán Dị Sao". Việc nầy ở chương thứ 3 có nói về "ác nhơn chánh cơ" của Thán Dị Sao v.v... mà chẳng phải là Phật Pháp; đó gọi là phá hoại Phật Pháp vậy.

Luận văn của học giả tiếng Pali là Ông Konshin (Quân Thân) đã làm cho hoàn toàn biến sắc ở tạp chí; nhưng vấn đề, đề khởi của luận văn, bản thân tác giả cho đến bây giờ cũng đã để phía bên phải của chỗ ngồi rất là cần thiết. Sư Nagai (Trường Tỉnh Chơn Cầm) đã phê phán đối với Ông Yoshino về việc nầy rằng: "Nếu không có việc dạy nầy thì tôi không thể sống được".

Văn học giả Ông Kamei (Qui Tỉnh Thắng Nhứt Lang); Ông Giả Gian Hoành), Ông Chơn Đoạn Thân Tham); bình luận gia Ông Yoshimoto (Kiết Bổn Long Minh); Phường chèo (bài ưu) của Ông Tam Quốc Liên Thái Lang v.v... họ là những người đã được ảnh hưởng bởi tâm hồn Ngài Thân Loan rất nhiều. Trong đó Thán Dị Sao mà đối với Ngài Thân Loan đã rõ biết như trên phần tư liệu có tính cách nghĩa thứ hai như Ông Yoshimoto v.v... cũng đã nói. Nhà nghiên cứu Ishida Mizumaro (Thạch Điền Đoan Ma) cũng với lập trường nầy. Cũng có những người cực đoan hơn về Thán Dị Sao và nói rằng: "Thân Loan ô nhiễm" của tư tưởng gia Ông Lâm Điền Mậu Hùng cũng là người như vậy, là một người nhiệt tâm tiếp tục viết về Ngài Thân Loan chỉ một mình. Ông ta đã nói rằng: "Kiêu ngạo Tịnh Độ nói cho mọi người toàn những điều mê hoặc. Chơn ý của Thân Loan bị đánh tráo bởi Duy Viên". Học giả Anh Văn Ông Honda (Bổn Điền Hiển Chương) ở trong "hiện đời vãng sanh" cũng có thể nói rằng viết giống hệt như vậy.

NGHE PHÁP ĐỐI VỚI CUỘC SỐNG LÀ CON ĐƯỜNG ĐẠO TU HÀNH CHƠN CHÁNH

Trên thực tế thì Thán Dị Sao đã chuyển hướng được nhiều người viết lách, cũng đã triển khai được nhiều lần nghị luận. Cũng có thể nói rằng việc nầy đối với Thán Dị Sao là tánh cách tuyệt vời của những người sáng tác. Tác giả thì cho rằng Thán Dị Sao được nhìn thấy như vậy là điều rất cần thiết. Tuy nhiên cũng không phải vì thế mà cho rằng mình hơn. Điều nầy xin niệm ân về: "Tự thấy sự giác ngộ" (theo lời tựa của Thán Dị

Sao), nếu lý giải theo cách riêng thì sẽ dễ bị hiểu lầm. Ngay ở điểm nẩy là một việc rất khó khăn.

Đồng thời, thường thì đặt ra những câu hỏi là điều cần thiết. Ý thức vấn để của Ông Lâm Điền Mậu Hùng cũng đã cùng xướng lên, biểu hiện về việc hoàn toàn không đồng ý với những việc đã nói. Bao nhiêu lần giải thích về Thân Loan, nhưng chỉ thấy một mặt, thì đó là lập trường tư tưởng có tính cách tự kỷ (duy vật luận đích lập trường); bởi nó bị tuyệt đối hóa. Ông Yoshimoto (Kiết Bổn Long Minh) đã nói gần đây nhất (theo Ông Lâm Điền thì đây là điều sai) đã cảm nhận được điều đó, bản thân tác giả thì có một chút gì đó cảm nhận được một khoảng cách.

"Đầu tiên là tập quán của tôi" sự học như vậy rất là nguy hiểm. Đối với niềm tin, hoặc đối với tư tưởng "ta" ấy, vì được hỏi đến "sự học" theo tác giả nghĩ như vậy. Tư tưởng của chính mỗi người, tín ngưỡng v.v... là có tính cách cố định và bên trên có cái gì đó trở thành thượng thừa; lại nữa tư tưởng có thể nhận ra được của chính mình, cái nhìn về tín ngưỡng là tư tưởng của chính mình, đối với tín ngưỡng thì theo phương hướng để thâu nhận vào, sẽ dễ mất đi về cái thấy chân thật ấy.

Hãy xin đừng ngộ giải! Đối với tác giả Thán Dị Sao có người để xướng về dị luận, tất cả đều không phải là việc sai quấy. Căn cứ vào dị luận thường thì nên hỏi là tánh tất yếu, là điều mà (tác giả) muốn nói đến. Đó là văn pháp (nghe pháp) (hướng lỗ tai đến sự chơn thật). Nếu khi đóng lại bên trong, thì tiến dần, tiến dần ra bên ngoài (kẻ khác) sẽ không thấy được. Tư tưởng của chính mình, tín ngưỡng là việc đơn thuần có tính cách tuyệt đối. Như vậy sẽ không có việc nguy hiểm. "Niệm Phật lớn lên đánh thức sự băng hoại của tự ngã, tiếng nói trầm mặc tuyệt đối" có bậc Thầy đi trước đã nói như vậy. Đối với tất cả mọi người "văn pháp" đây là ý nghĩa rất cần thiết.

Văn Pháp (Nghe Pháp) ta sẽ dưỡng thành đời sống, vĩnh viễn của sự học.

Văn Pháp là mở lối tu tập tín ngưỡng của cuộc đời, nhận được sự làm mới lại.

Đời sống nghe Pháp sẽ vui mừng, ánh sáng chiếu rọi.

Lúc tác giả viết vụng về để tặng, được đăng tải, lời lẽ như vậy đã được viết và được đăng tải. Người chẳng bao giờ nghe Pháp, điều nầy nếu nói như Kyozawa Manchi là: "Với ta ở cuộc đời nầy, bế tắc con đường", đã nói về cuộc đời như vậy. Ta bị đóng lại thì ta lại mở ra, đứng trước sự khổ não mà hoan hỷ để nhận được cuộc sống nầy.

Theo tác giả thì có rất nhiều người đọc Thán Dị Sao. Lại nữa cũng đã xứng đáng như vậy. Tuy nhiên, với tác giả thì bản thân mình, chính mình ở trong cuộc sống nầy gặp được Thán Dị Sao; với Thán Dị Sao vừa được hướng dẫn cho cuộc sống hoàn toàn nồng nhiệt, tâm hồn mê hoặc đến với nhiều người. Tất yếu là đáp ứng, có tính cách học vấn, suy nghĩ về vấn đề văn hiến thượng, nhưng thật ra việc căn bản là "cuộc sống phải sống như thế nào?" là lập trường ở Thán Dị Sao, tác giả nghĩ rằng nên đọc để được thâm nhập.

GẶP ĐƯỢC LỜI DẠY VƯỢT QUA KHỎI NGHIỆP Ở ĐỜI TRƯỚC

Cách đây chừng hơn 100 năm về trước tuyết phủ đầy trên núi cao ở Huyện Kì Trác, có trưởng nữ của người nghỉ hưu sanh con tên là Nakamura (Trung Thôn Cửu Tử) (1897-1968) là một người đàn bà mà nhiều người biết đến tên tuổi của người phụ nữ nầy.

Từ lúc 2 tuổi đã bị bịnh và 5 ngón tay của bàn tay trái bị mất hẳn; đến khi 4 tuổi cả hai cổ tay lẫn gân của khuỷu tay cho đến gân của hai chân vì phải phẫu thuật nên phải cắt ráp; đến 7 tuổi thì mất cha, không biết ở đâu nên rất buồn; nhưng 1 năm sau thì thị lực được hồi phục; nên bà mẹ không có lời nào để nói một cách nghiêm ngặt và bắt đầu dạy cho con mình học. Lúc 17, 18 tuổi Kimono một ngày rưỡi phải may cho xong. Sự nghiêm khắc như vậy có thể tưởng tượng ra được.

Khoảng 20 tuổi Bà Cửu Tử quyết tâm sinh sống một mình, tự một mình tìm đồ xây nhà ở và đã hoàn trả lại tất cả tiền mà mẹ mình đã để dành cho bà. Thế nhưng ở dưới mái nhà lợp bằng cỏ đó bà dệt vải và đan đồ dùng, rồi những cuốn sách nhỏ và chỉ màu viết thành những nét chữ cho mọi người xem. Ở dưới mái nhà tranh đó được gọi tên là: "Cô Daruma" (Boddhi- Dharma). Cho đến lúc 46 tuổi, trong hơn 20 năm dài ấy bà vẫn tiếp tục là người Lữ Vân (người làm cỏ, người trồng cỏ). Khoảng giữa đó đã kết hôn, nhưng 3 người con trai cũng đã chết và sự biệt ly ấy làm cho bà buồn khổ và kinh nghiệm kia, bà đã diễn dịch viết lách đến tận cả cuộc đời để sống.

Cuộc sống của bà trong ấy có ba lần khổ não phải mang vào hai vai với một người đàn bà, chẳng khác với Helen Kera một cách tuyệt vời như thế.

Khi Helen Kera đến Nhật Bản đứng trước 2.000 thính chúng vừa khóc vừa mang một hoài bão, không muốn rời và nói rằng: "Người nầy còn bất hạnh hơn tôi, đồng thời cũng là người vĩ đại hơn tôi". Với hình ảnh đó thính chúng đều rất cảm động. Gần sau đó Ông Nakamura (Trung Thôn) dùng lời của Ngài Thân Loan để tiếp xúc, rồi rời mái nhà nhỏ trở về, diễn xuất "Niệm Phật giả Daruma Cửu Tử" dưới mái nhà nhỏ "kiến thế vật" ấy. Điều nầy là chính tự mình trở về nguyên vẹn như vậy. Việc nầy có thể nói rằng Cửu Tử đã tự chính mình chuyển thân khó khăn như từ cái chết vậy.

"Có như cái đang là" nghĩa là tay chân đã mất và chính mình đối với người khác thì chẳng phải đáng ganh tị với thân phận mình; bây giờ ở đây chính mình chỉ thọ nhận dung nạp sự bừng tỉnh. Tuy nhiên theo tác giả nghĩ rằng: đứng trên lập trường ấy của sự khổ nhọc, ngay cả bản thân của mình cũng chẳng thể nói hết lời. Lại nữa cũng chẳng thể nói lời khinh xuất về việc nầy. Để kết luận cho sự thăng tiến của bà Cửu Tử thì dễ dàng chỉ với hai bàn tay và phải nghiêm khắc với chính mình. Thế giới của niềm tin thực tế giống như từ hai bàn tay ấy mà ta đã được thấy nhiều. Tín ngưỡng kia đối với người bị thương tật đó không kéo theo sự cột chặt người khác nữa.

Năm 1942 (Showa năm thứ 17) bà Cửu Tử đã sinh hoạt như một nghệ nhân trong vòng 26 năm với trọng điểm như vậy, vẻ bút bằng miệng và đã viết thành tự truyện "Chiến thắng nghiệp đời trước" của chính mình.

Việc nầy chỉ có bà Cửu Tử viết sách dày về tự truyện nầy vậy.

Bà Cửu Tử cũng đã nói rằng: "Với tôi rất thích Ngài Thân Loan Thánh Nhơn của Chơn Tông. Đối với con người, tất cả những khổ nạn hãy lướt qua và Ngài Thánh Nhơn không thể chịu đựng nổi với sự tôn kính, có thể được". Ở đây gặp được Thán Dị Sao, gặp được Ngài Thân Loan, chính nghiệp dĩ của mình đời trước, thọ nhận túc nghiệp nầy, cùng với Đức A Di Đà Như Lai (với tâm Đại Bi) cùng được sinh ra và phát hiện được con đường vượt khỏi lên túc nghiệp chính là Nakamura (Trung Thôn Cửu Tử) thấm vào sự an vui đó.

Gặp người giỏi, gặp người viết hay, sự chuyển hoán phương hướng của nhơn sinh đã lôi cuốn vào. Thán Dị Sao giống như người nầy, với vô số sinh mạng đã được sản sinh ra từ quyển sách. Đó là sách viết về nhơn gian học cũng còn gọi là quyển sách của hạnh phúc học và tác giả đã suy nghĩ như vậy. Quyển sách nầy (Thán Dị Sao) thọ mạng vô lượng, vô hạn định; nói như vậy cũng chẳng ngoa chút nào.

Dịch xong phần trên đây vào ngày 12 tháng 8 năm 2022 nhằm ngày Rằm tháng 7 năm Nhâm Dần, Phật Lịch 2566 tại Phương Trượng Đường Tổ Đình Viên Giác Hannover, Đức Quốc.

III.

"THÁN DỊ SAO" NGUYÊN VĂN VÀ DỊCH RA NGÔN NGỮ HIỆN ĐẠI

(Ghi chú của dịch giả:
Phần nguyên văn viết bằng chữ Hán Nhật thuộc loại cổ xưa ở thế kỷ thứ 14, 15 rất khó lãnh hội. Do vậy chúng tôi chỉ chọn dịch phần Nhật ngữ hiện đại do tác giả YAMAYAKI RYUMYO dịch và chú giải. Nếu quý vị nào muốn tìm đến nguyên ngữ của 18 chương nầy và phần hậu tự cũng có thể xem sách bằng tiếng Nhật, bắt đầu từ trang 310 đến trang 367).

CHƯƠNG ĐẦU
GIỚI THIỆU SỰ HỖN LOẠN VỀ HÀNH ĐỘNG THẮNG THỦ (VƯỢT TRỘI) CỦA CHÍNH MÌNH

Với tâm hồn yên tịnh của Ngài Thân Loan Thánh Nhơn thuở bấy giờ và hiện tại, nếu suy nghĩ thì việc truyền đạt trực tiếp của Thân Loan Thánh Nhơn với niềm tin, phải nghĩ và than lên rằng: có quá nhiều sự sai biệt.

Với việc như vậy, ngày sau giữa những người niệm Phật của Chơn Tông thường nghi vấn và hỗn loạn chẳng phát sanh sao, không phải là điều không lo lắng. Với sinh mệnh nầy, có duyên và nếu không có chuyện sống chết dẫn đi từ những cuộc sống trước thì làm sao Đức Phật A Di Đà có thể làm cho sanh về thế giới to lớn (con đường của Bổn Nguyện Tha Lực) ấy được. Đối với sự giải thích về lời dạy "tự thắng lấy chính mình" ấy; sanh về thế giới quảng đại của Đức Phật A Di Đà qua sự hướng dẫn dạy dỗ sẽ chẳng được thay đổi. Ở đó, bây giờ nếu không có cố Thân Loan Thánh Nhơn nói ra để dạy dỗ, những điều cần yếu còn sót lại nơi tai của tôi (Duy Viên), ở đây cần viết ghi lại như điều đã nghĩ.

Điều nầy bởi vì muốn giải thích một ít để làm tiêu trừ sự nghi ngờ của những đồng bằng phương (những người bạn đạo) cùng với việc thích sanh về thế giới quảng đại của Đức Phật A Di Đà.

CHƯƠNG THỨ NHẤT
SỰ CỨU ĐỘ KHÔNG HỎI ĐẾN VẤN ĐỀ TUỔI TÁC CŨNG NHƯ SỰ LÀNH DỮ

Tất cả mọi người được hạnh phúc, suy nghĩ làm sao có thể tiếp tục đến thế giới rộng lớn đó, được an ổn qua lời thệ nguyện đã nguyện để cứu độ nhơn gian; tin rằng thế giới tự nhiên ở Tịnh Độ sẽ được sanh ra, khi phát ra câu Phật hiệu "Nam Mô A Di Đà Phật" của Đức Phật A Di Đà thì việc cứu độ và sự giải phóng con người của chúng ta sẽ được thành lập.

Lời dạy của Đức Phật A Di Đà (túc nguyện) ngay cả tuổi tác hay việc lành việc dữ của nhơn gian cũng không kể đến, vì sự chơn thật của Đức Phật A Di Đà sâu xa với tâm bị ngủ quên là điều tối cần thiết vậy. Vì sao thế? Bởi với túc nguyện của Đức Phật A Di Đà, Ngài muốn cho kẻ mang trọng tội chất chồng hay ngay cả những người đầy dục vọng lẫn phiền não bị trói buộc là nhơn gian chúng ta, sẽ được giải phóng và mọi người đều được sanh về thế giới ấy.

Đồng thời đối với lời dạy cho những người muốn được sanh về , chủ ý điều không cần thiết đối với người làm việc lành được tỉnh thức. Vì sao vậy? Bởi vì qua lời dạy của Đức Phật A Di Đà thì ai thích sanh về, không phải qua việc làm lành của việc niệm Phật đã qua để được nương vào.

Lại nữa ngay cả những người có việc làm tội ác, đối với sự cứu độ rộng rãi của Đức Phật A Di Đà mà ngại ngùng v.v... thì cũng không cần phải suy nghĩ đến. Vì sao vậy? Vì sự quảng đại sâu xa đối với thế giới của Đức Phật A Di Đà, tất cả thiện ác đều vượt lên khỏi. Đó là thế giới bao quát được nghênh đón và đó cũng chính là sự ngưỡng vọng của Ngài Thân Loan Thánh Nhơn vậy.

CHƯƠNG THỨ HAI
VỚI ĐỊA NGỤC, NƠI TỘI ÁC THÂM SÂU LÀ NHÀ CỦA TÔI

Tất cả mọi người từ nơi xa xôi của Hitachi (Thường Lục), Shimousa (Hạ Tổng), Musashi (Vũ Tạng), Sagami (Tương Mô), Izu (Y Đậu), Toutoumi (Viễn Giang), Mikawa (Tam Hà), Owari (Vĩ Trương), Ise (Y Thế), Oumi (Cận Giang), Yamashiro (Sơn Thành) đã trải qua hơn 10 nước (có lẽ ngày nay là quận lỵ) nguy hiểm đến tánh mạng để phỏng vấn (thăm) ta (Ngài Thân Loan) với tâm tình ấy chỉ một điều là đến để cầu hỏi phương pháp cứu độ chơn thật.

Đồng thời, với ta (Thân Loan) dạy cho họ niềm tin về Đức Phật A Di Đà, từ ngoài tấm lòng niệm Phật mang đến ra, không còn biết được phương pháp nào khác cả. Nếu chỉ vì có thế mà đến đây để nghe điều kia thì quả thật là đã hiểu sai về việc nầy quá lớn rồi. Nếu có những câu hỏi như vậy thì nên đến Nara (Nại Lương), Tỉ Duệ Sơn, nơi đó có rất nhiều học giả nổi tiếng và gặp gỡ họ, thiển nghĩ nhầm để nghe kỹ lưỡng về việc cứu độ suy nghĩ đúng đắn.

Với Thân Loan đã nói rằng: "Sự quảng đại của Đức Phật A Di Đà về thế giới ấy ra, chỉ để được sanh về nơi ấy". Chỉ có tin vào lời nói qua bậc hiền đức Pháp Nhiên Thượng Nhơn, ngoài ra chẳng còn lý do nào nữa cả.

Kết quả về lời dạy của Đức Phật A Di Đà với tự ngã ngu ngốc của ta, sẽ được cứu độ nguyên như thế để theo con đường ấy, chẳng hay là vĩnh viễn không được cứu về cảnh giới ấy chăng? Có phải là con đường dẫn đến địa ngục chăng? Với ta không hiểu gì cả. Cho nên có thể lấy ví dụ Ngài Pháp Nhiên Thượng Nhơn yên lặng, thế giới của Đức Phật A Di Đà được sanh về và dẫu cho qua việc niệm Phật mà có bị rơi vào địa ngục đi nữa thì ta hầu như cũng chẳng có một chút hối hận (hậu hối) nào cả. Bởi vì đây chỉ có một con đường mà thôi.

Vì sao vậy? Bởi vì ngoài ra lời dạy của Đức Phật A Di Đà đã dạy để thành Phật (người tỉnh ngộ) mà con người có thể, nếu có bị rơi vào địa ngục qua lời dạy ấy của Đức Phật A Di Đà như "đóng chặt lại, ngồi yên" để hối lỗi còn sót lại. Tuy vậy, dẫu cho lời dạy nào đi chăng nữa thì đối với việc tu hành cũng chẳng thể thành Phật được; cứ còn nguyên tự ngã ngu ngốc chẳng hoàn toàn như thế, vượt qua mọi giới tuyến là ta, ngay từ lúc ban đầu, nơi địa ngục ấy dẫn ta đến, thì đó là nhà của ta ở vậy.

Đức Phật A Di Đà hiện ra ở nhơn gian để cứu độ, gọi là lời thệ nguyện (Bổn Nguyện) cứu tế nhơn gian, nếu là việc làm chính thì chắc chắn rằng lời dạy nầy do Đức Thích Tôn (Đức Thích Ca) nói ra, chẳng phải là điều hư vọng. Nếu lời dạy của Đức Thế Tôn là sự thật thì Tịnh Độ Giáo đại thành giả là Ngài Zendo (Thiện Đạo) (613-681) đã chẳng nói về lời dạy của Đức Phật A Di Đà là hư vọng. Nếu sự lý giải về Phật Pháp của Ngài Thiện Đạo là đúng thì cả cuộc đời của Ngài Thiện Đạo làm sư mà Ngài Pháp Nhiên (1133-1212) ngưỡng vọng đã chẳng tìm ra được chỗ dối trá. Lại nữa nếu lời dạy của Ngài Pháp Nhiên là chơn thật thì Ngài Pháp Nhiên lừng lẫy được sự ngưỡng vọng của Ngài Thân Loan, dẫu nói cách nào đi chăng nữa thì cũng chẳng thể nói là hư vọng.

Kết cuộc đối với lời dạy của Đức Phật A Di Đà, ta tự thân với niềm tin để lý giải, giống như việc nầy vậy. Đồng thời trên hết việc nầy với ta và cũng giống như lời dạy của Đức Phật A Di Đà khởi đi từ sinh mệnh để sanh về nơi ấy chăng? Việc nầy đối với ta tiếp tục không thể được, không lãnh hội được và đối với lời dạy ấy xả bỏ thì mọi người, từng người một hãy tự quyết định cho việc nầy, thì sẽ được Thân Loan Thánh Nhơn ngưỡng vọng.

CHƯƠNG THỨ BA
CỨU GIÚP CHO NGƯỜI ÁC

Thiện nhơn (người làm việc lành) được gọi như thế. Theo lời dạy của Đức Phật A Di Đà sống động sanh về (cứu giúp), việc nầy có thể được, nên hơn thế nữa việc làm của người ác ví dụ như ta, sẽ được sự chơn thật của Đức Phật A Di Đà cứu giúp (giải phóng), cũng có thể nói là điều đương nhiên vậy. Ở đây với thế tục (thế gian) người người được sanh như sự suy nghĩ rằng: "Kẻ làm ác, người phiền não thâm sâu, nương theo lời dạy của Đức Phật A Di Đà để được cứu, cho nên người lành trong nhơn gian cũng được cứu là chuyện đương nhiên".

Như vậy là sự suy nghĩ nầy ứng hợp với đạo lý, nhưng sự thật Đức Phật A Di Đà đã cứu tất cả mọi người, do lời nguyện thể hiện về sinh mệnh, đặc biệt nếu kẻ có tâm thức nghèo nàn sẽ được giải phóng qua tinh thần của bổn nguyện; phải nói rằng đó là hoàn toàn không phải là chuyện vô lý. Vì sao vậy? Năng lực của chính mình làm việc lành (thiện căn) đã được tích chứa, đối với những người có sự tự giác lớn lao (Phật) suy nghĩ là những người làm lành thì năng lực cứu tế của Đức Phật A Di Đà (Bổn Nguyện Lực); chính từ nơi ấy và nói cảm giác ấy hoàn toàn không có. Đồng thời với những kẻ có tâm hồn nghèo nàn thì với tinh thần của Bổn Nguyện Tha Lực của Đức Phật A Di Đà hoàn toàn không tương hợp.

Tuy nhiên, với người làm lành, cũng như tự lực của chính mình, năng lực của chính mình mong mỏi được giác ngộ lớn lao với tâm vang lên nhẹ nhàng và nếu chính mình không mong mỏi sanh ra nơi thế giới quảng đại của Đức Phật A Di Đà có tâm dự định thì chắc chắn sinh mệnh trong sự u tối kia sẽ được phá nát, thế giới sáng sủa, thế giới chơn thật có thể được sinh ra nơi ấy. Với người dục vọng ngu si cũng được sanh nguyên như vậy, không phải đoạn trừ dứt hẳn sự mê hoặc kia, nếu tâm hồn nghèo nàn của nhơn gian chúng ta về hình ảnh buồn thảm, Đức Phật A Di Đà vì lời nguyện mà kiến lập ra nhơn gian cứu tế (giải phóng). Bởi với mục đích đứng đắn như thế đối với người ác, cứu giúp người có tội; nên từ nơi năng lực của Đức Phật A Di Đà (Bổn Nguyện Lực), dẫu cho người ác; nhưng ngay nơi ấy tâm thức Bổn Nguyện của Đức Phật A Di Đà bình đẳng với tư cách của người vãng sanh (cứu giúp), phải nói là như vậy.

Đồng thời nhơn gian tốt đẹp làm lành cũng phải được cứu độ vì ngay cả tự ngã ngu ngơ hay người có tâm hồn nghèo nàn đi nữa phải nói là sẽ trở thành tốt đẹp hơn. Đó là điều ngưỡng vọng. (Lời nầy là lời nói của Ngài Pháp Nhiên Thượng Nhơn).

CHƯƠNG THỨ TƯ
CÙNG NHAU CỨU NGƯỜI MÀ CHẲNG ĐƯỢC

Đủ loại người có cảm tình muốn mang đến, từ bi là căn bản của Phật Pháp và từ bi ấy qua hai cách suy nghĩ. Dẫu cho đến bất cứ ở đâu thì năng lực của chính mình, chỉ sự nỗ lực ấy là chơn thật, nói là để được giác ngộ bởi tự lực về Phật Pháp, tấm lòng yêu con người cho đến bất cứ nơi đâu, có cảm tình, và muốn thực hiện làm cho người kia được hạnh phúc. Đồng thời dẫu cho với nhơn gian thì chúng ta chỉ là một người trong nhân gian đó, với sự mong muốn (dục) nguyên vẹn của người kia như vậy mà mang đến hạnh phúc cho họ thì thật là bất khả năng. Dẫu sao đi nữa thì cũng bị giới hạn.

Mặt khác sự thệ nguyện chơn thật của Đức Phật A Di Đà hướng dẫn con người được sanh, vượt lên khỏi điều mê mờ, con người được mở mắt rồi bước tới sự giác ngộ tha lực để được sanh, rồi ngụp lặn để nghe lời dạy của Đức Phật A Di Đà, việc được cứu độ và tự xưng Nam Mô A Di Đà Phật để cảm tạ từ cửa miệng, chẳng phải là sức mình của chính ta, trở thành sự chơn thật to lớn thì phải nhớ nghĩ rằng đó là Phật Pháp Lực đã bao bọc cho người người được hạnh phúc của cuộc đời để được sanh ra. Rất lấy làm tiếc là con người, vì chẳng phải hoàn hảo, nên mang thân nầy, cho nên nghĩ rằng: "Tội nghiệp quá! Đáng thương quá". Việc cứu độ người kia với sự suy nghĩ như vậy thì không thể được. Sự suy nghĩ như vậy là "thủ vĩ nhứt quán" (đầu đuôi một sự thông suốt) không thể được, không triệt để.

Đồng thời qua lời dạy của Đức Phật A Di Đà để tin theo, tiến đến niệm Nam Mô A Di Đà Phật , với lực từ bi to lớn của Đức Phật A Di Đà chỉ chờ đợi chiếu sáng và Ngài Thân Loan đã được ngưỡng vọng.

CHƯƠNG THỨ NĂM
CÁCH NIỆM PHẬT CHO NGƯỜI MẤT KHÔNG PHẢI LÀ CÁCH (THỦ ĐOẠN) ĐỂ AN ỦI

Ngài Thân Loan, khi cha mất và mẹ qua đời vì hạnh phúc của họ, việc cúng dường câu Nam Mô A Di Đà Phật, để niệm Phật từ cửa miệng, chưa hề có một lần nào.

Lý do đó là khá nhiều việc hoàn toàn có liên hệ với đời sống. Ở trong đời nầy được sanh ra, đón nhận tất cả, sự sanh thay đổi, sự chết cũng biến đổi, hỗ tương thân cận với nhau, trở thành con cái, huynh đệ với nhau, vì thế chúng ta ở đời nầy khi lâm chung, mạng sống được Đức Phật A Di Đà chiếu ánh sáng tiếp dẫn, trở thành vị giác ngộ to lớn (người tỉnh thức, Phật) trên hết tất cả mọi người đều được bình đẳng cứu độ, nhất định chẳng phải chỉ riêng có cha ta và mẹ ta thôi.

Nếu ta chỉ dùng tự lực của mình để niệm Nam Mô A Di Đà Phật để biểu hiện việc làm ấy thì công đức của việc niệm Phật kia sẽ chấn động hướng đến để có thể cứu được cha mẹ.

Tuy nhiên niệm Phật là niệm danh hiệu Đức Phật A Di Đà đã ban tặng cho ta, bởi vì chính mình đã chẳng tích chứa được những hành vi về điều lành, điều nầy (chính mình) không đủ khả năng.

Đồng thời sự lạc lối của chính mình với tính cách là trung tâm tự kỷ quan niệm về cha mẹ, lìa xa quan niệm về sanh mệnh, để đạt đến Satori của Phật, thể đắc được trí tuệ chơn thật, đầu tiên là địa ngục, ngạ quỷ, súc sanh là những thế giới mê muội, con người bị khổ trong luân hồi, nương theo trí tuệ chiếu sáng to lớn kia, nhân duyên sâu xa nên được giải phóng một cách tự tại ra khỏi những khổ ải kia, Ngài Thân Loan đã được ngưỡng vọng như vậy.

CHƯƠNG THỨ SÁU
TƯ VẬT HÓA CỦA NHƠN GIAN ĐƯỢC CẢNH BÁO

Việc đầu tiên là tín nguyện lời dạy của Đức Phật A Di Đà. Ở trong những người niệm Phật muốn được sanh, nên niệm Nam Mô A Di Đà Phật từ con tim. Có người bảo rằng, đó là đệ tử của tôi và người nầy thì nói là đệ tử của người kia qua sự chấp trước và đó đây nổi lên việc cạnh tranh đệ tử với nhau; nhưng điều nầy cũng chẳng phải là sự ngộ giải. Điều nầy chính là vật tư hóa của con người vậy. (Dịch giả: đó là việc chấp thủ và muốn tất cả đều thuộc về mình).

Đối với Ngài Thân Loan nghĩ rằng: "Đây là đệ tử của tôi" thì một người cũng không có. Tại sao vậy? Do năng lực của tự thân, chạm đến lời dạy của Đức Phật A Di Đà và nhiều người đã cùng niệm Phật, vì như vậy nên điều ấy cũng có thể gọi là đệ tử; nhưng thật tế thì sự thôi thúc của Đức Phật A Di Đà, nương theo lời dạy ấy để con người được sanh về, rồi nghĩ rằng đó là đệ tử của chính mình v.v... việc nầy chẳng phải là sự kiêu mạn sao? Nên đừng là như vậy.

Chúng ta với người kia nếu cùng cái duyên thì sẽ cùng có thể bước đi với nhau; lại nữa, nếu duyên kia không còn nữa thì chỉ thay đổi trên con đường đi khác mà thôi. Điều chẳng thay đổi có thể nói là: "Với Sư nếu chẳng chú tâm, với người kia thì dạy cho họ tin, việc niệm Phật như vậy, không thể cứu được". Đó là chuyện hoàn toàn khủng khiếp. Lời dạy ấy sẽ trở thành cắt đứt phía sau. Người như vậy thì từ Đức Phật A Di Đà Như Lai ban tặng đến cho ta tín tâm, chung qui là cho chính ta rõ biết sâu sắc, thay đổi cách suy nghĩ chăng? Những việc như vậy phải có.

Tính cách trung tâm tự kỷ của chúng ta siêu vượt lên khỏi sự tính toán, hợp với lẽ phải của sự tự nhiên, mơ màng có thể từ tự kỷ tôn kính lời Phật dạy với trí tuệ, tiếp theo sự hoan hỷ, lại nữa có thể sự truyền đạt lời dạy ấy của vị Thầy tuyệt vời kia cũng sẽ rõ biết được một cách tự nhiên và Ngài Thân Loan Thánh Nhơn đã ngưỡng vọng về việc nầy.

CHƯƠNG THỨ BẢY
VIỆC QUAN NGẠI VỀ NGƯỜI MẤT ĐƯỢC SANH RA

Sanh về nơi chơn thật của Đức Phật A Di Đà, tâm hồn hoan hỷ qua câu Phật hiệu Nam Mô A Di Đà Phật được xưng tụng khi sanh; người đó những sự sầu bi của nhơn sanh thượng, hoặc sự khổ não v.v... sẽ không còn gì nữa, bởi người đó chắc chắn vượt qua khỏi mọi thứ để sanh về thế giới kia. Việc nầy gọi là con đường vô ngại. Tại sao vậy? Đối với những người được sanh như vậy, bởi được trời, đất chung quanh họ tôn kính khi được sanh ra. Lại nữa ma lực có còn tồn tại và người người theo lời dạy sanh theo cách khác đi nữa thì cũng đối với sự sanh kia, tà ma chẳng thể làm gì được. Lại còn, đối với người được sanh như thế kia, tự chính họ đã phạm vào những tội ác đi nữa, sự báo ứng cũng không có. Đồng thời sự phòng ngừa cứu độ cũng không có nữa. Dẫu cho việc làm xấu ác cũng như việc làm lành của chúng ta thì con đường cứu độ ấy không có một sự liên quan nào cả. Tại sao vậy? Việc xấu từ bỏ, việc thiện nếu không làm thì sẽ không cứu độ; với nghĩa nầy, không phải là thế giới của Đức Phật A Di Đà.

CHƯƠNG THỨ TÁM
NIỆM PHẬT KHÔNG PHẢI LÀ THỦ NHUẾ (THIỆN CĂN)

Tín thuận theo sự chơn thật của Đức Phật A Di Đà, từ tâm hoan hỷ niệm danh hiệu Nam Mô A Di Đà Phật. Niệm Phật là tự thân của ta với Phật không phải vì căn lành. Kết cuộc vì để thành Phật không phải vì những hành vi tự thân của ta, cũng chẳng phải vì những việc làm thiện của ta. Tại sao vậy? Niệm Phật không phải là việc làm của tự bản thân mình, dẫu cho có nói là việc lành đi chăng nữa, không có gì khác hơn là chỉ có từ Đức A Di Đà Như Lai, trao việc nầy đến chúng ta, vì đó là ân huệ vậy.

Ta đã đến, nhận được ân huệ từ sự chơn thật của Đức A Di Đà Như Lai, vì không hoàn toàn rời bỏ tất cả những hành vi của tự thân ta, qua lời dạy tin theo, đối với ta chỉ xưng danh hiệu, cũng không phải là hành vi của ta, cũng chẳng phải là thiện hạnh của mình. Duy chỉ tận tấm lòng thúc giục của Đức A Di Đà Như Lai rộng mở; nên đối với ta hoàn toàn là việc làm của tha lực, gọi là tha lực của việc lành là tính chất vậy.

CHƯƠNG THỨ CHÍN
VIỆC HOAN HỶ CỦA NHƠN GIAN V.V... KHÔNG ĐƯỢC TIN TƯỞNG

"Bao nhiêu lần nghe sự chơn thật của Đức Phật A Di Đà, dẫu cho có xưng danh niệm Phật Nam Mô A Di Đà Phật, nhảy múa vui mừng về việc cứu độ cũng chẳng thể, lại nữa vội vàng thích sinh ra ở thế giới của Phật với tấm lòng chẳng có; nhưng điều nầy thực thể là gì vậy?" đây là việc tìm hiểu.

"Ta cũng như Thân Loan đều nghi vấn như vậy, nhưng Duy Viên Phòng, Ông ta cũng đã cùng suy nghĩ giống như việc đã mong chờ. Càng suy nghĩ kỹ thì từ bổn lai việc nhảy nhót vui mừng cũng là việc chơn thật, vừa ở trong những sinh hoạt thường ngày bị chôn vùi, vì ta không có niềm hỷ lạc nên cần sự cứu độ là điều chẳng sai, tiếp tục được thiết lập.

Từ xưa trở lại, vừa gặp được lời dạy chơn thật phải hoan hỷ sâu xa, mà điều kia gọi là không hoan hỷ, vậy thì việc gì mới là chơn thật, thật là chẳng hiểu được ngộ giải về việc gì, bởi vì nằm trong sự mê mờ đó. Điều đó làm cho tâm hồn ta kết quả bị nhiễm ô; nói như vậy cũng tốt chăng? Đồng thời Đức Phật A Di Đà nhìn thoáng qua thấy thật thái của nhơn gian chúng ta như việc nầy và đã khát ngưỡng. "Đối với vô số phiền não, thân tâm bị tiếp tục tồn tại sự vây chặt của não phiền". Đồng thời nếu thấy được lời dạy của Đức Phật A Di Đà rõ ràng với lời thệ nguyện (Bổn Nguyện) từ bi sâu xa của Đức Phật A Di Đà, việc đó là vì chúng ta và cho biết, cùng suy nghĩ tin tưởng.

Lại nữa chẳng cần phải mong mỏi đến thế giới của Phật nhanh hơn, dẫu cho có bị bệnh một ít đi nữa, cũng không phải dẫn đến sự chết và tâm suy nghĩ vụn vặt, đối với sinh mạng thì với tâm chấp trước. Kể từ xa xưa đến nay, khổ não mê hoặc trong cuộc đời chẳng xả bỏ được, bây giờ sanh về thế giới không Phật, dẫu cho có nói tuyệt vời cách mấy đi chăng nữa thì một hướng thích đi đến nơi kia cũng chẳng thể khởi lên.

Qua sự thật kia chúng ta thay đổi, tấm thân nầy, nhưng phiền não thì đầy thân, sự mê muội của chính mình được báo cho biết. Dẫu cho có mang theo vào đời nầy những chấp trước sâu xa kia và thanh danh còn sót lại có suy nghĩ đến trong đời nầy đi nữa thì kết cuộc phải lìa bỏ tất cả. Thế nhưng sự chơn thật của Đức Phật A Di Đà hướng dẫn, chi phối việc sanh ra và khi chúng ta những người Chơn Tông lìa khỏi thế giới nầy, trực tiếp đến thế giới tự nhiên, có thể sanh về thế giới của Phật; mong mỏi từng ngày mau sanh về thế giới của Đức Phật, đối với những người không có tấm lòng, thì Đức Phật A Di Đà đặc biệt giáo dục trở thành tuyệt mỹ.

Giống như việc nầy bị chìm đắm trong ngã dục, mà ngày thường bị vùi lấp, bối cảnh chơn thật đối với nhơn gian thì việc đầu tiên cứu vớt là đối tượng thứ nhất. Đối với lòng từ bi của Đức Phật A Di Đà thành tựu bổn nguyện cho sự sanh ra nơi của chúng ta, chỗ trở về sau khi chết.

Nếu lời dạy của Đức Phật A Di Đà, khởi lên cảm giác việc hoan hỷ nhảy múa, dẫu một ngày mau đến thế giới của Đức Phật để sanh vào, nếu chúng ta nghĩ như vậy thì tự chính mình tâm thức bị nhiễm ô, sự mê muội của nhơn gian không nhứt thiết phải như vậy, ngược lại nghi vấn sẽ xảy ra chăng?". Đó là việc ngưỡng vọng của Thân Loan Thánh Nhơn.

CHƯƠNG THỨ MƯỜI
SỰ CHƠN THẬT VƯỢT KHỎI TRÍ TÁNH CỦA NHƠN GIAN

Sự chơn thật của Đức Phật A Di Đà gọi là trí thức của tự thân và kinh nghiệm của chính mình, không phải để chỉ cho sự lý giải, mà là một đạo lý. Tại sao vậy? Sự chơn thật của Đức Phật A Di Đà nghĩa là nhơn gian lấy lý tánh làm trung tâm để tự thắng về mình, so sánh, thuyết minh, không thể suy nghĩ việc có tính cách trí thức; bởi lẽ sự chơn thật của Đức Phật A Di Đà quảng đại làm cho việc kia, mà Thân Loan đã ngưỡng vọng (lời nầy là lời của Ngài Thân Loan Thánh Nhơn).

Hãy cùng suy nghĩ kỹ thì Thân Loan Thánh Nhơn đã hiện hữu từ xưa, có tấm lòng thuần khiết với những người từ địa phương Kanto đi đến Kyoto, di chuyển bằng chân, họ chờ đợi nghe lời dạy của Thân Loan Thánh Nhơn với một tín tâm để sanh về. Ngay bây giờ có những người như vậy hướng dẫn đến nghe và học qua lời dạy của Đức Phật A Di Đà, họ đã đến cả người già cũng như người trẻ.

Tuy nhiên ở trong số đó không phải được Ngài Thân Loan Thánh Nhơn nói cho nghe hết, có thể suy nghĩ là hoàn toàn khác biệt, việc lý giải với người ở gần đó cũng nhiều, mọi người cùng nghe. Ở đó với ta (Ngài Duy Viên), lời dạy kia không đúng, nên đó là lý do ở đây muốn chỉ rõ ra vậy.

CHƯƠNG THỨ MƯỜI MỘT
TÍN THUẬN TỪ LỜI DẠY VÀ TỪ ĐÓ NIỆM PHẬT CẦU VÃNG SANH

Với những người một chữ cũng không đọc được thì thấy và tin tưởng sự niệm Phật qua lời dạy của Đức A Di Đà Như Lai lại kinh ngạc "Anh/Chị trên thực tế là người như vậy không được cứu độ, nhưng có phải là nhờ tin nơi lời thệ nguyện của Đức A Di Đà Như Lai chăng? Hay nếu niệm Phật từ tâm thức có được sự lợi ích gì đó, nên nghĩ rằng niệm Phật là việc nên làm chăng?". Cả hai điều như vậy, sai khác nhau để dạy cho họ hiểu, mà đối phương lại làm sai lạc đi. Việc nầy phải rõ biết như vậy.

Đức A Di Đà Như Lai không bỏ rơi bất cứ một người nào hết; nghĩa là lòng từ bi không giới hạn, bất cứ ai cũng có thể niệm danh hiệu Nam Mô A Di Đà Phật để được vãng sanh. Người tin tưởng nghe theo lời dạy để được vãng sanh, chắc chắn đó là do từ lời thệ nguyện cứu độ vậy. Căn cứ theo từ sự tin tưởng qua lời thệ nguyện nầy được vãng sanh, thì việc niệm

Phật cũng giúp cho một cách tự nhiên. Tất cả đều do từ sự ban thưởng của Đức A Di Đà Như Lai cả. Cuối cùng là tin theo lời thệ nguyện của Đức A Di Đà Như Lai thì được sanh về. Chỉ riêng danh hiệu Nam Mô A Di Đà Phật cũng là việc làm tự nhiên bổ sung vào, để từ tâm thức có thể niệm Phật được.

Giống như thế ấy, lời thệ nguyện của Đức A Di Đà Như Lai, việc niệm Nam Mô A Di Đà Phật là một, chắc chắn không có gì khác hơn cả. Đồng thời sự toàn tâm ấy vừa thuần thành niệm Nam Mô A Di Đà Phật, lực của tự chính mình được tăng thêm, sự đo lường của tự lực được mạnh thêm.

Nếu làm việc lành được cứu độ và ngược lại làm việc ác có thể, nghĩa là phạm vào sự chướng ngại cho việc cứu độ; với trí tuệ và lòng từ bi vô hạn của Đức A Di Đà Như Lai, nếu tin vào việc làm nầy là thế giới của những người được cứu qua năng lực của tự thân của chính mình. Đồng thời những người xưng danh niệm Phật dẫu sao đi nữa thì do năng lực tự của chính họ vậy. Những người như vậy, một lần nữa Đức A Di Đà Như Lai xây dựng lời thệ nguyện qua câu Phật hiệu Nam Mô A Di Đà Phật, để tạo cho những người không có niềm tin.

Đồng thời dẫu cho những người không tin đi nữa, với những người nầy ở cảnh giới Satori nơi Tịnh Độ ấy, để chờ những người đi những cảnh Tịnh Độ khác (Dịch giả chú thích: như nghi thành hay thai cung biên địa). Xảy ra, chỉ tin nơi tự kỷ tự thân, tâm thức đóng chặt lại để đi vào thai cung (thế giới bên ngoài và chưa có sự giao thiệp) vãng sanh về cõi tối tăm kia. Ở nơi đó thỉnh thoảng ở lại một thời gian. Những người quá tự tin vào chính mình như thế, đối với Tịnh Độ chơn thật muốn được sanh về thì với lời thệ nguyện và lòng từ bi của Đức A Di Đà Như Lai sẽ được cứu độ. Điều nầy là việc làm chơn thật của Đức A Di Đà Như Lai. Việc tôn trọng danh hiệu qua việc làm, lại nữa đồng thời qua lời thệ nguyện nhơn gian cứu tế của Đức A Di Đà Như Lai, thệ nguyện bất tư nghì (biểu hiện sự cứu độ) là lý do vậy. Hai điều nầy không thể cắt đứt ra từng một việc, bởi đó là việc làm qua lòng từ bi và trí tuệ của Đức A Di Đà Như Lai.

CHƯƠNG THỨ MƯỜI HAI
SỰ KHÁC BIỆT GIỮA LÒNG TIN VÀ HỌC VẤN

Những kinh điển của Đức Thế Tôn nói ra và những chú thích, sách tham khảo v.v... mà chẳng đọc tới thì cũng có người bảo rằng sẽ không được cứu vớt khi không học Phật Pháp. Nhưng điều nầy theo suy nghĩ thì chẳng nên ngộ nhận về việc ấy. Lời dạy của Đức A Di Đà Như Lai rõ ràng là với tất cả những kinh văn đối với mọi người là do sự tin tưởng nơi lời thệ nguyện (Bổn Nguyện) của Đức Phật A Di Đà, nếu niệm đến danh hiệu Nam Mô A Di Đà Phật, sự giác ngộ chơn thật ta sẽ được đón nhận được, điều ấy rất là rõ ràng; ngoài ra dẫu cho có học vấn như thế nào đi chăng nữa, vì sự học mà được cứu vớt thì có phải là điều cần yếu chăng?

Đạo lý nầy không cần phải quan tâm, khi người mê mờ quyết tâm học tập, và nương từ sự học ấy qua lời dạy của Đức A Di Đà Như Lai cũng có thể rõ biết hơn chăng? Đồng thời bao nhiêu sự nhiệt tâm để viết sách, chú thích về kinh điển, sách tham khảo, dẫu cho có học tập về ý nghĩa chơn thật của các kinh điển v.v... mà không lãnh hội được ý kinh, thì chính là người ngu si rồi.

Một chữ cũng chẳng đọc được, những người chẳng học được chữ nào, cuối cùng thì việc kinh điển và chú thích v.v... hầu như chẳng biết để gọi một cách dễ dàng, điều suy nghĩ là tên gọi của Đức Phật A Di Đà. Dẫu cho bất cứ ai, hay bất cứ nơi đâu, hay bất cứ lúc nào cũng có thể học, việc thực tiễn có thể làm được là từ thế giới của Đức A Di Đà Như Lai, gọi đó là dị hành (dễ làm).

Lấy sự học làm trung tâm để thành Phật trên con đường vĩ đại, Thánh Đạo Môn, cuối cùng là con đường Phật của mọi người của sự tự lực. Bởi sự quyết định con đường như thế là một sự khốn nạn (khó khăn); gọi đây là nan hành đạo (con đường khó làm). Việc học vấn làm cho mình nổi danh; lại nữa nhiều người lầm tưởng suy nghĩ về việc sanh kia khi trong tay có tiền bạc v.v... Kết quả là sanh ra trong thế giới nầy, chết đi qua cuộc đời khác, có thể sanh về được Tịnh Độ chăng? Ngài Thân Loan Thánh Nhơn đã viết ra chứng cớ bằng sự suy nghĩ và lời nói nầy.

Dạo nầy lời dạy của Đức A Di Đà Như Lai về việc vãng sanh cho người chuyên tu niệm Phật, dạy về tự lực để sanh theo Thánh Đạo Môn, luận tranh về sự liên quan giữa Phật Pháp tràn đầy nơi lời dạy của ta. Lời dạy của Ông yếu kém hơn, tranh chấp với nhau như vậy, rồi lần lượt lôi cuốn như thù địch. Lại có những lời dạy cần thiết cho những người đến. Thế nhưng nếu thử suy nghĩ điều nầy về tự thân thì phá đi lời dạy của tự thân, với lời dạy cần thiết thì không thể nói gì sao? Ví dụ như ta dạy cho việc niệm Phật để sanh về, người khác thì dạy cho người sanh về cũng nói như vậy, nhưng: “Dạy chi việc niệm Phật chẳng ra gì, chỉ dành cho những người có trình độ thấp kém trong nhơn gian”. Chẳng phải để luận tranh mà lúc nào cũng bị phiền não trói buộc tự ngã ngu ngốc cho việc sanh về như của ta với nhơn gian. Ngoài ra văn tự cũng chẳng đọc, học vấn cũng không, nghe lời dạy của Đức A Di Đà Như Lai; nếu theo lời dạy ấy thì sẽ được cứu vớt, tuy nhiên tin con đường nầy để bước đi chăng? Ngoài ra chẳng có con đường nào khác cả.

Đồng thời giống như sự vĩ đại của Ông/Bà chỉ dạy cho những người thấp kém đi nữa thì vì chúng ta chẳng phải là tôn trọng lời dạy ấy. Ví dụ, ngoài lời dạy của Đức A Di Đà Như Lai vượt trội lời dạy ấy đi chăng nữa thì năng lực của ta, tư chất của ta hầu như chẳng cùng nhau gì cả. Lời dạy ấy chẳng có thể được sanh. Ta cũng vậy, Ông/Bà cũng vậy, cái khổ của nhân sinh nầy phải được giải phóng, cứu giúp cho bình đẳng, nhưng Chơn lý để được Như Lai Satori (thành Phật) lại là ý chính. Như thế nào đây? Xin mọi người hãy đừng làm hại. Nếu nói một tấm lòng ưu tú, thì ai có thể ngăn cản niềm tin kia được?

Chúng ta quây quần chung quanh nghị luận về lời dạy, rồi luận tranh với nhau. Từ đó mọi người khởi lên cảm tình, phiền não. Điều nầy không chạy thoát khỏi. Cho nên người có trí tuệ luôn xa rời những sự luận tranh như vậy để bàn thảo về lời nói của Thầy mình. Theo cố Thân Loan Thánh Nhơn đã nói về việc quy ngưỡng Phật Đà Thế Tôn rằng: "Người có niềm tin đối với lời dạy nầy, lại nữa với lời dạy nầy cũng sẽ có người ác nói đến".

Ta tin sâu vào lời dạy của A Di Đà Như Lai, nương vào nơi đó để sanh, nhưng lại một lần nữa lời dạy của Đức A Di Đà Như Lai nếu gặp người ác nói thì a! a! Chúng ta có thể xác nhận rằng lời nói của Phật Đà Thế Tôn thật là chánh đáng. Giống như việc nầy nếu thật lời dạy của Phật Đà Thế Tôn là xứng đáng thì sự cứu độ chúng ta một lần nữa nghĩ là sự xác thật. Nếu thực tế chẳng có gì sai mà người miệng xấu nói thì hoàn toàn sai. Dẫu cho có bao nhiêu người tin tưởng đi nữa và dẫu cho người ác khẩu không hiện hữu đi nữa thì tại sao lại có việc ấy? Ý muốn riêng, phải không được tin tưởng nữa.

Tuy nhiên, dẫu cho có nói như vậy, nhưng chắc rằng không có người ác khẩu nói như thế. Đức Phật từ xa xôi về trước nếu đã hoằng truyền lời dạy chính đáng thì chắc rằng người tin tưởng cũng như người ác khẩu có nói đi chăng nữa thì cũng đã bị đánh bạt ra, để người ác không nói nữa, sẽ không có người nghi ngờ về Phật Pháp để nói; xin thưa như vậy.

Ở đây thì dạo nầy con người có học vấn v.v... đối với những người ác khẩu bảo họ phải dừng lại, tuy vậy việc nghị luận và vấn đáp vẫn còn cố gắng duy trì chăng? Dùng học vấn để tiến đến sự rõ biết sự chơn thật của Phật Đà, Đức A Di Đà Như Lai ai cũng biết rằng sự cứu độ người người của Đức A Di Đà Như Lai với tâm rộng rãi không có tính cách giới hạn. Nếu không cứu độ tâm hồn nghèo khó như ta thì lời thệ nguyện của Đức A Di Đà Như Lai đối với những người còn nghi ngờ về việc làm cứu độ đó. Lời thệ nguyện của Đức A Di Đà Như Lai, Bổn Nguyện (gồm sự cứu độ) dẫu cho người làm lành hay người làm ác, ngay cả người thanh tịnh cũng như cùng sanh với người đầy phiền não, hoàn toàn không phân chia khi cứu độ; cho nên việc nầy phải nên được lắng nghe nói, nếu được như vậy thì gọi họ là những người có học.

Tuy nhiên, thỉnh thoảng cũng có từ những tâm hồn tố trực (ngay thẳng), đối với những người niệm Phật đầy đủ nơi tâm thức của Đức A Di Đà Như Lai, với người có học nói rằng gia nhập với niềm tin thật sự, sự đe dọa kia thì Phật Pháp là ngăn ngừa các ác ma, là những người nói là đối địch của Đức Phật. Điều nầy chính tự bản thân với niềm tin của Đức A Di Đà Như Lai không được đầy đủ tin tưởng. Điều đó làm cho người khác bị mê hoặc. Việc nầy tấm lòng của Tiên Sư nói ngược lại, phải kiềm chế sự lo ngại. Điều nầy là bối cảnh đối với bổn tâm của Đức A Di Đà Như Lai, là lòng thương cảm nhơn gian vậy.

CHƯƠNG THỨ MƯỜI BA
NHỮNG HÀNH VI SÂU THẲM CỦA TA CỐ ĐỊNH

Dẫu cho tấm lòng từ lời thệ nguyện của Đức A Di Đà Như Lai có quảng đại đến đâu đi chăng nữa, thì cũng không thể suy nghĩ được về việc cứu độ những kẻ ác nguyên vẹn như vậy được thành tựu. Nhỏ hơn, cử chỉ sự kiềm chế với người ác phải có, nếu không thì không thể cứu được, có người nói như vậy, nhưng sự dạy dỗ của Đức A Di Đà Như Lai và nghi ngờ về lời thệ nguyện, chỉ suy nghĩ việc thiện ác của con người trong hiện tại; chủ ý lần lượt đối với hành vi thiện ác thực hiện suy nghĩ như thế là sai. Hành vi của nhơn gian mang vác trên vai đó đây, đối với nghiệp của đời quá khứ phải trái nên cần rõ biết.

Tâm ta thỉnh thoảng khởi lên niệm tốt là do từ xa xôi trong quá khứ các nghiệp đã tích chứa những việc lành. Lại nữa ngược lại việc xấu ác muốn suy nghĩ thực hiện, thật ra chính là từ đời trước do hành nghiệp tạo ra vậy. Cho nên sự ngưỡng vọng của Ngài Thân Loan Thánh Nhơn với tội ấy nhỏ như hạt bụi đã có trước, như lông thỏ và lông dê. (Dịch giả: đa phần gọi là lông rùa sừng thỏ) thì cũng có nhân duyên từ kiếp trước là lời nói không phải là không có ảnh hưởng.

Lại có lúc Ngài Thân Loan Thánh Nhơn nói rằng: "Duy Viên Phòng! Anh/Ông có nghe lời ta nói không? có tin không?" và được trả lời rằng: "Dĩ nhiên" và nói tiếp: "Vậy sao! Nếu là như vậy thì từ đây trở đi ta nói không được trái lại nghe". Vô số đã rõ biết điều nầy và nói rằng: "Nếu là như vậy ngươi hãy giết 1.000 người đi! Nếu Anh/Ông làm được như vậy thì sẽ có thể vãng sanh liền".

Lúc ấy tôi (Duy Viên) đã đáp rằng: "Dẫu cho có ngưỡng vọng Thánh Nhơn bao nhiêu đi chăng nữa, con người như con phải đi giết 1.000 người chăng? Ngay cả một người cũng không thể giết được". "Như vậy tại sao Anh/Ông nói rằng sẽ không trái ý của ta?". "Đối với một câu chuyện nầy không phải phê phán. Chúng ta là con người, có trách nhiệm chính với tự tâm của chúng ta. Nếu tự tại được với cả hành vi thiện lẫn hành vi ác và nếu vì sự vãng sanh (cứu độ) nói hãy giết đi 1.000 người, thì Anh/Ông sẽ nên giết. Tuy nhiên, Anh/Ông một người cũng không thể giết được cũng chẳng phải là tấm lòng Anh/Ông thiện; nguyên nhơn của việc giết hại và cái duyên không chuẩn bị. Tâm thức của chính mình thiện lương cũng chẳng phải là không giết. Ngược lại dẫu cho có suy nghĩ rằng phải giết thì với cái duyên lần lượt của 100 hay 1.000 người giết với cái tâm trong sạch" được nói như vậy. Với tâm thức của chúng ta thiện thì nghĩ là thiện, ác thì nghĩ là ác. Sự phê phán về thiện ác bị nhốt chặt, nên việc thiện và việc ác được cứu độ cũng không rõ biết, qua sự dạy dỗ ấy".

Từ thời điểm nầy, khi Thân Loan Thánh Nhơn có mặt, niệm Phật lý giải có nhiều người lầm lẫn, người làm ác được cứu độ bởi do lời thệ nguyện của Đức Phật A Di Đà, chủ ý là tốt cùng xấu là nguyên nhơn để được cứu; đó cũng là lúc mà mọi người nghe được điều nầy và cũng đã có người viết thư đến Ngài Thân Loan rằng: "Chất độc muốn làm cho tiêu đi thì phải có thuốc, nhưng bảo là thích chất độc thì không thể được". Sự suy nghĩ sai lệch như vậy, nên phải làm cho dừng lại.

Phòng ngừa để cứu tất cả việc ác thì không có, với ý nghĩa tuân giữ những giới luật nghiêm ngặt, qua lời thệ nguyện của Đức Phật A Di Đà và tin tưởng nếu thành tựu thì chúng ta tại sao sự khổ của kiếp nhân sinh (sanh tử đại sự) chẳng thể không vượt ra khỏi sao? Giống như trường hợp của chúng ta, phiền não bị trói buộc nơi tấm thân nên buồn khổ, nhưng nếu gặp được lời thệ nguyện quảng đại của Đức Phật A Di Đà thì đầu tiên, sự khổ não ấy được giảm thiểu lại.

Thế nhưng như đã nói, với tấm thân nầy không bị ác nghiệp vây khốn, dẫu cho nghĩ rằng tự mình làm; nhưng cũng chẳng phải là chính mình. Lại nữa đặt lưới ở sông, ở biển, người người đi câu cá để sanh nhai; tìm bắt động vật nơi núi rừng, những người đánh bắt giết chim chóc; lại nữa người buôn bán, những người sống với ruộng nương, tất cả là con người. Cái gì đó, đặc biệt là những nghiệp duyên lúc phải đương đầu phải trái, thì dẫu cho có ác nghiệp đến đâu đi nữa thì họ vẫn bình thường. Tuy vẫn biết là sự tồn tại của nhơn gian như thế có tính cách hiểm nguy, nhưng qua đó, những việc như thế vẫn với vẻ mặt không quan hệ gì cả, đối với người tu Satori dẫu dễ hơn người làm việc thiện, con người có tính cách đạo đức chỉ nghe theo lời dạy niệm Phật, người niệm Phật có chăng sự tỉnh giác, cố gắng đến đạo tràng nghe pháp và chép rằng: "Những người làm việc nầy, không được vào đạo tràng nầy", hoàn toàn là những việc làm ngụy thiện (giả làm việc lành). Kẻ được sanh về theo sự chơn thật của Đức A Di Đà Như Lai phải nói rằng còn xa thăm thẳm.

Giống như những người nầy, chỉ cho thấy toàn là những người hiền, người làm lành, như mặt thật (chơn diện mục) của một Tăng nhơn, nội tâm, bổn tâm thì hư vọng, thì phải nói rằng những người được đón nhận với một tâm hồn dối trá.

Nếu lời dạy của Đức A Di Đà Như Lai tạo nên sự ngọt ngào cho tội lỗi, thì người ấy đã hiểu và lý giải sai rồi; thế nhưng những tội lỗi và ác nghiệp đó tất cả đều do nghiệp của đời trước mang lại. Cho nên tất cả những việc làm của chúng ta cả thiện lẫn ác đều do nghiệp tạo ra vậy. Cuối cùng do nghiệp ấy dẫn dắt và vượt lên khỏi nghiệp, chúng ta được sự hướng dẫn để được cứu độ là nhờ sự tín thuận theo lời dạy của Đức A Di Đà Như Lai; thế nhưng đó là tha lực do sự tín tâm mà được sanh ra vậy. Ngài Seikaku (Thánh Giác) đã viết "Duy Tín Sao" là quyển sách mà nơi ấy cũng có nói rằng: "Ông/Bà nhờ năng lực của Đức A Di Đà Như Lai mới được như vậy chăng? Hay nghĩ rằng những tội lỗi sâu dày như vậy của chính mình sẽ không được cứu độ?". Như thế lời dạy của Đức A Di Đà Như Lai thật ra chỉ là một lời nói khoác sao? Từ lời dạy của Đức A Di Đà Như Lai, kiếp sống nầy dần dần được dẫn đến sự sanh nơi thế giới kia.

Nếu tội và ác của chúng ta, mọi người sau khi hoàn toàn chẳng còn phiền não nữa, nếu tin tưởng theo lời dạy của Đức Phật A Di Đà và tuy không nghĩ rằng lời dạy của Đức A Di Đà Như Lai là sự khoa trương thì tâm hồn của tội và ác ấy sẽ trở thành không. Người nầy được gọi là Phật (Giác giả). Như vậy Phật là vì con người mà Đức A Di Đà Như Lai đã vì sự khổ lao để cứu tế nhơn gian, siêng năng, sẽ chẳng có ý nghĩa gì cả. Nếu lời dạy của Đức A Di Đà Như Lai sai với sự ngọt diệu, thì nói với mọi người rằng tội và ác, phiền não ở nơi tâm thức của mọi người sẵn sàng đã bị nhiễm ô.

Giống như vậy, với tâm bị nhiễm ô nơi thân, người người phê phán, thật ra, không thể nói rằng theo lời dạy ngọt ngào của Đức A Di Đà Như Lai có nên chăng? Kết quả là dẫu cho có ác bao nhiêu đi chăng nữa, theo lời dạy ngọt ngào của Đức A Di Đà Như Lai nói là ác; nhưng dẫu cho có ác bao nhiêu đi chăng nữa thì đối với Đức A Di Đà Như Lai, nghĩ rằng việc ác không ngọt ngào ấy được chăng? Giống như vậy người làm lành mà phóng túng dẫu cho có niềm tin tín thuận ngay thẳng đối với sự chơn thật của Đức A Di Đà Như Lai thì việc phê phán là chính nơi bề trong của chính mình, sự phản tỉnh không đầy đủ. Đó chẳng phải là cách suy nghĩ trẻ con chăng?

CHƯƠNG THỨ MƯỜI BỐN
NIỆM PHẬT THEO CÁCH ĐẾM

Người ta thỉnh thoảng xưng danh niệm Phật và gọi là 80 ức kiếp, thời gian dài lâu như vậy cứ chồng chất lên nhau và tội nặng, tin có thể trở thành không, cũng thường hay được nói đến.

Tuy nhiên việc đó thì như thế nầy. Thập ác (giết hại, trộm cắp, dâm dục quan hệ với người khác phái, ác khẩu, lưỡng thiệt, nói chuyện hư vọng và ngũ nghịch gồm có 5 loại tội (giết cha, giết mẹ, giết những người tu hành theo Phật đạo, làm thân Phật chảy máu, làm cho những người đang tu hành hòa hợp tạo nên loạn động) thì phạm vào loại người ác. Bình thường niệm Phật với câu Nam Mô A Di Đà Phật cũng không qua khỏi, gần khi lâm chung nếu gặp được thiện tri thức (người chỉ cho ta làm lành, Sư trưởng), dạy cho ta nghe, nếu một lần niệm Phật thì tội cho dẫu có đến 80 ức kiếp là một thời gian dài như vậy cũng có thể mất đi. (Dịch giả: thật ra phải cần thêm tâm tàm quý, tự sám hối của người sắp lâm chung nữa mới đủ điều kiện để được vãng sanh). Nếu xưng danh thập phản niệm Phật trong 10 lần của 800 ức kiếp, nhiều tội như vậy sẽ được tiêu diệt. Đây là nói theo kinh điển đã nói về việc nhờ cái đức ấy mà được vãng sanh Tịnh Độ.

Thuyết nầy nói về tội của thập ác và tội của 80 ức kiếp; tội ngũ nghịch là tội của 800 ức kiếp; tội thập ác và tội ngũ nghịch chồng chất lên nhau sâu dày không thể so sánh, biết được. Cho nên đối với một tiếng niệm Phật sẽ làm cho 80 ức kiếp tội tiêu trừ; 10 tiếng niệm Phật sẽ làm cho 800 ức kiếp tội tiêu diệt , vì đó nên đề xướng nói về sự lợi ích của việc diệt tội. Tuy nhiên việc quan trọng là làm cho tội của ta tiêu trừ, gọi là sự lợi ích của việc tính đếm niệm Nam Mô A Di Đà Phật; sự chơn thật của Đức A Di Đà Như Lai, chúng ta được sạnh về thế giới với tín tâm là hoàn toàn khác biệt.

Vì sao vậy? Ánh quang minh và trí tuệ của A Di Đà Như Lai, chiếu khắp đến thân ta, khi lòng tin ở bên trong ta hoan hỷ thì lúc ấy bất cứ việc gì cũng không thể phá hoại chúng ta được. Theo kinh điển chép lại thì giống như đá kim cương, tín tâm nơi Đức A Di Đà Như Lai được ban phát cho. Cho nên Đức A Di Đà Như Lai sẵn sàng với chúng ta, một điều không sai chút nào là sẽ được sanh về nơi cảnh giới Tịnh Độ Satori, bởi đó là nơi được cứu độ, là điều chẳng sai chút nào cả. Lúc sinh mệnh mạng chung thì chúng ta với nhiều phiền não đang mang theo và những ác chướng của mọi người sẽ được cứu độ chướng ngại ấy và đó là cái nhơn để sinh về nơi Tịnh Độ nguyên vẹn như vậy. Liền lúc ấy có thể trở thành ngôi vị Phật bình đẳng chẳng có sai biệt. Điều nầy là trí tánh của chúng ta vượt lên khỏi kinh nghiệm lý luận v.v... và phải nói rằng đó là thế giới của bất khả tư nghì (không thể suy nghĩ được). Đó là khả năng không giới hạn về lòng từ bi và trí tuệ của Đức A Di Đà Như Lai, nhưng nếu với lời dạy nầy không có thì sự phàm phu (phước) mỏng của chúng ta, không biết bao nhiêu là phiền não, chắc gì có thể vượt lên khỏi thế giới ấy? Suy nghĩ như vậy, nên cả đời xưng danh niệm Phật, không có ngoại lệ, nên cảm tạ đối với ân huệ được sanh ra có được là do sự chơn thật của Đức A Di Đà Như Lai, cho nên chúng ta phải tạ ân vậy.

Khi niệm danh hiệu Nam Mô A Di Đà Phật, bởi khi chúng ta chỉ niệm việc nầy và tin rằng chỉ với điều nầy tội sẽ tiêu trừ, cho nên chúng ta tự chính mình nỗ lực để tội của chính mình được tiêu trừ và cố gắng để được sanh về. Điều nầy hoàn toàn khác với sự ban thưởng cho người niệm Phật được sanh về của chúng ta là do tha lực (A Di Đà Như Lai) đến với thế giới của người niệm Phật.

Chỉ nương vào sự niệm Phật nầy để gọi là tiêu trừ tội chướng, nói ngắn gọn là tính toán ở nơi thế giới niệm Phật, với tâm nghèo khó của chúng ta, nghĩ rằng thực hiện giữa cuộc đời, tất cả những ngã dục vì là gốc gác, cho nên từ sự mê mờ nầy dẫn đến sự mê kia là nguyên nhơn của sự lưu chuyển. Đồng thời, cho đến khi nào chúng ta chết, cố gắng niệm Phật và từ từ được sanh về với tội và ác được tiêu trừ. Đối với việc nầy bắt đầu được sanh về Tịnh Độ.

Thế nhưng đời sống của nhơn gian là do sự quyết định đã vận hành do duyên nghiệp của đời sống trước, bởi tự lực của chúng ta cũng chẳng ra sao cả, vì bị giới hạn, dầu chuyện gì có xảy ra đi chăng nữa thì cũng không thể hiểu được. Lại nữa sự đau khổ của bệnh tình, sự khổ não nặng nề, khoảnh khắc của sự chết và khi mà không có cảm giác lúc bị đọa lạc, thì sự niệm Phật ngay lúc lâm chung không thể có được. Lúc ấy những tội đã bị phạm phải thì làm sao có thể trở thành không được? Nếu tội ấy chẳng tiêu trừ thì chắc rằng không thể sanh về Tịnh Độ được. Nếu chúng ta chẳng xả bỏ để giác ngộ bởi sự phàm phu của chúng ta, với bổn nguyện của Đức A Di Đà Như Lai sinh mạng nương vào nơi ấy để sanh, nếu đẩy sự niệm Phật lên để sanh thì dẫu cho gặp phải bất cứ một chuyện gì đi nữa thì khoảnh khắc chết của chúng ta dẫu cho có phạm vào tội và ác đi nữa, thì lại một lần nữa dẫu cho không xưng danh niệm Phật mà chết, chúng ta lập tức cũng có thể sanh về Tịnh Độ.

Lại nữa khi đời sống của chúng ta sắp hết, liền đẩy đến việc niệm Phật, cánh cửa Satori đang mở, đồng thời việc thành Phật sắp thành, thẳng tiến đến níu chặt Đức A Di Đà Như Lai, được sanh về Tịnh Độ của Đức A Di Đà Như Lai. Ân đức ấy không giới hạn, cứ suy nghĩ thẳng tiến, một lòng xưng danh niệm Phật.

Khoảnh khắc chết ấy xưng danh niệm Phật thì tội và ác được tiêu trừ để đi về cảnh giới của Tịnh Độ, qua văn bản thì đây là tâm thức của tự lực vậy. Người giống như thế, trước khi chết tâm thức phải yên tĩnh để theo lời nguyện và chính người nầy thiếu đi tín tâm về tha lực để sanh, do lòng từ bi và trí tuệ của Đức A Di Đà Như Lai, nên dẫu sao đi chăng nữa thì với khí lượng (tập khí và năng lượng) của chính mình là mục tiêu để trở thành Phật, phải gọi đây là người tự lực vãng sanh vậy.

CHƯƠNG THỨ MƯỜI LĂM
HOAN HỶ TIN TƯỞNG ĐỂ ĐƯỢC SANH CŨNG CHẲNG PHẢI LÀ PHẬT

Mang theo sự dơ nhớp của tâm đầy phiền não nguyên vẹn nơi thân, rồi muốn Satori được nhập vào thế giới giống như Phật. Điều nầy hiểu sai không ít.

Việc muốn trở thành Phật Satori với nhục thân đang mang nầy, ở trong Chơn Ngôn Tông có nói về lời dạy của Chơn Ngôn bí mật, gồm: thân, khẩu, ý của mọi người tích chứa việc thiện hạnh và kết quả đầu tiên sẽ đạt đến quả vị Satori. Lại nữa với chúng ta cảm giác cũng như tinh thần hoàn toàn thanh tịnh như trong Kinh Pháp Hoa đã nói về nơi đó, thân thể của chúng ta cùng với miệng và ý phải chỉnh đốn, tích chứa niềm an lạc với hạnh từ bi là kết quả, việc đầu tiên là cảm được cái đức vậy.

Đồng thời những việc nầy, tất cả đều là những việc khó làm, việc của tất cả những người hiền, tâm thức đều tập trung với cái thấy chơn thật, căn cứ vào những việc làm thu hoạch được thì việc Satori có thể nói được. Việc sanh về Tịnh Độ của Đức A Di Đà Như Lai nghĩa là lần đầu tiên cánh cửa Satori được mở ra, nhưng chúng ta sanh về theo lời dạy của A Di Đà Như Lai; đây chính là Phật Đạo của Tha Lực Tịnh Độ Môn. Lại nữa, việc nầy ở cuộc đời nầy ta đang ở đây, nhưng từ thế giới nhứt định căn cứ theo sự rõ ràng quyết định của tín tâm, mà có thể thành lập thế giới.

Thế giới của sự tín tâm nầy rất dễ thực hiện, dẫu cho người nào ngu muội cách mấy đi chăng nữa thì cũng có thể thực hiện được, ngay cả người lành, người ác, không có phân biệt trong việc cứu độ qua lời dạy. Đại để là đối với thế giới nầy phiền não của chính mình và những việc ác chướng cứu độ, phòng ngừa cắt đứt, điều nầy rất là khó khăn.

Chơn Ngôn và Pháp Hoa theo lời dạy thực tiễn là dẫu cho tôn trọng chư Tăng thì thân nầy được gọi là Phật hay vừa nói là lục căn (mắt, tai, mũi, lưỡi, thân, ý) thanh tịnh và ở mặt khác luôn cầu nguyện để mở cửa giác ngộ (Satori) cho cuộc đời vị lai. Với thân nầy cũng được biết rằng y nguyên mà Satori thì việc khai mở nầy thật là khốn khó vô cùng.

Hơn thế nữa giống như chúng ta không có năng lực gìn giữ giới luật, tự chính mình Satori là người không mở được (cánh cửa) trí tuệ, qua lời thệ nguyện của Đức A Di Đà Như Lai về lòng từ bi và trí tuệ sâu xa để cứu tế nhơn gian, bước lên con thuyền lớn của Bổn Nguyện đã nguyện cứu tế sinh mệnh, vượt qua khỏi bờ sanh tử khổ ải, thế giới chơn thật, đến bên kia bờ của Tịnh Độ. Bóng mây đen của sự phiền não trong chốc lát lại được trong lành, ánh trăng chơn lý ngay lập tức hiện ra. Tiếp đến cũng có thể chiếu đến thế giới. Sự ngăn lối của tâm thức như thế nào đi chăng nữa, thì các tà ma sẽ không nương theo những sự phiền não, ánh quang minh của sự cứu độ thế giới lần lần tiến tới, vượt qua tất cả các ngõ ngách. Tất cả những sinh mạng lúc ấy được lợi ích thì đây là cánh cửa ban đầu có khả năng Satori vậy.

Kết quả là ở đời nầy người được mở cánh cửa Satori, giống như Phật Đà Thế Tôn, mọi người phải biến đổi hình dáng và thay đổi cung cách để cứu độ, phải đầy đủ 32 tướng tốt như thân thể của Thế Tôn cùng với đặc trưng của tinh thần, hay là 80 tùy hình hảo (vẻ đẹp) hoàn toàn đầy đủ, nói pháp, hướng dẫn cứu độ mọi người; nhưng như thế có thể được chăng?

Nếu việc nầy có khả năng làm được thì ở trong đời nầy theo suy nghĩ có thể dùng thủ bổn (cánh tay chính) có thể mở cánh cửa Satori được.

Ngài Thân Loan Thánh Nhơn đã viết quyển "Hòa Tán" và ở nơi đó có nói rằng: "Dẫu có mang đến vật gì đi chăng nữa cũng không thể đập phá được, chờ đợi để quyết định thì tín tâm ấy phải cứng như đá kim cương vậy. Từ tâm cứu tế chúng sanh của Đức A Di Đà Như Lai phát ra ánh sáng trí tuệ qua người niệm Phật, đập nát để giữ gìn tín tâm của hành giả, sẽ giải phóng vĩnh cửu sự mê mờ của sanh tử". Điều nầy khi tín tâm quyết định, không thể sai là Đức A Di Đà Như Lai đối với người niệm Phật sẽ được nhiếp thủ (giữ gìn) ở trong lòng từ bi và trí tuệ của A Di Đà Như Lai; vì không xả bỏ nên kẻ niệm Phật sẽ sanh do lòng tin Đức A Di Đà Như Lai; với sự vĩnh viễn đối với địa ngục, ngạ quỷ, súc sanh, tu la, nhơn gian, thiên thượng, không còn lưu chuyển nơi thế giới mê muội ấy nữa; giải phóng được sự sanh tử dài lâu bị mê mờ ấy, điều nầy có thể nói được như vậy.

Thế giới của tín tâm tha lực bị ngộ giải, ở trong cuộc đời nầy suy nghĩ việc Satori sanh ra hỗn loạn. Đó là việc dài lâu. Chúng ta học và tin thâm sâu về Pháp cứu tế nhơn gian qua lời thệ nguyện của Đức A Di Đà Như Lai, là chặng đường ngắn nhất để đến quốc độ, nếu chúng ta học mở được sự giác ngộ (Satori) chánh chơn chánh minh (ghi nhớ không sai điều chơn chánh) ấy. Ngài Thân Loan Thánh Nhơn đã nói như vậy.

CHƯƠNG THỨ MƯỜI SÁU
SỰ HỒI TÂM VỀ SỰ CHUYỂN HOÁN PHƯƠNG HƯỚNG CỦA SINH MỆNH

Việc sanh về theo lời dạy của Đức A Di Đà Như Lai, kẻ có tín tâm, cái gì đó làm quy cách để lập phúc (đứng lên đùm bọc), làm việc ác, rồi khẩu luận với nhau, lúc mà khởi lên liền bỏ lại sau lưng. Vì sao vậy? Người ấy phải tập hợp sự hồi tâm lại, nhưng điều nầy phải đoạn trừ việc ác của chính mình và cũng suy nghĩ rằng đó gọi là tự lực để tự cứu mình qua việc tu những hạnh lành.

Một lòng đối với lời dạy của Đức Phật A Di Đà về việc vãng sanh, đối với người người tiến đến sự niệm Phật, việc hồi tâm có nghĩa là chỉ giới hạn trong một lần. Sự hồi tâm kia, có một ngày qua lời dạy của Đức A Di Đà Như Lai, có những người không rõ biết về lời dạy Bổn Nguyện Tha Lực, nhưng đối với lời dạy của Đức A Di Đà Như Lai, cho đến bây giờ tự ngã ngu ngơ của sự sanh kia, thực tế thì chẳng có hạnh phúc theo cùng; cho nên nói rằng qua lời dạy của Đức A Di Đà Như Lai chi phối việc sanh về ấy, gọi là hồi tâm. Hơn thế nữa cũng còn gọi là phương hướng chuyển hoán của cách sanh về và sự hồi tâm.

Nếu chúng ta đối với những việc chung quanh hằng ngày, tâm hồn phản tỉnh tốt đẹp vào sáng, tối; nếu có thể nói việc cứu độ nầy bắt đầu, thì không làm chướng ngại thân của ta, bởi chẳng biết khi nào khởi lên hiện thực, không phản tỉnh đối với việc ác biến đổi của tự mình, qua lối dạy dỗ để thấy, nếu con người khi chết mà chẳng được yên tĩnh, thì tất cả mọi người qua lời thệ nguyện của Đức A Di Đà Như Lai cứu độ, hầu như sẽ bị trở thành trống rỗng.

Đầu tiên là miệng vừa nói đến nơi chốn từ năng lực cứu độ của Đức A Di Đà Như Lai; ở nội tâm với kẻ ác, kẻ tội nghiệp sâu dày, dạy họ về sự cứu độ, đúng ra là chúng ta vượt lên khỏi sự nghĩ về nhơn gian; nhưng tuy nhiên, thực tế thì Đức A Di Đà Như Lai chắc chắn phải nghĩ rằng người làm lành được cứu là việc chẳng sai; nghi ngờ về việc làm của Bổn Nguyện; nương vào nơi lời dạy của Đức A Di Đà Như Lai và làm như cái tâm khiếm khuyết, phải niệm Phật có tính cách đạo đức chăng? Những người như vậy, ví dụ dẫu cho có vãng sanh về cảnh giới Satori đi nữa, nhưng chẳng thể đi về Tịnh Độ chơn thật; Phương Tiện Tịnh Độ, chỉ đi đến Tịnh Độ biến thể. (Dịch giả: như Thai cung Tịnh Độ hay Nghi thành Tịnh Độ), phải than lên rằng quá buồn thương .

Qua lời dạy tin theo Đức A Di Đà Như Lai nếu phát khởi lên, gặp được sự cứu độ chơn thật, rồi sanh về Tịnh Độ, thì người đó, là do việc làm của Đức A Di Đà Như Lai, chúng ta là con người, suy nghĩ lấy tự ngã làm trung tâm, tính toán chuyện nầy, chuyện kia, phải giữ lại. Dẫu cho chúng ta có làm việc ác đi chăng nữa, thì việc ác kia với chúng ta là con người, phàm phu được cứu vớt qua năng lực của Đức A Di Đà Như Lai, nếu được ngưỡng vọng, đối với việc làm của chính mình (đạo lý của tự nhiên) ưu tú, thanh tịnh sanh về, thì đối với tất cả tâm thức ấy phải nên nhẫn nại.

Toàn thể tất cả việc tiếp theo vì được sanh về Tịnh Độ, không chờ đợi nơi lợi khẩu, chỉ có thật tế là đối với ân đức sâu xa đối với sự cứu độ chúng ta của Đức A Di Đà Như Lai, thường thì chỉ quyến rũ về lời dạy được kính ngưỡng là điều tất yếu. Nếu như vậy thì niệm Phật Nam Mô A Di Đà Phật là sự tự nhiên từ cửa miệng của ta lưu xuất ra. Việc nầy gọi là việc làm tự nhiên vậy.

Ta thường hay suy nghĩ tính toán cái nầy cái kia mà trong tâm không có thế giới gọi là tự nhiên đó. Điều nầy lại nữa còn gọi là "Tha Lực" của cứu cực (thật sâu xa). Đồng thời tự nhiên có nghĩa là cái gì đó đặc biệt, tất cả như việc riêng biệt, rõ vật biết mặt, nói là hiển. Người nói được, gọi việc nầy để nghe, nhưng phải nói rằng chẳng có tình nghĩa gì cả.

CHƯƠNG THỨ MƯỜI BẢY
NƠI TỈNH NGỘ Ở THẾ GIỚI CỦA SỰ CHƠN THẬT
(TỊNH ĐỘ CỦA PHƯƠNG TIỆN)

Khác với người vãng sanh về thế giới chơn thật với lòng tín thuận theo lời dạy của sự chơn thật, là Tịnh Độ phương tiện; người sanh về bên cạnh Tịnh Độ, kết cuộc có người nói rằng không bị rơi vào địa ngục. Tuy nhiên giống như lời dạy nầy, thực tế lấy từ văn hiến nào làm căn bản, những căn cứ hầu như không có. Có thể cũng là do các học giả nói ra chăng? Thật là buồn! Lời dạy của Đức A Di Đà Như Lai nói đúng theo kinh điển và các sách chú thích. Như vậy lấy từ đâu ra mà có sự sai biệt ấy? Không thể lãnh hội giải thích đúng đắn theo lời dạy của Đức A Di Đà Như Lai được; chẳng đầy đủ để người ta sinh ra tín tâm, dẫu cho có nói thế nào đi chăng nữa thì cũng không thể thoát ra khỏi hoàn cảnh tự kỷ chung quanh để sanh về được. Sự lầm đường của tự ngã là do nghi ngờ lời thệ nguyện của Đức A Di Đà Như Lai, nên không thể vượt qua được, vì không thể có sự tín thuận theo vậy.

Tuy nhiên nhờ vào cái đức của sự niệm Phật, có thể sanh về Tịnh Độ được, nhưng Tịnh Độ ấy là không phải chơn thật Tịnh Độ như xưa nay. Từ đó cách xa, cho nên gọi những người như vậy là sanh về bên cạnh Tịnh Độ (Dịch giả: đó là thai cung Tịnh Độ hay nghi thành), vì nghi ngờ Phật trí của sự chơn thật. Chỉ có điều là khi sanh về đó không bị rơi vào thế giới địa ngục nữa. Ở thế giới đó quá tin về tự kỷ; tội nghi ngờ về sự chơn thật sâu dày, mất đi sự tỉnh thức, tương lai sẽ sanh về Tịnh Độ chơn thật và sẽ được Satori thành Phật, học hỏi. Điều nầy đối với chúng ta thì dẫu sao đi chăng nữa, với tự ngã ngu ngốc kia việc sanh sẽ tiếp tục, bởi lẽ không tin theo sự chơn thật của Đức A Di Đà Như Lai nên không thể được, cuối cùng thì những người của Chơn Tông đã nghiên cứu, bởi tín tâm của hành giả ít ỏi, nên nhiều người ít nhất trước mắt cho rằng Tịnh Độ bên cạnh là Tịnh Độ giả (phương tiện) ra để sanh về; điều nầy có thể giải thích rằng do lòng đại bi của Phật làm cho thấy được sự chơn thật.

Đồng thời nếu người được sanh về Phương Tiện Tịnh Độ mà còn rơi vào địa ngục thì lời dạy sanh về Tịnh Độ là hư dối mất; cho rằng khi nghe Đức A Di Đà Như Lai, tín thuận theo với tâm hoan hỷ của người niệm Phật thì tất cả đều bình đẳng được cứu độ, như thế lời dạy của Thế Tôn trở thành hư dối mất. Điều nầy có thể nói rằng đó là tội hư vọng về lời dạy của Phật Đà Thế Tôn.

CHƯƠNG THỨ MƯỜI TÁM
SỐ LƯỢNG BỐ THÍ VÀ SỰ LỢI ÍCH (HẠNH PHÚC) KHÔNG CÓ SỰ LIÊN HỆ VỚI NHAU

Đối với người học Phật Pháp thường cho rằng nếu bố thí nhiều sẽ trở thành vị Phật lớn; người bố thí ít sẽ trở thành vị Phật nhỏ; nhưng điều nầy sự thật là thâu nhận vào không đầy đủ, ngu ngơ nói điều chẳng có vậy.

Thứ nhất: Tự chính mình chia ra Phật lớn Phật nhỏ rồi quyết định, là một sự ngộ nhận rất lớn. Thật ra có kinh chép cho biết rằng thân thể của Như Lai làm Giáo chủ cõi Tịnh Độ A Di Đà Như Lai to lớn (sáu mươi vạn ức v.v...). Điều nầy cho biết là thân Phật chơn thật thì không có màu sắc và hình dáng và từ đó chúng ta là con người cùng giải thích như thế đó, là một phương pháp.

Thân thể của Phật qua sự thể đắc chơn thật thì dài, ngắn, tứ giác hay tròn trịa, không có hình tướng. Lại nữa Phật thân kia (chơn lý) cũng chẳng phải màu xanh, màu vàng , màu đỏ, màu trắng hay màu đen, tất cả đều rời khỏi hình tướng nầy. Tại sao lại nói lớn hay nhỏ? Từ tâm, niệm lên câu Phật hiệu Nam Mô A Di Đà Phật, với chúng ta thấy được giả tướng của Phật và nghe lời nói qua kinh điển, vì vậy cho nên nói rằng niệm Phật lớn tiếng sẽ có thể thấy Phật lớn, niệm Phật nhỏ tiếng sẽ thấy Phật nhỏ. Điều nầy phải nói là hoàn toàn không đúng.

Hoặc giả nói rằng lời của kinh điển nói như thế nầy, nói như thế kia chăng?

Đồng thời ở Phật Pháp việc bố thí nghĩa là làm việc Dana Paramita (Đàn Ba La Mật), rất cần thiết. Hành vi của việc bố thí không bao giờ phủ định.

Chỉ có điều quan trọng là dẫu cho có dâng cúng trước Phật những phẩm vật tốt đẹp như ngọc ngà châu báu, kể cả cúng cho Thầy mình, Tăng lữ v.v... nhưng đối với sự chơn thật của Phật, lòng tin theo và tín tâm không có thì không thành tựu một việc gì cả.

Ngược lại, ví dụ như dẫu cho không dâng cho Phật Pháp một tờ giấy, một ít tiền, mà đối với sự chơn thật của Phật nếu mà có tâm cung kính, tâm tin tưởng thì với điều nầy phải nói rằng đấy là hợp với bổn ý của Đức A Di Đà Như Lai.

Như thế nầy việc bố thí nhiều hay ít có sự lợi ích khác nhau là điều ngộ nhận. Kết cuộc, đối với việc nắm bắt được Phật Pháp, vì muốn làm mãn nguyện cho vật dục (sự mong muốn) của mình, chi phối những người niệm Phật Chơn Tông. Tâm hồn ô nhiễm nên đã sản sinh ra như vậy; muốn được chấp nhận là điều ngộ nhận, không thể nói được rằng đó là điều uy hiếp người niệm Phật của Chơn Tông chăng? Quyết rằng phải đúng như thế.

LỜI CUỐI
NIỀM TIN CỦA AI CŨNG GIỐNG NHAU CẢ

Như bên trên, từ Chương thứ 11 cho đến Chương thứ 18 có thể nói rằng đó đây niềm tin có những sự khác biệt, sanh ra chuyện ngộ giải.

Ngài Thân Loan Thánh Nhơn sanh tiền đã nói những việc như sau: Thầy, Pháp Nhiên Thượng Nhơn khi còn sanh tiền những bạn đồng tu (đồng bằng) niệm Phật có nhiều người tham gia, nhưng cũng có rất nhiều người trong đó có tín tâm giống như Pháp Nhiên Thượng Nhơn, cho nên giữa Thân Loan Thánh Nhơn và những đồng bằng (đồng là bằng hữu) đã có một buổi tranh luận về pháp.

Pháp Luận đó là: "Ta, Thân Loan (Thiện Tín Phòng) cũng có tín tâm và tín tâm của Pháp Nhiên Thượng Nhơn cùng một thứ, chẳng có gì thay đổi cả". Ngài Thân Loan đã nói như vậy. Đoạn, đồng bằng Thế Quan Phòng, hay cũng nói là Niệm Phật Phòng bất chợt cùng với những người ấy nói rằng: "Ông đã suy nghĩ sai rồi! Tín tâm của Thầy chúng ta là Ngài Pháp

Nhiên và Ông là người niệm Phật chưa thành thục, nên tín tâm không thể giống được".

Đoạn, Thân Loan Thánh Nhơn lại nói rằng: "Thầy của ta là Ngài Pháp Nhiên Thượng Nhơn và sự học vấn của ta cũng như trí tuệ nếu giống nhau, điều đó chẳng phải là sự suy nghĩ đã hiện ra. Thầy và ta hoàn toàn không có sự so sánh về bề mặt, chỉ có một điều tín tâm là do Đức A Di Đà Như Lai ban cho và theo đó thì tín tâm của Thầy và tín tâm của ta hoàn toàn chẳng có gì sai khác cả. Chỉ là một mà thôi".

Tuy nhiên, đồng bằng hầu như chẳng hiểu được điều nầy, nên đã hỏi một cách nghiêm nghị với Thân Loan Thánh Nhơn rằng: "Thật ra chẳng có chuyện khờ khạo nào cả, nhưng tại sao có thể nói việc như vậy?".

Nguyên là như vậy, nhưng cũng chẳng xong, cho nên đến trước Pháp Nhiên Thượng Nhơn để hỏi điều nào là đúng. Ngoài việc Thượng Nhơn quyết định ra, chẳng có ai có thể cả; việc nầy đẩy đến sát bên, nên Thầy là Pháp Nhiên Thượng Nhơn đã nói rằng:

"Với ta, tín tâm của Nguyên Không (Tức Ngài Pháp Nhiên) cũng được từ Đức A Di Đà Như Lai ban tặng, Thiện Tín Phòng (Ngài Thân Loan) cũng có tín tâm do Đức A Di Đà Như Lai ban tặng. Đồng thời tín tâm ấy hầu như hoàn toàn giống nhau, chẳng có gì thay đổi cả. Nếu ta là người có mang theo tín tâm khác biệt thì việc vãng sanh Tịnh Độ của ta sẽ không thể quyết định được.

Nếu suy nghĩ những việc nầy thì ngay bây giờ cũng một lòng tiến tới niệm Phật, trong số người đó có ta và Thân Loan "tín tâm" ấy cùng là một tín tâm, mà cũng có người không có được chăng? Đã khảo xét và đã được nói như vậy.

Bây giờ như bên trên đã được tường thuật, điều nào mà những người lớn tuổi đã lặp lại, những loại ấy chẳng có giá trị cũng chẳng biết nữa, nhưng viết để xem thử. Đời sống của ta (Thân Loan) sẽ mau khô héo như sương trên đầu ngọn cỏ, bởi thế nên nghĩ rằng mạng ta cũng không ngoại lệ; cho nên sinh mệnh nầy chỉ giới hạn, bây giờ ta nghe được những nghi vấn của những người cùng đi trên một con đường tín tâm giống nhau.

Thân Loan Thánh Nhơn đã trực tiếp nói về việc nầy và tín tâm của Tịnh Độ Chơn Tông như vậy là câu chuyện cũng có thể.

Tuy nhiên sau khi ta mất, ta nghĩ rằng chắc chắn mọi người sẽ dị đoan, chẳng lan truyền ra sao? Cho nên ghi lại một ít nầy. Nếu mà ta, như trước đã thuật lại về dị đoan, có người chủ trương thuyết khác, nếu có nói phạm đến, thì bây giờ cố Thân Loan Thánh Nhơn, tự quyết định về lời nói và những kinh điển cần thiết cũng như sách vở chú thích thật kỹ để xem, làm cho mọi người không bị mê hoặc.

Phật Pháp thật là khó khăn, cho nên phải học điều chánh đáng, không thì bị phản ngược lại. Cuối cùng lời dạy của Tịnh Độ nói về việc trở thành Thánh và cũng như lời dạy ở trong kinh điển, là những điều chơn thật, hay giả, hay phương tiện đều có. Đồng thời hãy xả bỏ phương tiện, nắm giữ sự chơn thật; đối với việc giả đưa ra thì đã có sự chơn thật được dùng đến, nhưng bổn ý của Ngài Thân Loan Thánh Nhơn là sự thể hiện vậy. Dụng tâm đầy đủ, học tập kinh điển và sách vở chú thích lời dạy chơn thật cùng lời dạy phương tiện, cùng hổn hợp với nhau nên không học theo đó.

Bởi vì có sự lo lắng như vậy, nên những lời nói quan trọng tìm cách tiếp tục chọn ra một ít để viết.

Từ những việc sinh hoạt hằng ngày của Thân Loan Thánh Nhơn, những việc nói qua truyền khẩu như nói rằng:

"Đức A Di Đà Như Lai kể từ xa xưa đến nay thời gian dài lâu cả 5 kiếp, bổn nguyện của Đức A Di Đà Như Lai thành tựu việc cứu tế nhơn gian, suy tư như vậy cũng gọi là thệ nguyện. Kết cuộc với ta, Thân Loan chỉ vì một mình ta lo ngại. Ta với tội nghiệp của mọi người đang mang theo tội nghiệp sâu nặng ấy vào thân, nhưng với tội nghiệp sâu dày đó phiền não nhiều như ta, suy nghĩ là được cứu độ, là do tôn kính Bổn Nguyện của Đức A Di Đà Như Lai, không thể không cảm nhận được sự tuyệt vời đó".

Nếu suy nghĩ như việc nầy thì đại thành giả Tịnh Độ Giáo của Trung Quốc là Thiện Đạo Đại Sư cũng đã bảo rằng: "Ta gọi con người, bây giờ, hiện đang mang tội lỗi và việc ác nặng nề, vì đã mê mờ về vấn đề của sự chết ở trước; kể từ xa xưa lắm rồi cho đến bây giờ là thế giới mê muội, bị chìm đắm nơi địa ngục, ngạ quỷ, súc sanh, a-tu -la, nhơn gian, thiên thượng giới v.v... được gọi là lục đạo; có người tốt, có người mê, rồi một bước, thân cũng không đến được. Vậy hãy nên rõ biết "Những lời nói như vậy hoàn toàn chẳng sai khác".

Suy nghĩ từ việc nầy thì lời nói của Ngài Thân Loan Thánh Nhơn là vì tự mình thấy tội lỗi sâu dày của nhơn gian, chúng ta vừa phạm vào nhiều tội lỗi và việc ác, chỉ riêng tự chính mình với tội ác thâm sâu đó, không thể không lo ngại; đồng thời cứu những tội lỗi sâu xa ấy cho chính mình thì chỉ có ân đức cao dày của Đức A Di Đà Như Lai, nếu chẳng rõ biết tôn kính, thế giới tự ngã, thế giới của dục vọng, thế giới của khổ đau bị mê hoặc nơi đó, phải được rõ biết.

Đồng thời với trí huệ tôn kính Đức A Di Đà Như Lai, với ân đức sâu dày lo ngại, ta cũng cùng với những người khác cũng như vậy; chỉ biết người nầy lành, người kia ác, điều đó là sự ngộ giải hay điều nầy chính đáng v.v... chỉ nói quanh quẩn khi sống.

Việc của chúng ta như vậy mà chẳng thấy được chăng? Ngài Thân Loan Thánh Nhơn đã nói rằng: "Việc thiện ác đối với ta, hầu như không rõ biết. Nghĩa là với ta nếu nhận thức được sự không sai biệt về sự chơn thật như Phật đã giác ngộ thì việc ngộ giải sẽ không có đổng tế lực (lực nhỏ hổng), mang theo lực phê phán v.v... với việc lành hay việc dữ. Như vậy việc lành và việc dữ theo đó mới có thể rõ biết được. Thế nhưng với ta sự giận dữ, nóng nảy, si mê, ganh tị, mang theo đầy dẫy sự phiền não nơi thân. Chúng ta lại còn sanh ra nơi thế giới vô thường, nhiều khổ đau đầy dẫy nữa.

Ta như thế, tại sao thiện và ác làm sao có thể suy nghĩ cho đúng được? Nếu suy nghĩ lại thật kỹ thì con người suy nghĩ ở thế giới nầy, việc làm hầu như hư ngụy, không triệt để, chỉ phán đoán nửa chừng, một cái gì đó, thanh tịnh, chơn thật để gọi thì không có. Chỉ có Đức A Di Đà Như Lai tự giác, rõ biết được lý pháp chơn thật, là đạo lý, nhưng chúng ta trên việc sinh sống là điều không thể thiếu được".

Thật tế thì theo như lời nói nầy của cả ta và người khác khi mở miệng ra chỉ nói những chuyện khinh khi, hư vọng, nhưng ở trong đó chỉ có một loại phải than lên. Đó là: miệng niệm Nam Mô A Di Đà Phật với tâm đầy cảm giác ở hình thức tín tâm cùng nhau hỏi đáp, khi người khác có thể nói được, lời nói của người làm cho trở ngại, vì chẳng để nghị luận, nên hoàn toàn Thân Loan Thánh Nhơn đã chẳng nói đến". Ngài Thân

Loan Thánh Nhơn vừa nói, phía đối diện lại làm thinh; thật tế không có tình, buồn lắm đấy!

Những việc như vậy chẳng phải là lời nói và sự suy nghĩ của đối thủ của ta. Đó chính là lời nói của chính tự Ngài Thân Loan Thánh Nhơn vậy; nhưng làm cái gì đó, giống người ít học như ta, không rõ biết hết ý nghĩa của kinh điển và những sách vở đã giải thích; lời dạy sâu sắc thật nông cạn không có phân biệt được, vì tối tăm khi học Phật Pháp, nên chắc rằng chuyện kỳ cục suy nghĩ cũng có nhiều.

Tuy nhiên bây giờ cố Thân Loan Thánh Nhơn đã nói lời dạy quan trọng rào cản một phần trăm, chính chỉ là một sự ngay thẳng, nghĩ như vậy nên viết theo thói quen.

Cùng nhau hạnh phúc gặp lời dạy của A Di Đà Như Lai, vừa niệm Phật là nhơn duyên sinh ra trí tuệ, mà không gặp được lời thệ nguyện của Đức A Di Đà Như Lai để cứu độ nhơn gian thì đúng là không thể nào vãng sanh về Tịnh Độ chơn thật được. Tịnh Độ bên cạnh, gần bên bờ Tịnh Độ chỉ là Phương Tiện hóa độ (thế giới giả), sinh ra nơi đó, quả thật là buồn.

Đã đón nhận được lời dạy hoàn toàn giống nhau, tin tưởng nơi lời dạy của Đức A Di Đà Như Lai vừa niệm Phật, nhưng lại khác tín tâm, hiểu sai với lý giải tín tâm ấy thì chẳng nên cầm bút mà khóc than vậy. Điều nầy đã thực hiện như thế. Quyển sách nầy là quyển sách đối với người khác tín tâm, buồn mà viết than như vậy, nghĩ rằng nên gọi là: "Thán Dị Sao", quyết định không cho người khác xem một cách hời hợt vậy.

LỜI PHỤ

Thời kỳ của Goto Bain (Hậu Điểu Hạc Viện) (1180-1239) là lúc mà Pháp Nhiên Thượng Nhơn dùng Niệm Phật Tông với Bổn Nguyện Tha Lực rất hưng thịnh. Lúc ấy các vị Tăng của chùa Hưng Phước đã mang ý kiến đến để địch lại việc làm thấy nghe, tâu lên trên (Vua). Nghĩa là (báo cho chính quyền biết) trong những môn đệ của Pháp Nhiên Thượng Nhơn chấp trước, có người phi đạo hạnh. Như thế đó, tội không có thật mà kết thành tội. Tiếp đây là sự việc.

Thứ nhất là Pháp Nhiên Thượng Nhơn cùng với môn đệ 7 người bị tội lưu đày. Lại nữa trong đó có 4 người bị tử tội. Pháp Nhiên Thượng Nhơn bị đày ra Dosakoku (Thổ Tả Quốc) (thuộc huyện Cao Trí) ở tại Hata (Phiên Đa); cùng với tội nhơn tên là Đằng Tỉnh Nguyên Sam. Lúc ấy Ngài đã 76 tuổi.

Lại nữa Ngài Thân Loan thì ở Echigo (Việt Hậu) (Huyện Nigata - Tân Tích) cùng với tội nhơn tên Đằng Tỉnh Thiện Tín (Joshigine), lúc ấy Ngài 35 tuổi. Ngoài ra thì Jijou Monbou (Tịnh Văn Phòng) bị đày đi Bingonokuni (Bị Hậu Quốc) (thuộc huyện Hiroshima đông bộ); Chousai (Trừng Tây Thiện Quang Phòng) ở Houkinokuni (Bá Kì Quốc) (thuộc Huyện Điểu Thâu

Tây Bộ); Hảo Giác Phòng ở Izunokuni (Y Đậu Quốc) (thuộc Huyện Sizuoka Đông Bộ); Ngyoukuu (Hành Không Pháp Bổn Phòng) ở Sadonokuni (Tả Độ Quốc) (thuộc Huyện Nigata - Tân Tích Đông Bắc Đảo Bộ) bị lưu đày ra đó; Kosai Joukaku (Hạnh Tây Thành Giác Phòng) và Zenne (Thiện Tuệ Phòng) cả hai người được quyết định là lưu đày đi ra khỏi nước xa xôi; nhưng chùa Vô Động của Đại Tăng Chánh Thiện Để (Thầy xuống tóc của Ngài Thân Loan Thánh Nhơn là Jichin kashou jinen - Từ Trấn Hòa Thượng Từ Viên) vì hai người (bên trên) tuổi cao nên miễn tội bị lưu đày.

Bên trên là 8 vị phải bị lưu đày xa nước (Ghi chú: phạm vi chỉ trong những tỉnh hay quận của xứ Nhật, nhưng ngày xưa gọi là nước). Lại còn những người bị tử hình như sau:

Một là: Saii zenshakubou (Tây Ý Thiện Trác Phòng).

Hai là: Shouganbou (Tánh Nguyện Phòng).

Ba là: Juurenbou (Trụ Liên Phòng).

Bốn là: Anrakubou (An Lạc Phòng).

Điều nầy được hiểu là Nii Houin Soncho (Nhị Vị Pháp Ấn Tôn Trưởng).

Ngài Thân Loan bị đày đi Việt Hậu, thay đổi hình dạng Tăng lữ, ngoài ra được ban cho tục danh. Thế là ta không còn là một Tăng lữ nữa. Tuy nhiên đơn giản không thể gọi là người thế tục được. Đồng thời mang chữ Ngốc (Toku) theo lời nguyện ước của chính mình làm tánh (danh tánh). Họ (Chính quyền) đã chấp nhận. Khi viết trạng (tấu trình) bây giờ cũng còn thấy sót lại ở Gekinocho (Ngoại Kỳ Sảnh) (Shouchoku - Chiếu sắc khởi thảo và kỷ lục của Thượng Tấu Văn v.v... còn lưu lại ở chấp vụ dịch sở của Ngoại Ký). Đồng thời khi lưu đày ở Việt

Hậu thường hay viết với danh hiệu là Gutoku Shinran (Ngu Ngốc Thân Loan).

Sách gốc

Bên trên (hữu = phải) một quyển với lời dạy vãng sanh đối với chúng ta của Đức A Di Đà Như Lai; phải nói rằng đây là quyển sách cực quan trọng. Quá khứ (đời trước) không có nhân duyên để lãnh hội được Phật Pháp, thì không nên cho xem một cách dễ dàng quyển sách nầy.

Saku Rennyo (Thích Liên Như) Hoa Giáp.

Đây là quyển sách hiện còn, là quyển sách tối cổ viết bằng tay của Liên Như (1415-1499) lấy đây làm bản gốc. Để dễ đọc thì mong rằng:

1) Đọc bằng văn chữ Hán.

2) Nguyên tắc của chữ Hán, thường dùng chữ Hán.

3) Phiến Giả Danh và Bình Giả Danh (Katakana và Hiragana).

4) Thích nghi, tạo độc điểm và câu độc điểm.

5) Bổn văn có tính cách lịch sử dùng tiếng thông dụng (gana).

6) Furi Giả Danh và Hiện đại giả danh gần giống với nhau.

Vị nào muốn lời nói nầy nguyên văn từ âm hưởng lịch sử là điều có thể; nhưng một người cũng là nhiều, đồng thời đầu tiên "Thán Dị Sao" vị nào được cầm vào trong tay thì xin đọc với sự lưu tâm. Nghĩ rằng đó là sự hứa khả vậy.

LỜI SAU CÙNG

Quyển sách nầy đối với tôi (tác giả) có liên quan đến với quyển sách thứ 3 thuộc "Thán Dị Sao". Có thể quyển liên quan đến Thán Dị Sao theo tác giả nghĩ thì đây là quyển sau cùng. Lần nầy chấp bút hoàn toàn không xem lại những quyển đã viết trước với tâm như vậy.

Điều nầy ở thời điểm hiện tại tác giả đã trực tiếp với Thán Dị Sao, bởi vì muốn rằng trực tiếp viết, nên bây giờ đọc xem lại thử, mắt chưa thấy đầy đủ, nhưng đối với Tác giả quyển sách nầy, muốn quên một quyển sách khác, mà hơn 50 năm về trước với Tác giả là một quyển sách như là sự cáo bạch về tín ngưỡng; nói như vậy cũng tốt thôi.

Toàn thể Thán Dị Sao có 18 chương tất cả. Đặc biệt suy nghĩ rằng những năm sau nầy mong mỏi thích viết về vấn đề của nhơn gian dị nghĩa và sau khi viết "Thán Dị Sao của nhơn gian tượng" từ những vị độc giả mong muốn, yêu cầu (tác giả) làm sao viết được phần sau của dị nghĩa, đã nhận được như vậy, nhưng lần nầy cơ duyên mới thành thục, nên hình thức nầy là kết quả. Một chút gì đó cảm thấy đã nhẹ hai vai đã mang vác.

Như những điều đã rõ ở 10 chương đầu của Thán Dị Sao là sự hiển thị lời lẽ dạy bảo của Ngài Thân Loan (Tiên Bối, Pháp ngữ biên, Sự huấn biên, Sự giáo giới của Thân Loan v.v... là những tên sách được đặt). Tám chương sau đương thời là dị nghĩa, chỉ cho việc khác với lời dạy về niệm Phật (dị nghĩa biên, thán dị biên v.v... được nói đến).

Đặc biệt với tác giả là 8 chương sau ở trước mắt, tuy đối với dị nghĩa, nhưng lời dạy chính đáng trở thành rõ ràng. Lại nữa lúc nghĩ đến bối cảnh sinh ra dị nghĩa, ở đó nhiều người đã theo học.

Ví dụ điều sâu thẳm của người đề xướng ra dị nghĩa là vấn đề của nhơn gian. Cuối cùng danh văn (thích được biết tên); lợi dưỡng (nhận tiền bạc), thắng tha (vì sự chi phối người khác)... làm cho chúng ta phải đuổi theo, rồi nghiên cứu suy nghĩ sâu xa. Suy nghĩ về nhơn gian của chúng ta, việc làm thời đại của Thán Dị Sao cũng như bây giờ, cũng chẳng có thay đổi là bao nhiêu.

Người học Phật Pháp là học về nhơn gian. Tác giả tự học bởi chính mình; ngoài việc học Phật Pháp ra, không có học gì cả. Học về con người, tác giả tự học; hoạch đắc (nhận được) bởi tự thân mình. Sự hồi phục về sinh mệnh là kết quả tất cả về việc học Phật Pháp. Tác giả từ Thán Dị Sao đã học được điều nầy. Một cho đến nhiều người nếu đọc được (quyển sách nầy) hãy cho ý kiến, hay phê phán v.v... thật là hoan hỷ vô cùng không có gì hơn nữa.

Cuối cùng được tham khảo, đăng tải với người chấp bút; với trường hợp nầy xin mượn lễ sâu xa để tạ vậy. Lại nữa Ông Hắc Thần Trực Giả của Bộ Biên Tập thuộc Đại Pháp Luân Các trong khi liên lạc đã nhờ cậy quá nhiều và nhờ nhiều người đã vận hành tạp chí, nên xin vô vàn cảm tạ.

Tháng 9 năm 2001

Tác giả: Yamazaki Ryuumyou (Sơn Khí Long Minh)

TIỂU SỬ TÁC GIẢ

Yamazaki Ryuumyou (Sơn Khí Long Minh) sinh năm 1943 tại Tokyo. Học xong Đại Học và Đại Học Viện Otani.

Giảng sư Đại Học Long Cốc.

Giảng Sư Tây Bổn Nguyện tự giáo học bổn bộ Giảng sư của trung tâm Asahi Karuchan Giảng Sư tại Trung Tâm Văn Hóa NHK.

Hiện tại: Giáo Thọ của Vũ Tạng Giả nữ tử Đại Học Giảng sư của Komazawa (Câu Trạch) Đại Học Giảng sư của Đông Kinh Phật giáo Học Viện.

Trụ Trì (Chức) Bổn Nguyện tự, Phái Pháp Thiện tự (Mỗi tháng khai mở hai lần Pháp thoại tại chùa).

Phát ngôn mạnh mẽ về sự kiện Um, được đánh giá rất cao.

Sách viết chính: *"Sự Tái sanh của Thân Loan"*, *"Thán Dị Sao của nhơn gian tượng"*, *"Chơn Tông và Xã Hội"* (Đại Tạng xuất bản), *"Thân Loan luận khảo"* (Vĩnh Điền Văn Xương đường); *"Phật giáo của sự tái sanh"* (Mainichi Shinbumsha - Mỗi Nhật Tân Văn xã), *"Học về những lá thư của Thân Loan Thánh Nhơn"* (Bách Hoa Uyển), *"Phật giáo chẳng ra sao cả"* (Phương Trượng đường xuất bản và những sách khác.

SỐNG VỚI THÁN DỊ SAO

(Nguyên văn - dịch thêm hiện đại ngữ).

Phát hành lần đầu tiên vào ngày 10 tháng 10 năm Bình Thành Thứ 13 (2001).

Phát hành lần thứ ba vào ngày 4 tháng 11 năm Bình Thành thứ 17 (2005).

Tác giả: Yamazaki Ryuumyou (Sơn Khí Long Minh).

Phát hành: Isihara Daido (Thạch Nguyên Đại Đạo). Nơi in ấn: Tam Hiệp Mỹ Thuật Ấn Loát Châu Thức Hội Xã. Nơi phát hành: Hữu hạn hội xã Đại Pháp Luân Các Tokyoto Shibuyaku Higashi 2-5-36 Daisen Biru (Buiding). Tel. 03-5466 1401.

ISBN 4-8046-1176-2 C0015.

Dịch xong vào ngày 25 tháng 8 năm 2022 tại thư phòng Phương Trượng Đường Tổ Đình Viên Giác Hannover, Germany.

Ngày nầy cũng là ngày Tổng Thống Steinmeier của Cộng Hòa Liên Bang Đức và Bà Schwesig, Thủ Hiến Tiểu Bang Mecklenburg-Vorpommen đến thăm Tu Viện Lộc Uyển của Ni Trưởng Thích Nữ Diệu Phước ở Rostock, và dịch giả đã cùng đón tiếp Tổng Thống và Bà Thủ Hiến với Ni Trưởng Thích Nữ Diệu Phước, Thượng Tọa Thích Hạnh Giới cùng Quý Thầy, Cô và một số Phật tử trong và ngoài Tu Viện.

ĐÔI LỜI CỦA DỊCH GIẢ

Quý vị đang cầm trên tay mình tác phẩm thứ 70 của tôi, trực dịch từ tiếng Nhật sang tiếng Việt với nhan đề là "Thán Dị Sao" do Giáo Sư Yamazaki Ryoumyou (Sơn Khí Long Minh) cho xuất bản lần đầu tại Tokyo vào tháng 9 năm 2001. Tôi bắt đầu dịch sách nầy từ ngày 16 tháng 5 năm 2022 đến ngày 25 tháng 8 năm 2022 xong 370 trang tiếng Nhật bằng lối đánh máy thẳng vào Computer; chứ không viết tay như 69 tác phẩm trước.

Lý do tại sao tôi chọn tác phẩm nầy để dịch cũng chỉ là một sự tình cờ hay nói là nhân duyên thì đúng hơn. Đó là do tổ chức "Thế Giới Từ Thiện" từ Việt Nam trong thời gian qua đã ấn tống nhiều kinh sách Phật giáo, qua sự giới thiệu của Thượng Tọa Thích Nguyên Tạng, nên tổ chức nầy đã gửi nhiều kinh sách từ trong nước ra ngoại quốc để biếu tặng và từ đó chúng tôi có sự liên lạc với nhau. Gần đây nhất tôi đã nhận được Email của người có trách nhiệm trong việc xuất bản và ấn tống kinh sách Phật giáo ở Việt Nam viết rằng: Ở Việt Nam chúng ta đa phần theo Tịnh Độ Tông, nhưng những sách Phật giáo viết về Tịnh Độ Tông rất giới hạn, do vậy Tổ chức nầy cần những sách viết về Tịnh Độ bằng tiếng Nhật và nhờ tôi dịch sang Việt ngữ. Đây là lý do mà tác phẩm thứ 70 nầy mới được hình thành.

Tiếng Nhật tôi bắt đầu học tại trường Nhật ngữ ở Yottsuya, Tokyo vào mùa xuân năm 1972 đến mùa xuân năm 1973, đúng một năm, sau đó thi đậu vào ngành giáo dục tại Đại Học Teikyo thuộc thành phố Hachioji gần Tokyo và kể từ năm nầy đến tháng 4 năm 1977 hằng ngày tôi nói tiếng Nhật tại chùa Honryuji cũng như tại Đại Học. Thế rồi nhân duyên đưa đẩy, tôi lại sang Đức và ở lại Đức từ tháng 4 năm 1977 đến nay (2022) cũng hơn 45 năm rồi. Tổng cộng thời gian từ khi làm quen với mặt chữ tiếng Nhật đến nay là năm thứ 51. Trong thời gian dài lâu đó, tôi cũng đã dịch nhiều sách tiếng Việt sang Nhật ngữ như: Truyện cổ Việt Nam của tác giả Nguyễn Đổng Chi cũng như viết bài đăng báo trên các tờ Nguyệt san Thiếu nhi tại Tokyo. Đồng thời cũng đã dịch một số sách về các tông phái Phật giáo Nhật Bản từ tiếng Nhật sang Việt ngữ như: Thiền Lâm Tế Nhật Bản, Thiền Tào Động, Chơn Ngôn Tông Nhật Bản, Nhật Liên Tông, Tịnh Độ Tông Nhật Bản, Những mẩu chuyện linh ứng của Đức Địa Tạng Vương Bồ Tát ở Fuchu, Nghiên cứu giáo đoàn Phật giáo thời nguyên thủy v.v... Bây giờ nhân dịp nầy tôi đã tìm được quyển sách "Thán Dị Sao" nầy để dịch ra Việt ngữ. Phải nói rằng lần dịch nầy hơi khó hơn nhưng lần trước vì nhiều lý do như sau:

Tôi phải bỏ ra nhiều thời gian để tra tự điển từ tiếng Nhật sang tiếng Đức và viết ra thành tiếng Việt. Vì vậy có những tiếng Việt được dịch pha trộn cả ý của tiếng Nhật và Đức ngữ. Sở dĩ tôi chọn tra tự điển Nhật - Đức như vậy, vì muốn làm phong phú cho tiếng Việt của mình. Đồng thời nếu tiếng Đức không hiểu nữa thì phải tra tự điển Đức - Việt của Nguyễn Việt Hùng và Nguyễn Văn Lập. Phần Hán văn nếu không hiểu rõ nghĩa thì đã có tự điển Thiều Chửu đặt sẵn trên bàn viết rồi. Ngoài ra vì lâu lắm không sử dụng những từ ngữ nói chuyện hằng ngày, nên cũng lại phải tra tự điển, do vậy mà mất rất nhiều thời gian.

Tuy nhiên so với tác giả, Ông Yamazaki là Giáo sư Đại Học, khi viết quyển nầy Ông phải tốn thời gian đến 10 năm, vì bận rộn cũng như vì thận trọng với tác phẩm cũ xưa nầy. Riêng tôi chỉ tốn hơn 3 tháng để dịch, kể từ ngày 16 tháng 5 đến ngày 25 tháng 8 năm 2022; đúng 100 ngày như vậy, dịch phẩm nầy đã dịch xong. Thông thường mỗi quyển sách viết hay dịch từ ngôn ngữ nầy sang ngôn ngữ khác, tôi chỉ cần độ một tháng là nhiều.

Ngày 25 tháng 8 năm 2022 cũng là một ngày đặc biệt, vì Tổng Thống Steinmeier của Cộng Hòa Liên Bang Đức ghé thăm Tu Viện Lộc Uyển tại Rostock, nơi Ni Trưởng Thích Nữ Diệu Phước sáng lập Trụ Trì và ở đó tôi đã có một bài diễn văn ngắn để chào mừng Tổng Thống. Lẽ ra bài nầy tôi cũng đã đọc vào ngày 8 tháng 12 năm 2021 khi nhận giải thưởng cao quý của Cộng Hòa Liên Bang Đức (Bundesverdienstkreuz 1. Klasse) về các lãnh vực Văn Hóa, Giáo Dục và Tôn giáo do Tổng Thống ký vào ngày 20 tháng 8 năm 2021, nhưng vì dịch bệnh Covid 19 nên giải thưởng nầy được trao tại Thủ phủ Hannover. Hôm nay được trực tiếp đối diện với Tổng Thống là niềm vinh dự riêng của tôi và niềm hãnh diện chung cho cộng đồng Phật Tử Việt Nam tại Cộng Hòa Liên Bang Đức.

Khi đặt bút dịch tác phẩm nầy phải nói rằng tôi rất đắn đo suy nghĩ, bởi lẽ chỉ riêng từ "Thán Dị Sao" không thôi cũng cảm thấy lạ lùng rồi. Trong Đại Chánh Tân Tu Đại Tạng Kinh cũng có đăng tải, nhưng đọc chữ Nhật cổ xưa, thật ra tôi nắm bắt được rất ít ý chính. Nhìn tác phẩm nầy thấy có vẻ hiện đại, nên trước đó tôi đã bắt đầu đọc và nhân mùa An Cư Kiết Hạ ba tháng trong năm Nhâm Dần (2022), Phật lịch 2566, tôi bắt đầu công việc như thường lệ của gần 50 năm qua (bắt đầu viết và dịch từ năm 1974-2022). Trong sách có tất cả 18 chương và theo tác giả 10 chương đầu là do từ kim khẩu của Ngài Thân Loan Thánh Nhơn nói ra và 8 chương sau về sự khác biệt trong vấn đề thực hành pháp môn niệm Phật là do Ngài Duy Viên, đệ tử của Ngài Thân Loan trực tiếp viết và bình chú. Như vậy tổng cộng 18 chương của sách nầy tác giả vẫn là Ngài Duy Viên.

Theo Ngài Thân Loan, Giáo Tổ của Tịnh Độ Chơn Tông Nhật Bản cho rằng: Sở dĩ chúng sanh niệm Phật và cầu sanh được Tịnh Độ, là do Bổn Nguyện của Đức Phật A Di Đà qua lời thệ nguyện của Ngài, và sau khi lâm chung chúng ta được đón về đó chứ không phải do tự lực của chính mình. Đây là ý chính trong toàn thể nội dung của quyển sách. Cho nên chúng ta thấy tại Kyoto có chùa lớn tên là Bổn Nguyện gồm cả Tây và Đông ở gần nhà gare Kyoto, cũng là lý do chính của phái Tịnh Độ Chơn Tông khi thành lập chùa. Tịnh Độ Tông là nguyên thủy từ Trung Quốc truyền qua Nhật Bản và Nhật Bản lấy tư tưởng của 3 vị Tổ Tịnh Độ Trung Hoa là: Đàm Loan, Đạo Xước và Thiện Đạo làm chủ đạo. Ngài Pháp Nhiên, Thầy của Ngài Thân Loan nhận được tâm truyền từ Tịnh Độ nầy. Riêng Ngài Thân Loan, đệ tử của Ngài Pháp Nhiên, quan niệm về Tịnh Độ, khác với Thầy mình ít nhiều, nên gọi là Chơn Tông (không phải Chơn Ngôn Tông).

Tại sao gọi là "Thán Dị Sao"?. Chương đầu và nhất là ở trang 366 tiếng Nhật có giải thích rõ rằng: "Quyển sách nầy có tên là 'Thán Dị Sao', là quyển sách viết về lòng tin khác biệt, buồn thảm, nên than lên như vậy... không nên dễ dàng cho những người khác xem"; nhưng tại sao lại là niềm tin khác biệt? Sự khác biệt ấy như thế nào?

Chúng ta phải xem từ chương thứ 11 đến chương thứ 18 do Ngài Duy Viên giải thích thì sẽ rõ. Đó là:

"Những người niệm Phật cầu sanh Tây Phương Tịnh Độ của Đức Phật A Di Đà, nhưng tự nghĩ rằng do tự lực của mình niệm, nên được vãng sanh sau khi lâm chung". Ý kiến nầy hoàn toàn bị bác bỏ và Ngài Duy Viên cũng như Ngài Thân Loan cho rằng niệm Phật không phải do tự lực của mình niệm mà do tha lực của Đức A Di Đà Như Lai ban cho niềm tin ấy để tin theo và cầu được sanh về Tịnh Độ".

Ở điểm nầy chúng ta cần quan sát thêm như sau: Theo Ngài Duy Viên thì những ai nói rằng niệm Phật do tự lực mà được vãng sanh Tịnh Độ thì mới chỉ đến được Tịnh Độ bên cạnh thôi; chứ chưa được vào cảnh giới Tịnh Độ Chơn Thật của Đức Phật A Di Đà, nơi đây gọi là Thai cung biên địa hay nghi thành và ở đó từ từ tu lên cao hơn để nhập vào cảnh giới chơn thật của Tịnh Độ.

Nếu chúng ta dựa vào Kinh Đại Bát Niết Bàn và Kinh Quán Vô Lượng Thọ, phần quán thứ 16 về Hạ Phẩm Hạ Sanh thì những người sanh về đây là do phạm tội ngũ nghịch và nhứt xiển đề, nhưng với hai điều kiện là chính bản thân người niệm Phật ấy phải có tâm tàm quí, xấu hổ về những nghiệp cũ đã tạo ra và nhất là phải có những thiện hữu trí thức ở gần đó, khi cận tử nghiệp đến, khuyên ta phát tâm. Cuối cùng sẽ sanh về được hạ phẩm hạ sanh.

Do vậy cả hai tư tưởng truyền thống rút ra từ kinh điển và tư tưởng Tịnh Độ Chơn Tông của Ngài Thân Loan cũng như của Ngài Duy Viên có ít nhiều sai biệt. Để từ đó chúng ta có thể hiểu rõ Phật giáo Tịnh Độ Chơn Tông của Nhật Bản xưa nay chủ trương như vậy.

Phần sau của sách từ trang 310 đến trang 360 do Ngài Liên Như là Hoa Giáp sao lại bằng lối chép tay 18 chương nầy bằng chữ Nhật cổ ở thế kỷ thứ 15; thật tình đọc rất khó hiểu. Nhờ vào lời giải thích tỉ mỉ của Giáo Sư Yamazaki, nên tôi đã dịch trọn vẹn 18 chương nầy ra Việt ngữ, nhưng cũng chưa chắc đã lột tả được hết tất cả tư tưởng của Ngài Thân Loan và của Ngài Duy Viên. Thông thường khi dịch một quyển sách, trước đó phải đọc qua sách và mới bắt đầu dịch. Riêng cuốn "Thán Dị Sao" này tôi đã rất chú tâm đọc qua, nhưng tự nghĩ chưa chắc mình đã lãnh hội hết nội dung sâu sắc của Thánh ý. Do vậy việc phiên dịch sang Việt ngữ có thể cũng có chỗ sai sót. Kính mong chư Tôn

Đức Tăng Ni và quý độc giả lượng thứ cho sở tu và sở học của người dịch cũng chỉ mới đến đó mà thôi. Nếu có gì sai sót, xin quý Ngài và quý vị hoan hỷ chỉ giáo dùm cho. Người dịch tác phẩm nầy vô cùng thâm tạ.

Sách nầy không bán, do vậy sau khi giảo chánh xong, chúng tôi sẽ cho đăng trên các trang nhà và sẽ đưa về Việt Nam để tổ chức "Thế Giới Từ Thiện" cho xuất bản để gửi tặng đến những người đang tu theo Pháp Môn Tịnh Độ có nhiều tài liệu để nghiên cứu truy tìm. Đồng thời chúng tôi cũng vô cùng tạ ân tác giả Yamazaki cũng như các độc giả khắp nơi trên thế giới. Nếu không có Quý vị trợ duyên làm động lực thì tác phẩm nầy chưa chắc đã hoàn thành trong năm nay, để năm sau 2023 ra mắt với Quý độc giả đó đây.

Lời cuối con xin niệm ân Thầy Tổ, Cha Mẹ, Quốc gia, chúng sinh đã cho con có tấm thân tứ đại tương đối ít bệnh não ở vào tuổi 73 nầy để hoàn thành nhiều công trình, nhằm để lại cho nhiều thế hệ về sau, khi ai đó muốn nghiên cứu về Pháp môn Tịnh Độ.

Phương Trượng Đường Tổ Đình Viên Giác,

Hannover, Đức Quốc ngày 25 tháng 8 năm 2022.

Dịch giả: ***Thích Như Điển***

HÒA THƯỢNG THÍCH NHƯ ĐIỂN

- Thế danh: Lê Cường. Pháp tự: Giải Minh. Pháp hiệu: Trí Tâm

- Sanh: 28.06.1949 tại Xuyên Mỹ, Duy Xuyên, Quảng Nam.

- Học lực: Cử nhân giáo dục và Cao học Phật giáo tại Nhật Bản.

- Xuất gia năm 1964 tại Tổ Đình Phước Lâm, Hội An.

- Năm 1971: Thọ Tỳ Kheo giới tại giới đàn Tu Viện Quảng Đức, Thủ Đức.

- Năm 1972: Du học Nhật Bản.

- Năm 1977: Đến Đức vào với Visa du lịch; nhưng sau đó xin tỵ nạn tại Đức và ở Đức từ đó cho đến nay.

- Tháng 4 năm 1978 thành lập Niệm Phật Đường Viên Giác và sau đó trở thành Chùa Viên Giác tại Hannover.

- Từ năm 1978, 1979: Sáng lập Chi Bộ Giáo Hội Phật Giáo Việt Nam Thống Nhất Đức Quốc, thành lập Hội Sinh Viên và Kiều Bào Phật Tử Việt Nam tại Đức.

- Năm 1988 được tấn phong lên hàng Giáo phẩm Thượng Tọa tại giới đàn Đại Nguyện chùa Pháp Hoa Marseille, Pháp quốc.

- Ngày 28.6.2008 được tấn phong lên hàng Giáo phẩm Hòa Thượng tại Đại Giới Đàn Pháp Chuyên tại chùa Viên Giác Hannover, Đức Quốc.

- Đệ Nhị Chủ Tịch Hội Đồng Điều Hành GHPGVNTN Âu Châu nhiệm kỳ 2015-2019 và tiếp tục nhiệm kỳ 2019-2023.

- Phó Chủ Tịch Hội Đồng Tăng Già Thế Giới (World Buddhist Sangha Council - WBSC).

- Ngày 8 tháng 7 năm 2011, Hội Đồng Tăng Già Tích Lan và chính phủ Tích Lan đã trao giải thưởng cao quý cho HT Thích Như Điển và HT Thích Minh Tâm, tại Colombo thủ đô nước Tích Lan.

- Ngày 8 tháng 12 năm 2021, Tổng thống Cộng Hòa Liên Bang Đức trao tặng Huân chương Cao quý những người có công cho sự nghiệp Văn hóa Tôn giáo Xã hội của nước Đức (Bundesverdienstkreuz 1. Klasse).

- Đã sáng tác và xuất bản 70 tác phẩm và dịch phẩm từ các tiếng Việt, Anh, Hán, Nhật và Đức ngữ.

TÁC PHẨM ĐÃ XUẤT BẢN

1. *Truyện cổ Việt Nam* (Tập 1 & Tập 2) - Nhật ngữ- 1974, 1975
2. *Giọt mưa đầu hạ* - Việt ngữ - 1979
3. *Ngỡ ngàng* - Việt ngữ - 1980
4. *Lịch sử Phật Giáo Việt Nam Hải Ngoại trước và sau năm 1975* - Việt & Đức ngữ - 1982
5. *Cuộc đời người Tăng sĩ* - Việt & Đức ngữ - 1983
6. *Lễ nhạc Phật Giáo* - Việt & Đức ngữ - 1984
7. *Tình đời nghĩa đạo* - Việt ngữ - 1985
8. *Tìm hiểu giáo lý Phật Giáo* - Việt & Đức ngữ - 1985
9. *Đời sống tinh thần của Phật Tử Việt Nam tại hải ngoại* - Việt & Đức ngữ - 1986
10. *Đường không biên giới* - Việt & Đức ngữ - 1987
11. *Hình ảnh 10 năm sinh hoạt Phật Giáo Việt Nam tại Tây Đức* - Việt & Đức ngữ - 1988
12. *Lòng từ Đức Phật* - Việt ngữ - 1989

13. *Nghiên cứu Giáo Đoàn Phật Giáo thời nguyên thủy I, II , III* - dịch từ Nhật ngữ ra Việt & Đức ngữ - 1990, 1991, 1992
14. *Tường thuật về Đại hội Tăng già Phật Giáo thế giới kỳ 5 khóa I tại Hannover, Đức Quốc* - Việt, Anh, Đức ngữ - 1993
15. *Giữa chốn cung vàng* - Việt ngữ - 1994
16. *Chùa Viên Giác* - Việt ngữ - 1994
17. *Chùa Viên Giác* - Đức ngữ - 1995
18. *Vụ án một người tu* - Việt ngữ - 1995
19. *Chùa Quan Âm (Canada)* - Việt ngữ - 1996
20. *Phật Giáo và con người* - Việt & Đức ngữ - 1996
21. *Khóa giáo lý Âu Châu kỳ 9* - Việt & Đức ngữ - 1997
22. *Theo dấu chân xưa (Hành hương Trung quốc I)* - Việt ngữ - 1998
23. *Sống và chết theo quan niệm của Phật Giáo* - Việt & Đức ngữ - 1998
24. *Tiếp kiến Đức Đạt Lai Lạt Ma* - Việt & Đức ngữ - 1999
25. *Vọng cố nhân lầu (Hành hương Trung Quốc II)* - Việt ngữ - 1999
26. *Có và Không* - Việt & Đức ngữ - 2000
27. *Kinh Đại Bi* (dịch từ Hán văn ra Việt văn) - Việt & Đức ngữ - 2001
28. *Phật thuyết Bồ Tát Hành Phương Tiện Cảnh Giới Thần Thông Biến Hóa Kinh* - dịch từ Hán văn ra Việt ngữ - 2001
29. *Bhutan có gì lạ?* - Việt ngữ - 2001
30. *Kinh Đại Phương Quảng Tổng Trì* - dịch từ Hán văn ra Việt ngữ - 2002
31. *Cảm tạ xứ Đức* - Việt & Đức ngữ - 2002

32. *Thư tòa soạn báo Viên Giác trong 25 năm (1979 - 2003, 2004)* - Việt ngữ - 2003

33. *Bổn Sự kinh* - Dịch từ Hán văn sang Việt ngữ - 2003

34. *Những đoản văn viết trong 25 năm qua* - Việt & Đức ngữ - 2003

35. *Phát Bồ Đề Tâm kinh luận* - Dịch từ Hán văn sang Việt ngữ - 2004

36. *Đại Đường Tây Vức Ký* - Dịch từ Hán văn sang Việt ngữ - 2004

37. *Làm thế nào để trở thành một người tốt* - Việt ngữ - 2004

38. *Dưới cội bồ đề* - Việt ngữ - 2005

39. *Đại Thừa Tập Bồ Tát Học Luận* - Dịch từ Hán văn sang Việt ngữ - 2005

40. *Bồ Đề Tư Lương luận* - Dịch từ Hán văn sang Việt ngữ - 2005

41. *Phật nói luận A Tỳ Đàm về việc thành lập thế giới* - Dịch từ Hán văn sang Việt ngữ - 2006

42. *Giai nhân và Hòa Thượng* - Việt ngữ - 2006

43. *Thiền Lâm Tế Nhật Bản* - Dịch từ Nhựt ngữ sang Việt ngữ - 2006

44. *Luận về con đường giải thoát* - Dịch từ Hán văn sang Việt ngữ - 2006

45. *Luận về bốn chân lý* - Dịch từ Hán văn sang Việt ngữ - 2007

46. *Tịnh Độ tông Nhật Bản* - Dịch từ Nhật ngữ sang Việt ngữ - 2007

47. *Tào Động tông Nhật Bản* - Dịch từ Nhật ngữ sang Việt ngữ - 2008

48. *Pháp ngữ* - Việt ngữ - 2008

49. *Những mẩu chuyện linh ứng của Đức Địa Tạng Vương Bồ Tát* - Dịch từ Nhật ngữ sang Việt ngữ - 2009

50. *Nhật Liên tông Nhật Bản* - Dịch từ Nhật ngữ sang Việt ngữ - 2009
51. *Chân Ngôn tông Nhật Bản* - Dịch từ Nhật ngữ sang Việt ngữ - 2010
52. *Chết an lạc, tái sanh hoan hỉ* - Dịch chung với T.T. Nguyên Tạng từ Anh ngữ sang Việt Ngữ - 2011
53. *Chuyện tình của Liên Hoa Hòa Thượng* - Việt Ngữ - 2011
54. *Tư tưởng Tịnh Độ Tông* - Việt ngữ - 2012
55. *Những bản kinh căn bản của Tịnh Độ Tông Nhật Bản* - Dịch từ Đức ngữ sang Việt ngữ - 2012
56. *Dưới bóng đa chùa Viên Giác* - Việt ngữ, viết chung với Trần Trung Đạo - 2012
57. *Diệu Pháp Liên Hoa kinh Văn cú* - Dịch từ chữ Hán sang tiếng Việt - 2013
58. *Hương Lúa Chùa Quê (Hoài Niệm Tuổi Thơ)* - Việt ngữ viết chung với H.T. Thích Bảo Lạc - 2013
59. *Hiện tượng của tử sinh* - Việt ngữ - 2014
60. *Nhật Bản trong lòng tôi* - Việt ngữ - 2015
61. *Kinh Ngũ Bách Danh Quán Thế Âm Bồ Tát* - Chủ trì dịch và chứng nghĩa Việt văn từ bản Hán văn của Quý Thầy Hạnh Định, Hạnh Tâm và Hạnh Bổn - 2015
62. *Nước Úc trong tâm tôi* - Việt ngữ - 2016
63. *Nước Mỹ bao lần đi và đến* - Việt ngữ - 2017
64. *Thiền quán về Sống và Chết* - Dịch từ Anh ngữ sang Việt ngữ với TT. Thích Nguyên Tạng - 2017
65. *Mối tơ vương của Huyền Trân Công Chúa* - Việt ngữ - 2018
66. *Vua là Phật, Phật là Vua* - Việt ngữ - 2020
67. *Phật Giáo Việt Nam tại Âu Châu* - Việt ngữ - 2020

68. *Tư tưởng Phật Giáo trong thi ca Nguyễn Du* - Việt ngữ - 2021

69. *Tôi đọc Đại Tạng Kinh* – Việt ngữ - 2022

CÁC TÁC PHẨM TÁI BẢN GẦN ĐÂY

(Các sách này có thể mua qua trang Amazon)

1. *Tư tưởng Tịnh Độ Tông* - Việt ngữ - 2019
2. *Dưới bóng đa chùa Viên Giác* - Việt ngữ, viết chung với Trần Trung Đạo - 2019
3. *Hương Lúa Chùa Quê (Hoài Niệm Tuổi Thơ)* - Việt ngữ viết chung với H.T. Thích Bảo Lạc - 2019
4. *Mối tơ vương của Huyền Trân Công Chúa* - Việt ngữ - 2019
5. *Chùa Viên Giác* - Đức ngữ - 2019
6. *Cảm tạ xứ Đức* - Việt & Đức ngữ - 2019

8\. *Tiếp kiến Đức Đạt Lai Lạt Ma* - Việt & Đức ngữ - 2019

7\. *Đường không biên giới* - Việt & Đức ngữ - 2020

9\. *Phật Giáo và Con người* - Việt & Đức ngữ - 2020

10\. *Sống và Chết theo quan niệm của Phật Giáo* - Việt & Đức ngữ - 2020

11\. *Có và Không* - Việt & Đức ngữ - 2000

12\. *Mây oan cửa thiền (Vụ án một người tu)* - Việt ngữ - 2020

13\. *Bhutan có gì lạ?* - Việt ngữ - 2020

14\. *Tích Lan - Đạo Tình Muôn Thuở* - Việt ngữ - 2020

15. *Dưới Cội Bồ-đề* - Việt ngữ - 2020

16. *Giai nhân và Hòa thượng* - Việt ngữ - 2020

17. *Tôi đọc Đại Tạng Kinh* – Việt ngữ - 2022

18. *Đại Đường Tây Vực Ký* – Việt ngữ - Tái bản 2022, Nguyễn Minh Tiến hiệu đính, HT Thích Tuệ Sỹ giới thiệu.

ĐỊA CHỈ LIÊN LẠC:

Tổ Đình Viên Giác

Karlsruher Str. 6 - 30519 Hannover - Germany.

Web: www.viengiac.info

Email: info@viengiac.de

Tel. +49 (0) 511 879 630

Fax. +49 (0) 511 87 941 200

www.ingramcontent.com/pod-product-compliance
Lightning Source LLC
LaVergne TN
LVHW060324051026
849517LV00004B/1217
* 9 7 9 8 2 1 5 6 8 5 9 2 1 *